अर्थ नात्यांचा

स्मिता प्रकाश जोशी

सकाळ प्रकाशन

सकाळ प्रकाशन

अर्थ नात्यांचा

प्रथम आवृत्ती : नोव्हेंबर २०१४
पाचवी आवृत्ती : ऑगस्ट २०२३

प्रकाशक
सकाळ पेपर्स प्रा. लि.
५९५, बुधवार पेठ, पुणे ४११००२

मुखपृष्ठ : **गिरीश सहस्त्रबुद्धे**

मांडणी व सजावट : **विशाल भगत**

मुद्रण
विकास प्रिंटिंग ॲण्ड कॅरिअर्स प्रा. लि.
प्लॉट नं. ३२, एम. आय. डी. सी., सातपूर, नाशिक ४२२००७.

ISBN : 978-93-84316-18-1

अधिक माहितीसाठी
फोन : ८८८८८ ४९०५०/०२०-२४४०५६७८
Email: sakalprakashan@esakal.com

लग्नाने नाती जोडू पाहणाऱ्या लग्नाळू,
लग्न झालेल्या,
लग्न टिकत नाही असं वाटणाऱ्या
आणि
काही कारणानं लग्न मोडलेल्या
प्रत्येकाला...
अर्पण!

प्रस्तावना

'साप्ताहिक सकाळ'मध्ये येणारं 'अर्थ नात्यांचा' हे सदर मी दर आठवड्याला वाचायचे, आणि आजही वाचते. नेहमीचे काम सांभाळून दर आठवड्याचे सदरलेखन नियमितपणे करणाऱ्या स्मिता प्रकाश जोशींचे खूप कौतुक वाटायचे. आता प्रस्तावना लिहिण्यासाठी जेव्हा हे लेखन पुस्तकरूपाने हातात आले, तेव्हा त्यांनी केलेल्या कामाचे सामाजिक महत्त्व विशेष जाणवले.

'पूर्वी कुठं होतं समुपदेशन?' असा प्रश्न काहींना जरूर पडतो; पण आज स्पर्धेच्या, धावपळीच्या व ताणतणावाच्या जगात माणसांमधला संवाद जसा कमी होतोय, तसतसे नाती सांभाळणे व्यक्तीला मोठे कठीण होत जातेय. जग खूप जवळ येतेय, पण माणसे दूर जाताहेत. अशा विरोधाभासात कुटुंबसंस्थेचे नुसतेच 'असणं' नाही, तर 'निरोगी सशक्त असणं' हे फार आवश्यक आहे. मन मोकळे करायला, समजून घ्यायला, समजावून सांगायला कोणीतरी हवे असते. या 'कोणीतरी'ची जागा जेव्हा आई, बाबा, नवरा, बायको किंवा इतर कोणी स्नेही घेऊ शकत नाही, तिथे समुपदेशकाची मदत घ्यायची असते.

'लग्न' ही बहुतेकांच्या आयुष्यातली महत्त्वाची घटना. 'लग्नाची पूर्वतयारी ते घटस्फोटाचा निर्णय व त्यानंतर' इथपर्यंतचा प्रवास स्मिता जोशींनी संवाद साधत, परिणामकारकरीत्या उलगडला आहे.

कन्या वर्यते रुपं, माता वित्तं, पिता श्रृतं,
बांधवः कुलमिच्छंति, मिष्टान्नं इतरेजना ।

अर्थात, उपवर मुलगी पतीच्या रूपाला सर्वाधिक महत्त्व देते, मुलीची माता त्याच्या संपत्तीला तर पिता त्याच्या प्रतिष्ठेला, नातेवाईक कुळाच्या चौकश्या करतात आणि बाकिच्यांसाठी लग्न म्हणजे केवळ एक उत्तम भोजनाची संधी.

ह्या श्लोकातले निरीक्षण आजही लागू होते. जोडीदाराची निवड चुकली तर पुढचे सगळेच गणित वाजाबाकीचे मांडावे लागते. आताच्या मुलांच्या भाषेत क्लिक् (click) होणे आवश्यक! पण आत्ता क्लिक् जरी झाले तरी पुढे केमिस्ट्री (Chemistry)जुळेलच असे नाही. त्याबद्दल लेखिका सविस्तरपणे 'नात्यात मोकळेपणा हवा,' अपेक्षा समजून घ्या, 'जोडीदाराला नात्याचा विश्वास द्या.' या लोकांचा छोट्या संवादरूप लेखांतून मांडणी करते.

भारतात 'लग्न' म्हणजे फक्त दोघांचे जग नसते, तर दोन कुटुंब, त्यानंतर मुले, या सर्व नात्यांची गुंफण असते. त्या नात्यांतला तोल साधला नाही गेला तर तो होतो गुंता. सासू-सुनेच्या सहवासाबद्दल लिहिताना लेखिका समजुतीचा सल्ला देते, की प्रासंगिक तडजोड हा मुखवटा

नाही. सासू होणाऱ्या आईला ती मुलाचाही 'पती' होण्याचा प्रवास त्याचवेळी सुरू असतो याची जाणीव देते.

मूल जन्माला घालणे, आई-बाबा होणे हा अनुभव घ्यायला हवा; पण त्याचा निर्णय दोघांनी मिळून घेणे महत्त्वाचे. नात्यात गाठी अनेक कारणांनी तयार होतात. सरगाठी सुटतात, निरगाठी सोडवायला त्रास होतो. एकत्र काम करताना, स्त्री-पुरुष एकमेकांकडे आकर्षित होऊ शकतात. काहींच्या बाबतीत शारीरिक जवळीक होते. लग्नानंतरही शरीरसंबंधांबाबत प्रश्न निर्माण होतात. अशा प्रश्नांची कारणमीमांसा, 'दोघांत तिसरा'सारख्या लेखामध्ये केलेली आहे. आजच्या अनुभवांवर आधारित उपमा देताना स्मिता लिहून जाते,'तिसऱ्याचा विचार डेस्कटॉपवरून नाहीतर रिसायकलबीनमधूनही हद्दपार करायला हवा.' अशा वाक्यांमधून ती आजच्या पिढीपर्यंत नेमका अर्थ पोहोचवते.

लग्न म्हणजे जुगार ही मानसिकता बदलायला हवी अशी विनंती करताना, लेखिका नाती टिकवण्याची जबाबदारी दोघांची असेही दटावते. जेव्हा गाठ सुटत नाही तेव्हा ती घटस्फोटाच्या कात्रीने कापावी लागते. तेव्हा तो निर्णय का आणि कसा घ्यावा याविषयीही मार्गदर्शन करते.

नाते संपवताना सूडबुद्धी नको, मुलांना वेठीस धरण्याचा बेजबाबदारपणा नको, एकमेकांविरुद्ध मुलांची मने कलुषित करणे नको, हे लेखिका 'हरवलेत माझे आईबाबा'सारख्या लेखातून समजावून सांगते. वार्धक्यामधेही नात्यांचे कसे ओझे होते या विषयाला 'वाद वृद्ध आईवडिलांमधील' यात स्पर्श केला आहे. 'फिरूनी नवी जन्मेन मी' यामध्ये लेखिका स्त्रीलाच नाही तर पुरुषालाही 'आत्मभान' ठेवणे आवश्यक आहे, याची जाणीव करून देते.

सर्व नाती शेवटी प्रेमावर अवलंबून असतात. ते प्रेम कधी केव्हा कुठे उमलेल सांगता येत नाही; पण ते जपणे महत्त्वाचे! वाचनात मध्यंतरी एक छान वाक्य आलं, ' I closed door of my heart with a board of 'no entry' on it, howerer love entered smilingly & said,'Sorry, I am illiterate!''

स्मिताने वेळोवेळी अत्यंत समर्पक समुपदेशन केलेले आहे. प्रत्यक्ष अनुभवांवर आधारलेले हे लेखन असल्यानेच याचे मोल विशेष आहे. याचा फायदा वाचकांना निश्चितच होईल, याची मला खात्री वाटते.

या सर्व प्रवासाबद्दल स्मिताचे अभिनंदन व पुढील प्रवासासाठी अनेक शुभेच्छा!

–न्या. मृदुला भाटकर

उच्च न्यायालय मुंबई

मनोगत

'सकाळ साप्ताहिक'मध्ये २०११मध्ये 'अर्थ नात्यांचा' हे सदर सुरू करण्याचे ठरले आणि त्यावेळचे 'साप्ताहिक'चे तत्कालीन संपादक श्री. मल्हार अरणकल्ले आणि सहसंपादक ऋता बावडेकर यांच्याशी त्या अनुषंगाने चर्चा झाली. काही नाती आपल्याला जन्माने मिळतात तर काही नाती वैवाहिक बंधनामुळे निर्माण होतात. नाती टिकवण्यासाठी आणि फुलवण्यासाठी व्यक्तींचे एकमेकांशी सूर जुळणे महत्त्वाचे असते. या नात्यांचा खरा अर्थ उलगडण्यासाठी समुपदेशनपर लिखाण असावे असे ठरले आणि सदराची सुरुवात झाली.

समस्येला सामोरे जाताना स्वतःच मार्ग कसा शोधायचा यासाठी समुपदेशनाच्या शास्त्रीय पद्धती असतात. कौटुंबिक न्यायालयात समुपदेशक असल्याने कौटुंबिक समस्यांवर शास्त्रीय पद्धतीने समुपदेशन करावे लागते. त्या अनुभवांतून 'अर्थ नात्यांचा' सदरासाठी लिखाण होऊ लागले. प्रत्यक्ष अनुभवांवर आधारित असे लेखन असल्याने अनेकांच्या समस्यांना त्यातून मार्गदर्शन मिळत गेले आणि सदराचा वाचकवर्ग वाढत गेला. अर्थात, हे लेख कोणाच्याही वैयक्तिक जीवनावर आधारित नसून मी हाताळलेल्या न्यायालयीन प्रकरणांशी या लेखनाचा प्रत्यक्ष वा अप्रत्यक्ष कोणताही संबंध नाही.

'साप्ताहिक'कडून दूरध्वनी क्रमांक घेऊन अनेक वाचक प्रतिक्रिया देत होते. 'या लेखामध्ये मांडलेल्या समस्येसारखीच माझी समस्या आहे. त्यामुळे यावर कोणते उपाय असू शकतील, हे समजले' असे काही आवर्जून कळवत. तर 'माझी समस्या वेगळीच आहे. कृपया तुम्ही मार्गदर्शन कराल का?' असे म्हणून काही भेटायलाही येत होते. त्यांची समस्या ऐकूनही लेखांसाठी नवीन विषय मिळत होते. या सर्वच समस्या अनेक घरांत दिसत असल्याने वाचकांचा उत्स्फूर्त प्रतिसाद मिळाला.

वाचकांकडून, समुपदेशनाचं प्रशिक्षण देणाऱ्या संस्थांकडून आणि कौटुंबिक समस्या हाताळणाऱ्या तज्ज्ञ व्यक्तींकडूनही या लेखांचं पुस्तकात रूपांतर व्हावं अशी मागणी वारंवार आली आणि 'सकाळ प्रकाशना'नेही त्याला पाठिंबा दिला; म्हणूनच हे लिखाण पुस्तकरूपात येऊ शकलं.

२०११पासून 'अर्थ नात्यांचा' या सदरात जवळजवळ १०० लेख प्रकाशित झाले

होते. 'सकाळ प्रकाशना'च्या संपादक दीपाली चौधरी आणि त्यांच्या सहकारी मीना संभू यांनी या सर्व लेखांचे सखोल वाचन केले. या विविध लेखांची एक व्यवस्थित गुंफण कशी करता येईल याविषयी विचार झाला. वैवाहिक आयुष्याच्या जीवनप्रवासातील विविध टप्प्यांवर हे लिखाण झालं आहे हे लक्षात येत गेलं. त्यातील ठरावीक लेख निवडून 'लग्नाआधी'पासून, 'लग्नानंतरचे सुरुवातीचे दिवस', 'लग्न प्रौढ झाल्यानंतर' ते लग्न टिकलंच नाही तर 'घटस्फोट आणि त्यानंतरचा प्रवास' अशा प्रकरणांमध्ये ते विभागले. प्रत्येक प्रकरणाच्या सुरुवातीला एक टिपण लिहिले; प्रकरणाच्या शेवटी या टप्प्यावर 'काय करावे आणि काय टाळावे' हे थोडक्यात सांगितले. तसेच सारांश सांगणारी एक छोटी कविताही लिहिली. या लेखांना पुस्तकाचे स्वरूप देतानाची सर्जनशील प्रक्रिया माझ्यासाठी खूपच आनंददायी ठरली.

एलएलएमची पदवी प्राप्त करताना मी 'Importance of Marriage Counselling in Marital Dispute' या विषयावर प्रबंध सादर केला. त्यावेळेस मुंबई उच्च न्यायालयाच्या न्यायमूर्ती मा. मृदुला भाटकर यांचे मार्गदर्शन घेतले होते. त्यावेळेस कौटुंबिकसमस्यांबाबतची त्यांची तळमळ आणि अभ्यास लक्षात आला होता. 'अर्थ नात्यांचा' या सदरातील माझं लिखाण त्या नियमित वाचत होत्या. हे लेखन पुस्तकरूपात आणण्याची सूचना त्यांनीही केली होती. पुस्तकाची प्रस्तावना लिहिण्याची विनंती त्यांनी मान्य केली तेव्हा माझा आनंद द्विगुणित झाला. त्यांच्या अतिशय व्यस्त दिनक्रमातून या लेखांचे एकत्रित वाचन त्यांनी करून मार्मिक प्रस्तावना लिहिल्याने या पुस्तकाचे मोल वाढले. मी त्यांची सदैव ऋणी राहीन.

लेखनासाठी मला सदैव प्रोत्साहन देणारे 'सकाळ'चे संपादक श्री. मल्हार अरणकल्ले यांच्या उत्साहवर्धक प्रतिक्रियांमुळे माझी उमेद निश्चितच वाढली. त्यांचे मार्गदर्शन मला कायमस्वरूपी मिळावे अशीच इच्छा मी व्यक्त करेन. 'सकाळ साप्ताहिका'च्या सहसंपादक ऋता बावडेकर यांनी प्रत्येक टप्प्यावर केलेल्या सहकार्यामुळे आणि मार्गदर्शनामुळे मी पुढे जाण्याचे धैर्य दाखवू शकले. त्यांचे आभार मानणे हे माझ्यासाठी शब्दांच्या पलीकडले आहे.

या पुस्तकातील लेख काळजीपूर्वक वाचून, या लेखनाचा समुपदेशनाच्या प्रशिक्षण प्रक्रियेत विद्यार्थ्यांना कसा उपयोग होईल याबाबत कर्वे समाजसंस्थेचे प्राचार्य डॉ. दीपक वालोकर यांनी प्रतिक्रिया नोंदवल्यामुळे माझा उत्साह वाढला. ज्येष्ठ विधिज्ञ ॲड. सुधाकर आव्हाड सर यांनी माझे कायद्याचे शिक्षण पूर्ण करण्यासाठी आणि लिखाणातील कायदेशीर मुद्दयांचे स्पष्टीकरण देण्यासाठी मला नेहमीच मार्गदर्शन केले

आहे. 'नात्यातील वादामध्ये कायद्याचा आधार घेण्यापूर्वी या पुस्तकाचं वाचन करावे' अशी प्रतिक्रिया मा. आव्हाड सरांनी नोंदवल्यामुळे माझ्या कामाची पावतीच मला मिळाली असं वाटलं. मात्र, त्याचबरोबर माझी जबाबदारी वाढल्याचेही जाणवले.

कौटुंबिक न्यायालयाच्या शासकीय यंत्रणेत विवाह समुपदेशक म्हणून कार्यरत असल्याने उच्च न्यायालयाची परवानगी मिळाल्याशिवाय या पुस्तकाचे प्रकाशन करणे शक्यच नव्हते. मुंबई उच्च न्यायालयाने परवानगी दिल्यामुळे ही प्रक्रिया पुढे नेणे मला शक्य झाले. या परवानगीसाठी मी उच्च न्यायालयाची आभारी आहे.

नेहमीच प्रोत्साहन देणाऱ्या आणि मार्गदर्शन करणाऱ्या माझ्या आदर्श, आदरणीय डॉ. शालिनी फणसळकर-जोशी (महाप्रबंधक, उच्च न्यायालय, मुंबई) यांचा ऋणनिर्देश केल्याशिवाय हे मनोगत अपूर्ण राहील असे मला वाटते. तसेच सदरलेखन करण्याची कार्यालयीन परवानगी देणारे कौटुंबिक न्यायालयाचे प्रमुख न्यायाधीश (निवृत्त) मा. वि. वा. शहापूरकर यांचीही मी ऋणी राहीन.

माझे कुटुंबीय हे तर माझे सर्वात मोठे बलस्थान आहे. माझे पती प्रकाश, माझी मुले आदिती आणि धनंजय यांनी अनेक वेळा गैरसोय होऊनही माझ्या लेखनप्रक्रियेत मला केलेली मदत मी कधीच विसरू शकणार नाही. त्यांच्या सहकार्यामुळे ही मजल मी गाठू शकले. माझ्या सासूबाई मालती जोशी यांचा सक्रिय पाठिंबा, माझे वडील श्री. मनोहर देशपांडे आणि मला लेखनाचा श्रीगणेशा शिकवणारी माझी आई सौ. सुलभा देशपांडे यांच्या आशीर्वादांमुळेच हे लेखन सुलभ झाले यात शंका नाही.

पुस्तकाला सुबक रूप देण्यासाठी श्रम घेणाऱ्या सहभागी सर्वांचे आणि पुस्तकाच्या देखण्या निर्मितीसाठी 'सकाळ प्रकाशना'चे श्री. आशुतोष रामगीर यांचे विशेष आभार. पुणे कौटुंबिक न्यायालयातील न्यायाधीश, माझे सहकारी समुपदेशक प्रबंधक व इतर कर्मचाऱ्यांचीही मला प्रत्यक्ष-अप्रत्यक्ष मदत झालेली आहे. त्यांच्या सहकार्यामुळे हे पुस्तक समाजाला समर्पित करणे मला शक्य झाले आहे.

हे पुस्तक वाचकांना रुचेल आणि उपयोगी पडेल अशी आशा आहे. याची उपयुक्तता लक्षात घेऊन लवकरच याचा दुसरा खंडही प्रकाशित करण्याची तयारी सुरू करणार आहे, त्यासाठी सर्वांच्या शुभेच्छांची अपेक्षा आहे.

– स्मिता प्रकाश जोशी

चौथ्या आवृत्तीच्या निमित्ताने

अर्थ नात्यांचा या पुस्तकाचे प्रकाशन ३० नोव्हेंबर २०१४ रोजी मुंबई उंच्च न्यायालयाच्या न्यायमूर्ती मा. मृदुला भाटकर यांच्या हस्ते झाले. अवघ्या दोन महिन्यांत पहिली आवृत्ती संपली. नातेसंबंधांवर बोलण्याची गरजच यातून अधोरेखित होते, असे मला वाटते.

'तुम्ही पुस्तकात लिहिलेली समस्या आणि माझी समस्या सारखीच होती; तुमचे पुस्तक वाचून मला माझ्या समस्येलाही उत्तर शोधता आले,' अशा प्रकारच्या अनेक प्रतिक्रिया ऐकल्यानंतर समुपदेशनाच्या क्षेत्रात असल्याचे चीज झाल्यासारखे वाटले. पुस्तकाची दुसरी आणि तिसरीही आवृत्ती संपली. या पुस्तकामुळे कौटुंबिक समुपदेशनाविषयी एक विश्वास निर्माण होतो आहे, असे जाणवले.

पुणे, मुंबई, सातारा, सांगली, कोल्हापूर, नाशिक, धुळे, नागपूर, सोलापूर अशा अनेक शहरांतून अनेक वाचकांनी फोनवरून प्रतिक्रिया कळवल्या आणि त्यांच्या समस्यांवर माझ्याकडून मार्गदर्शनही घेतले. काही स्वयंसेवी संस्थांची मदतही आवश्यक त्यांना सुचवली. अनेक जण मोकळेपणानं बोलत होते, त्यांची दुःखं, त्यांच्या समस्या सांगत होते. 'सगळं संपवून तात्काळ या नात्यातून बाहेर पडावं आणि मोकळा श्वास घ्यावा', असं वाटणारी त्यांची घुसमट मी पाहिली. 'काहीही झालं तरी मला हे नातं टिकवायचंच आहे... मला तुम्ही मदत करा,' असं म्हणून त्यासाठी केली जाणारी धडपड, दुभंगलेली, चिघळलेली नाती पुन्हा नव्यानं सांधण्यासाठीची त्यांची उमेद, नातं टिकवता आलं नाही किंवा टिकलं नाही म्हणून आलेले नैराश्याचे, उद्वेगाचे झटके... मनाविरुद्ध गोष्टी घडल्यामुळे त्यांचा होणार संताप, मनस्ताप... हे मला येऊन सांगणारे, मन मोकळं करणारे अनेक जण भेटले. त्याबरोबरच, 'आमच्यामध्ये गैरसमज होते; पण तुमचे पुस्तक दोघांनीही वाचले आणि आम्हांला आमची चूक समजली. आम्हांला हवं असलेलं नातं, आता आम्ही मिळवलं आहे.''हे पुस्तक वाचून आम्हांला लग्नाचा, सहजीवनाचा आणि नात्यांचा खरा अर्थ समजला आणि त्यामुळेच काचणारे बंधही आता हवेसे वाटू लागले आहेत. घरट्याची ऊब काय असते, हे आम्हांला समजले. आम्ही एकमेकांना

खऱ्या अर्थानं स्वीकारलं आहे.' अशा उत्कट भावनाही ऐकायला मिळाल्या. दोन घटस्फोटित जोडप्यांनी हे पुस्तक वाचल्यानंतर, 'आमच्या चुका आता आमच्या लक्षात आल्या. हे पुस्तक यापूर्वीच मिळायला हवं होतं; परंतु आम्ही आता नव्यानं पुन्हा एकमेकांसोबतच सुरुवात करणार आहोत. त्यासाठी पुन्हा लग्न करतोय,' असे सांगितले. हे ऐकून मला माझे लेखन सार्थकी लागल्यासारखंच वाटलं.

कुणी आपल्या मुलीच्या लग्नात 'रिटर्न गिफ्ट' म्हणून हे पुस्तक दिलं; तर एका आईनं आपल्या मुलीच्या मंगळागौरीच्या वेळेस भेट म्हणून सर्वांना हे पुस्तक दिलं; आणि तसं मला आवर्जून कळवलंही.

नात्यांचा अर्थ शोधणं, वाटतं तेवढं सोपं नक्कीच नाही. खूप शोधत गेलं, तर तळाला थोडंसं काहीतरी हाताला लागतं. आधुनिक जीवनशैली, नात्यांचं बदलतं रूपरंग आणि त्यात निर्माण होणारी कोडी वाढतच चालली आहेत. नाती निर्माण करणं सोपं असलं, तरी ती निभावणं कठीण असतं. सर्व गोष्टी मनासारख्या मिळत नाहीत; पण जे मिळालं आहे, ते कसं स्वीकारायचं, कसं सावरायचं, हे नात्यांचा अर्थ समजला तरच करता येतं.

अर्थ नात्यांचा या चौथ्या आवृत्तीच्या निमित्तानं नात्यांचा अर्थ शोधण्याचा प्रयत्न यशस्वी होतो आहे. याबाबत मला समाधान वाटतं. समाजाला वैवाहिक समुपदेशनाची गरज आहे आणि समुपदेशनाच्या माध्यमातून नवीन पिढी आपले प्रश्न सोडवण्याचा प्रयत्न करत आहे. याबाबत शंकाच नाही. याचा फायदा अधिकाधिक लोकांनी घेऊन कायद्याचा आधार घेण्यापूर्वीच नात्यातील निरगाठ सोडवण्याचा प्रयत्न व्हावा हीच अपेक्षा.

- स्मिता प्रकाश जोशी

अनुक्रमणिका

१

लग्नापूर्वी...

लग्न ही आयुष्यातील अतिशय सुंदर आणि आयुष्याला वेगळे वळण देणारी घटना आहे. याबाबत प्रत्येकाने आपल्या मनात काही स्वप्ने रंगवलेली असतात. आपल्या आयुष्याचा जोडीदार कसा असावा, कसा नसावा याबाबत काही आराखडे बांधलेले असतात, काही तुलना केलेली असते. मुलं वयात आल्यानंतर घरात लग्नाची बोलणी सुरू होतात. आईवडील, नातेवाईक यांच्यामध्येही चर्चा होत असते आणि मुलांच्या मनातही कळत-नकळत हव्या असणाऱ्या व्यक्तीचा शोध सुरू होतो. काही वेळा मुले आपल्या आयुष्याचा जोडीदार स्वतः निवडतात. तर काही ठिकाणी पारंपरिक पद्धतीने नातेवाईक, मित्रमंडळी यांच्या मध्यस्थीने अथवा मॅरेज ब्युरोमध्ये नाव नोंदवून जोडीदारासाठी शोधकार्य सुरू होते. कधी मुलांनी शोधलेला जोडीदार आईवडिलांच्या नजरेतून योग्य नसतो; तर कधी आईवडिलांनी सुचवलेला जोडीदार मुलांच्या नजरेत भरणारा नसतो. अशा वेळी मूल आणि पालक यांच्यातही खडाजंगी सुरू होते. यासाठी विवाहपूर्व समुपदेशन गरजेचे आहे.

विवाहाचा विचार केव्हा करावा? जोडीदार निवडीबाबत निकष लावताना कोणते विचार करावेत आत्मपरीक्षण कसे करावे आणि सेल्फ मॅरेज बायोडाटा कसा तयार करावा. आपल्या मनातील स्वप्न आणि वास्तव यांच्याशी कसे जुळवून घ्यावे? लग्नानंतर कोणत्या जबाबदाऱ्या पेलाव्या लागणार आहेत, त्याचा मेळ कसा घालायचा? आपल्या दैनंदिनीमध्येही कसा बदल करायचा हे सर्व विवाहपूर्व समुपदेशनात समाविष्ट असतं. जन्मकुंडलीबरोबरच आरोग्य कुंडली आणि मानसिक व सामाजिक कुंडली पाहणे गरजेचे असते त्यातूनच आपल्याला हव्या असणाऱ्या भावी जोडीदाराचा शोध घेणे सोपे जाते. 'संसाराचा डाव मांडताना मनासारखा मिळे सवंगडी... खेळाया मग अवीट गोडी' हे ध्यानात घेऊन मनासारखा जोडीदार मिळवण्याचा प्रयत्न केला जातो.

जोडीदार निवडीचा विषय निघाल्यानंतर अनेक घरांमध्ये मुलं-मुली ही जबाबदारी

आपल्या पालकांवर सोपवतात. पालकांवर संपूर्ण विश्वास ठेवून तुम्ही कराल ते माझ्यासाठी योग्यच असेल असे सांगतात; परंतु विवाहानंतर काही समस्या निर्माण झाल्या तर त्याचे खापर आपल्या आईवडिलांवर फोडतात. 'माझ्या मनात नसताना तुम्हाला दुखावू नये म्हणून तुमचे ऐकले. माझ्या या परिस्थितीला तुम्हीच जबाबदार आहात', अशीही वक्तव्ये केली जातात. केवळ आईवडिलांनी/नातेवाइकांनी डोळ्यासमोर ठेवलेले आदर्श स्वतःसमोर ठेवून आयुष्याचा जोडीदार निवडतात येत नाही, तर त्याला स्वतःच्या विचारांचीही जोड आवश्यक असते. पालकांशी याबाबत चर्चा करून स्वतःची मते, अपेक्षा त्यांच्यापर्यंत पोहचवायला हव्यात.

दुसरे टोकाचे उदाहरण असते की मुले-मुली आपला जोडीदार स्वतः निवडतात. पालकांचे मत, अनुभव विचारात घेण्याची त्यांना अजिबातच गरज वाटत नाही. मात्र बऱ्याच वेळा हे निर्णय भावनिक पातळीवरचे असतात. त्यात एकमेकांचे गुण-दोष, त्यामुळे होणारे पुढचे परिणाम यांचा विचार झालेला नसतो. प्रेमात पडलेल्या व्यक्तीला कोणी कितीही सांगण्याचा प्रयत्न केला तरी पटत नाही. त्यावेळी आईवडील 'पक्के वैरी' आहेत असे वाटू लागते. त्यामुळे त्यांच्या मनाविरुद्ध, त्यांना न सांगताही, मित्रांच्या मदतीने, घरातून निघून जाऊन हे प्रेमवीर लग्न करतात. यांना स्वतःच्या निर्णयाची जबाबदारी स्वतःच घेणे भाग पडते. आईवडिलांना दोष देऊन मोकळे होता येत नाही. कठीण प्रसंगांमध्ये आईवडील/नातेवाईक मध्यस्थी करतील अशी आशा ठेवता येत नाही. प्रारंभीचे दिवस गेल्यानंतर प्रत्यक्ष जुळवून घेताना अडचणी आल्या तर त्यांच्यावरचा ताण तुलनेने अधिक असतो. त्यामुळे आपली आवड, विचार पालकांना सांगून त्यांच्या विचारांची, अनुभवांची जोड घेणेही आवश्यकच आहे.

थोडक्यात, विवाह कोणत्या पद्धतीने करावा, कोणता विवाह अधिक टिकेल? याबाबतचे कोणतेही ठाम विधान करता येत नाही. असे असले तरी, स्वतःची ओळख, स्वतःची योग्यता आणि अपेक्षा यांची सांगड घालून, सारासार विचार करून निष्ठेने आणि एकमताने स्वीकारलेला नातेसंबंध म्हणजे लग्न होय, याचे पक्के भान ठेवण्याची गरज आहे, हे प्रत्येकाने लक्षात घ्यायला हवे.

लग्नाची पूर्वतयारी

विनायक : शिक्षण एम.डी. स्त्री-रोगतज्ज्ञ, स्वतःचे क्लिनिकही. घरात लग्नाची बोलणी सुरू. त्याच्यासमोर दोन ऑप्शन्स.

एक : एमबीबीएस झालेली एक मुलगी.

दोन : उच्च शिक्षण घेऊन सध्या एका कॉलेजमध्ये लेक्चरर असणारी मुलगी.

दोन्ही स्थळे घरच्यांना आवडलेली. स्वतःचे निर्णय स्वतःच घेणारा विनायक आयुष्यात पहिल्यांदाच 'दोघींपैकी कोण?' या प्रश्नाचे उत्तर शोधताना गोंधळला...

***

'विनायक, तू डॉक्टर मुलीशीच लग्न कर.. म्हणजे पुढे मागे तुझ्या व्यवसायात तिची मदतसुद्धा होईल. दोघांचेही फिल्ड एक असणे हे केव्हाही चांगलेच' असे घरच्यांचे म्हणणे.

***

'काय मुलगी डॉक्टर आहे? मग तर अजिबात करू नकोस तिच्याशी लग्न. ती डॉक्टर. तू डॉक्टर. म्हणजे दोघांची एकमेकांशी स्पर्धा होणार. शिवाय तुम्ही दोघेही कायमच व्यग्र असणार, त्यातून स्वतःला स्पेसही मिळणार नाही. दोघांपैकी एकाची तरी वेळ नियोजित असली, की घर, मुले यांच्याकडे लक्ष देता येते. दुसरी मुलगी निवड. क्षेत्र वेगवेगळे असेल तर एकमेकांच्या प्रोफेशनबद्दल आदरही राहतो,' असा डॉक्टर मित्रांचा सल्ला.

विनायकचे लग्न ठरवण्यात जो तो त्याला सल्ले देऊ लागला. लग्न करताना नेमके काय पाहावे, काय नको या प्रश्नांनी तो गोंधळून गेला.

लग्नाच्या उंबरठ्यावर असलेल्या तरुण-तरुणींची स्थिती विनायकपेक्षा बहुधा वेगळी नसतेच. काय निर्णय घ्यावा काय नको असे झाले, की घरच्यांचा-मित्रांचा सल्ला घेतला जातो. नातेवाईक आणि मित्र सल्ला देताना साहजिकच आपले विचार लादण्याचा प्रयत्न करतात. पर्यायाने, गोंधळ आणखीच वाढतो. हे झाले नियोजित विवाहाबद्दल. प्रेमविवाहाबाबतीतही तसेच काहीसे होते. पालकांनी समजावणे म्हणजे त्यांचा आपल्या लग्नाला विरोध आहे, आम्ही करतो आहोत तेच बरोबर आहे, असे त्यांना वाटत असते. एकमेकांशिवाय जगूच शकणार नाही, असे म्हणणारे प्रेमी अवघ्या चार-सहा महिन्यांत घटस्फोटाच्या निर्णयापर्यंत येतात. विवाहयोग्य तरुण-तरुणींची मानसिकता तयार करणे, विवाह या विषयाचे गांभीर्य समजावून सांगणे, पतीपत्नीचे नाते निभावण्यासाठी, बदलाला सामोरे जाण्यासाठी व ते बदल स्वीकारण्यासाठी तयारी करून घेणे हे सर्व विवाहपूर्व समुपदेशनात केले जाते. त्यासाठीच प्रेमविवाह असो, की नियोजित विवाह; बदलत्या समाजव्यवस्थेमध्ये समुपदेशनाची गरज आहेच.

जोडीदार निवडीचे निकष

भावी आयुष्याच्या जोडीदाराची स्वप्ने रंगवताना तो कसा असावा, कसा नसावा, त्याच्या आवडीनिवडी छंद कसे असावेत, याबाबत फार विचार केला जातो. नियोजित विवाहात पालकांनी बरीचशी जबाबदारी स्वीकारलेली असतेच. यामध्ये कोणत्या निकषांचा विचार केला जातो, याचे वर्गीकरण केल्यास आपल्याला पुढील परिस्थिती (चौकट १) दिसून येते.

मध्यस्थांनी ठरवलेले निकष	पालकांनी ठरवलेले निकष	विवाहयोग्य मुला-मुलींनी ठरवलेले निकष
जात, धर्म, शिक्षण, नोकरी/ व्यवसाय	वय, घराणे, जन्मकुंडली, जात, धर्म, शिक्षण, नोकरी-व्यवसाय, स्थावर जंगम मालमत्ता, कुटुंबातील व्यक्ती	दिसणे, अनुरूपता, शिक्षण, नोकरी/ व्यवसाय, आवडीनिवडी
	मुलांवरील जबाबदाऱ्या, एकत्र कुटुंब की विभक्त, सामाजिक प्रतिष्ठा	मित्र-परिवार, छंद, क्षमता, मर्यादा, जोडीदाराबाबतच्या अपेक्षा, व्यसन, चारित्र्य

हे निकष लावून विवाहाच्या वेळी अनुरूप जोडीदार निवडण्याचा प्रयत्न केला जातो. त्याचप्रमाणे हे निकष वेगवेगळ्या पातळ्यांवर तपासून पाहावे लागतात, ते असे : (चौकट २)

शारीरिक निकष	मानसिक/ भावनिक निकष	वैचारिक निकष	सामाजिक निकष
शारीरिक क्षमता आनुवंशिक आजार लक्षणीय आजार व्यक्तिमत्त्व शारीरिक चाचण्या (रक्तगट, एचआयव्ही इ.)	वर्तन भावना व्यक्त करण्याची पद्धत व नियंत्रण स्वभाव प्रासंगिकता बदलत्या परिस्थितीत जुळवून घेण्याची क्षमता	विचारसरणी (सकारात्मक/ नकारात्मक) जीवनमूल्ये संस्कार कुटुंबीयांबाबतचा दृष्टिकोन छंद	मित्रपरिवार नोकरी-व्यवसायातील सहकाऱ्यांचे मत नातेवाईक, शेजारी यांच्याशी संबंध

नियोजित विवाहामध्ये मध्यस्थ व्यक्ती, पालक आणि विवाहयोग्य मुले-मुली या सर्व निकषांची पडताळणी करतात आणि अनुरूप जोडीदार मिळेल, या दृष्टीने प्रयत्न करित असतात; परंतु प्रेमविवाहामध्ये मात्र काही दिवसांचा सहवास, एकमेकांशी झालेले बोलणे, मिळालेली माहिती गृहीत धरून त्याची सत्य-असत्यता न पडताळता समोरील व्यक्तीवर आंधळा विश्वास ठेवला जातो. काही वेळा दोष लक्षात आले, तरी त्याकडे दुर्लक्ष करून वृथा आत्मविश्वास बाळगला जातो. उदाहरणार्थ, 'सिगरेट, तंबाखूचे व्यसन मी लग्नानंतर सोडवेन', 'त्याच्या संशयी स्वभावाला मला प्रेमाने जिंकता येईल', 'ती करिअरिस्ट असली, तरी संसाराची जबाबदारी अंगावर पडल्यावर ती आपोआप घरी बसेल', अशा काही स्वतःच्याच समजुतींमुळे काही महत्त्वाच्या गोष्टींकडे दुर्लक्षही केले जाते.

आत्मपरीक्षण

विवाहयोग्य तरुण-तरुणींनी वरील निकषांवर जोडीदाराची निवड करताना आत्मपरीक्षण करणे आणि पालकांनीही आपल्या मुला-मुलींच्या क्षमतांचा विचार करणे खूपच महत्त्वाचे आहे. आपली वैचारिक प्रगल्भता व क्षमता लक्षात घेऊन मगच अपेक्षा ठेवाव्यात. 'मला अगदी चवळीच्या शेंगेसारखी नाजूक बायको हवी,' अशी अपेक्षा ठेवताना स्वतःचे वजन आपण नियंत्रित ठेवले आहे का, स्वतःचा बांधा

कसा आहे, याचाही विचार करायला हवा. माझे वय, माझे शिक्षण, माझे कौशल्य काय आहे, याचा प्रथम विचार करून अपेक्षा ठेवली, तरच अनुरूप जोडीदार मिळू शकेल.

विवाहाकडे बघण्याचा दृष्टिकोन

विवाहसंस्थेकडे बघण्याचा समाजशास्त्रीय दृष्टिकोन पाहिला, तर स्त्री पुरुषांच्या शारीरिक, मानसिक गरजा भागवण्यासाठी, कुटुंबसंस्थेच्या निर्मितीसाठी, नवीन पिढी तयार करण्यासाठी आणि जोपासण्यासाठी केलेली मानवनिर्मित कायदेशीर समाजमान्य संस्था म्हणजे विवाह. आता विवाह संस्था म्हणजे शारीरिक, मानसिक, भावनिक, लैंगिक गरजा भागवून आर्थिक आणि सामाजिक स्थैर्य देणारी, एकमेकांना आनंद देणारी, प्रत्येक प्रसंगात एकमेकांना समजून घेऊन एकमेकांना साथ देण्यासाठी अखंड सहजीवन देणारी संस्था होय.

अर्थात, आनंदाच्या कल्पना पूर्वीपेक्षा आता बदलल्या आहेत. पूर्वीच्या स्त्रियांना सुरक्षितता, संरक्षण आणि स्थैर्य या बाबी महत्त्वाच्या होत्या. विवाहसंस्थेतून या गोष्टी मिळायच्या; परंतु व्यक्तिगत स्वातंत्र्य, आवडीनिवडी, अपेक्षा याला तिलांजली द्यावी लागायची. आता समाजव्यवस्थेत बदल होत आहे. कुटुंबसंस्था, विवाहसंस्थोही बदलत आहेत. स्वतःचे स्वत्व टिकवून, एकमेकांचे स्वतंत्र अस्तित्व जपून एकमेकांना सहकार्य करणे, हे आजच्या विवाहात अपेक्षित आहे.

मधल्या कालखंडात निर्व्यसनी जोडीदार हवा, अशी प्राधान्याने मागणी असायची. आताची तरुण पिढी आवड आणि व्यसन यामध्ये फरक करत आहे. 'कधीही सिगरेट, बिअर यांना स्पर्श न केलेला, पब-डिस्को यांमध्ये कधीही न गेलेला मुलगा म्हणजे पुरातनवादी विचारांचा, त्याच्याबरोबर आयुष्य कसे एन्जॉय करणार?' असे आजकालच्या मुलीही म्हणू लागल्या आहेत. आनंद मिळविण्याच्या संकल्पनाच बदलल्या आहेत. स्वातंत्र्य हवे आहे; पण एकटेपणा नको. कौटुंबिक चौकट हवी आहे; पण मर्यादा नकोत. या अटींवरच विवाह केले जात आहेत. विवाहाकडे आपण कोणत्या दृष्टीने बघतोय, याची स्पष्टता नसल्यामुळे, विवाहानंतर निर्माण होणाऱ्या जबाबदाऱ्यांची जाणीव अनेकांना नसते. विवाहानंतर होणाऱ्या बदलांना सामोरे जाण्याची मानसिकता नसल्यानेच विवाह टिकण्याचे प्रमाण कमी झाले आहे. विवाह कशासाठी? विवाहातून आपल्याला नक्की काय हवे आहे? मी माझ्यामध्ये कोणते बदल घडवून आणू शकतो/कोणते नाही? याची स्पष्टता प्रत्येकाला असायलाच हवी

आणि आपले विचार भावी जोडीदारापर्यंत पोहचवायला हवेत.

विवाहपूर्व समुपदेशन महत्त्वाचे

जोडीदार निवडताना काही निकषांचा जरी विचार केला, आत्मपरीक्षण केले आणि विवाहाबाबतच्या आपल्या कल्पना स्पष्ट असल्या, तरी मनासारखा जोडीदार मिळेलच असे नाही. आपल्या अपेक्षांपेक्षा काही गोष्टी कमी जास्त असल्यावर, जोडीदार निवडीचा निर्णय कसा घ्यायचा? लग्नाची मानसिकता कशी तयार करायची? एकमेकांना समजवून घ्यायचे म्हणजे काय करायचे? करिअर आणि कुटुंब या दोन्हींमध्ये समतोल कसा साधायचा? या सर्वांची माहिती करून घेण्यासाठी विवाहपूर्व समुपदेशन अत्यंत गरजेचे आहे. या सर्व गोष्टी पालक आणि नातेवाईकही सांगू शकतात; परंतु बऱ्याचवेळा पालक पूर्वग्रहदूषित असतात. त्यांच्या सांगण्यात अप्रत्यक्षरित्या हितसंबंध आणि लग्न व्हावे असा सकारात्मक स्वार्थही असू शकतो. त्यामुळेच समुपदेशकांकडून या सर्व गोष्टी समजावून घेणे योग्य ठरते.

विवाहपद्धत कोणतीही असो, प्रेमविवाह किंवा नियोजित; एकमेकांना समजून घेण्यासाठी, विवाहानंतर होणाऱ्या बदलांना सामोरे जाण्यासाठी, नातेसंबंध टिकवण्यासाठी विवाहपूर्व समुपदेशन ही काळाची गरज ठरत आहे. हल्लीच्या मुलामुलींना वेगळे लैंगिक शिक्षण देण्याची गरज नाही; कारण मुलांना शाळा-कॉलेजमधूनही हे शिक्षण दिले जातेच, असे म्हणून लैंगिक संबंधाबाबत पालक विवाहयोग्य मुलामुलींशी विवाह ठरल्यानंतरही मोकळेपणाने बोलणे टाळतात. आरोग्यदायी आणि आनंददायी लैंगिक सहजीवनासाठीही विवाहपूर्व समुपदेशन हे अतिशय महत्त्वाचे आहे. परिपूर्ण विचार करून समजून-उमजून बोहल्यावर चढले, तर विवाह हा आयुष्यभरासाठी आनंददायी सोहळा होईल.

लग्न... बंधन की आनंद?

''मी अजिबात या बाबतीत कुणाचं ऐकणार नाही. माझा निर्णय ठाम आहे. मी लग्न करणार नाही. तू मला पुन्हापुन्हा त्याच गोष्टी का सांगतेस?''

''माधुरी, अग का हट्टीपणा करतेस? तुला २७ वर्षं पूर्ण झाली आहेत. आता किती दिवस वाट बघायची? तुझ्या बरोबरीच्या सर्व मैत्रिणींचं लग्न होऊन त्यांना मुलं झाली, तरीही तुझ्या विचारांत बदल कसा होत नाही?''

''बाकीच्या मुलींची उदाहरणं मला देऊ नकोस. लग्न करून त्या किती सुखी झाल्यात ते मी पाहिलंय. स्वतःचं करिअर सोडून मुलं सांभाळत बसल्यात. ज्या नोकरी करतात त्यांना घर आणि करिअर सांभाळताना काय कसरत करावी लागते, ते मी बघते आहे. कोण सुखी झालंय लग्न करून? मी एकटी आनंदात आहे, मजेत आहे. मला हवं ते, मी हवं तेव्हा करू शकते. मग मी माझा आनंद का हरवून बसू?''

''तुला कसं समजावून सांगू? अशी एकटी किती दिवस राहणार आहेस? अग, समाज काय म्हणेल याचा तरी विचार कर.''

''तुला मुलीच्या सुखापेक्षा समाज काय म्हणेल याची काळजी वाटते?''

''तुझ्या सुखाचा विचार करते म्हणूनच मी तुला लग्न करायला सांगतेय.''

''आई, लग्न केल्यानंतर तू सुखी झाली होतीस? तुझ्या लग्नामुळे तुला किती दिवस आनंदाचे क्षण मिळाले? आणि माझ्या सुखाचाच विचार करायचा असेल, तर मी आहे अशी सुखी आहे. प्लीज... मला या लग्नबंधनात अडकवू नकोस.''

वंदना आणि तिची मुलगी माधुरी दोघींची 'लग्न' या विषयावर सतत अशीच खडाजंगी व्हायची. मुलीला समजावून सांगण्याचा कितीही प्रयत्न केला, तरी काहीही उपयोग होत नाही म्हणून ती माधुरीला माझ्याकडे घेऊन आली.

''मॅडम, आईला दुखवायचं नाही म्हणून तिच्या इच्छेखातर मी तुमच्याकडे

आले आहे. पण प्लीज 'लग्न कर', 'वयात आलेल्या मुलीला लग्न करावेच लागते', 'आपल्या संस्कृतीमध्ये लग्नाशिवाय राहता येत नाही' वगैरे विषयांवर माझ्याशी काहीही बोलू नका. कारण माझा निर्णय मी स्वतः घेतला असून, कोणत्याही परिस्थितीत मला तो बदलायचा नाही.''

''माधुरी, मी तुला कोणत्याही गोष्टी सांगणार नाही. तुझा निर्णय तुलाच घ्यायचा आहे. फक्त तू या निर्णयापर्यंत का आलीस आणि 'लग्न' या विषयाबाबत तुझं असं मत का आहे, एवढंच मला जाणून घ्यायचं आहे. आपण छान गप्पा मारूया. मी तुला काही समुपदेशन करणार आहे, हे डोक्यातून काढून अगदी मोकळेपणानं बोल.''

''मॅडम, मुळातच लग्न करायचं कशासाठी? पिढ्यान्‌पिढ्या जपलेली संस्कृती जतन करण्यासाठी, स्त्री-पुरुषांच्या शारीरिक आणि मानसिक गरजांची पूर्तता करण्यासाठी, की सुरक्षिततेसाठी, याचं उत्तर लग्न करणाऱ्यांनी द्यावं. या सर्वांचा विचार करून सुख मिळवण्यासाठी, जन्मजन्मांतरीची साथ एकमेकांना देण्यासाठी स्त्री-पुरुष एकत्र यऊेन संसार थाटतात; परंतु सुरुवातीचे उमेदीचे दिवस संपले, की त्या नात्यामध्ये असलेली ओढ संपते, एकमेकांचं स्वातंत्र्य हरवलं जातं आणि दोघांचीही घुसमट चालू होते... आणि लग्न या नात्यात उरते ती फक्त धुसफूस, चिडचिड आणि वैताग. म्हणूनच लग्नाचं नुसतं नाव काढलं, तरी मला धास्ती वाटते.''

''अग, शतकानुशतकं चालत आलेल्या या लग्नसंस्थेला अजून तरी सर्वमान्य पर्याय सापडलेला नाही. एकमेकांना आयुष्यभर साथ देण्यासाठी एकमेकांना गुणदोषांसह स्वीकारणं, हे लग्नात अपेक्षित असतं. एकमेकांसाठी जगण्यात एक वेगळी मजा असते.''

''म्हणजेच काय? लग्नामध्ये स्वत्वाचा त्याग करायचा, स्वतःला विसरायचं, स्वतःचे विचार सोडायचे आणि जोडीदाराला समर्पित व्हायचं. त्याच्याच म्हणण्याप्रमाणे वागायचं, तर ते लग्नबंधन टिकणार. यामध्ये घुसमट होत नाही का?''

''हे दोन्हीकडून अपेक्षित असतं. 'काही तुझं काही माझं' असं म्हणावं लागतं. आपल्या माणसासाठी आपल्या काही गोष्टी सोडण्यातही एक आनंद असतो. स्वतःच्या आनंदापेक्षा दुसऱ्याच्या आनंदात सहभागी झाल्यानं मिळणारा आनंद वेगळाच असतो. लग्नसंस्थेमुळेच कुटुंबसंस्था निर्माण होते आणि समाजाची बांधणी होते.''

''मॅडम, हे सगळं बोलण्यापर्यंत ठीक आहे; परंतु, लग्न केलं आणि पस्तावलो, असं म्हणणारे लोक समाजात अधिक आहेत. लग्न केल्याचा मनस्ताप एकदाही झाला नाही अशा व्यक्ती शोधून काढणं अगदीच अवघड आहे. माझ्या मते तर संताप,

वादावादी, मनस्ताप, मतभेद हे प्रत्येक लग्नात असतात. म्हणून मला त्या विषाची परीक्षा घ्यायचीच नाही. लग्न करण्यानं माणूस सुखी होत नाही. लग्न हे आयुष्यात सर्वस्व नसतं.''

''लग्न नकोसं वाटतं. निभावणं कठीण जातं हे खरं असलं, तरी क्षणैक मनस्ताप आणि वैतागाच्या भरात बोललेले ते शब्द असतात; म्हणून प्रत्येक जण आपली लग्नाची बेडी झुगारून टाकत नाही. उलट त्या बंधनातूनही मिळणारे आनंदाचे क्षण अधिक असतात. तू आयुष्यभर एकमेकांना आनंदानं साथ देणारी जोडपी कधी पाहिलीच नाहीत का?''

''तुम्ही म्हणता तसे लग्नात आनंददायी क्षण असतातही... माझे आजी-आजोबा अजूनही एकमेकांसाठी किती जीव टाकतात हे मी पाहते. पण लग्नातून होणारे मनस्ताप, भांडण आणि चिडचिड हे मी अगदी जवळून बघितलं आहे. मॅडम, माझ्या आई-वडिलांचा घटस्फोट झाला, तेव्हा मी १६ वर्षांची होते आणि माझी लहान बहीण ११ वर्षांची होती. माझ्या लहानपणापासून मी दोघांची भांडणं पाहत आलेली आहे. बाबा आईवर सतत संशय घ्यायचे. तिला ऑफिसमधून यायला उशीर झाला, की दोघांची खडाजंगी व्हायची. बाबा आईला वाटेल तसे बोलायचे. तिलाही सहन व्हायचं नाही. तीही बडबड करायची. मारहाण, शिवीगाळ, नंतरचा अबोला, धुसफूस हे सर्व मी पाहिलेलं आहे. दोघंही एकमेकांवरचा राग माझ्यावर आणि बहिणीवरच काढायचे. माझ्या दहावीच्या बोर्डाच्या परीक्षेलासुद्धा यांच्या भांडणामुळे मी आदल्या दिवशी अभ्यास करू शकले नव्हते.

''पुढे आम्हा दोघींनाही घेऊन आई घराबाहेर पडली आणि आम्ही आमच्या आजीकडे राहू लागलो. नंतर कित्येक वर्षं आईसोबत कोर्टात हेलपाटे घालण्यात गेले. वडिलांच्या भेटीसाठी आम्हाला कोर्टातच नेलं जायचं. आई आम्हाला सांभाळण्याच्या मानसिक स्थितीत नसायची, तेव्हा मी लहान असूनही आईची आई झाले होते. तिला मानसिक आधार देणं, तिच्या सर्व गोष्टी ऐकून घेणं, कोर्टाच्या कामात तिला मदत करणं, हे सगळं मी करत होते. वडिलांनी आईच्या चारित्र्यावर केलेले आरोप, त्यांची नको ती भाषा मी त्या लहान वयात ऐकलेली आहे. माझ्या इतर मैत्रिणींसारखं आईवडिलांसोबत फिरायला जाणं, मजा करणं, घरातच एखादं गेटटुगेदर करणं, हे मला कधीही अनुभवता आलं नाही. मॅडम, तुम्हीच सांगा, हे असले अनुभव गाठीशी असताना पुन्हा लग्नसंस्थेवर मी विश्वास कसा ठेवायचा?''

''माधुरी, तुझं बालपण या सगळ्या कटू अनुभवांतून गेल्यामुळे तुझ्या मनात

लग्नाविषयी तिटकारा निर्माण झाला आहे. लग्नामध्ये दोन स्वतंत्र व्यक्तिमत्त्वं एकत्र येत असतात. त्यांचे आचारविचार आणि रीतिरिवाज, पद्धतीही बऱ्याच वेळा भिन्न असतात. अशा वेळी एकमेकांना समजून घेणं खूप अवघड जातं. पण त्या नात्यातलं माधुर्य, सहजीवनातला आनंद दोघांना गवसला तर लग्न म्हणजे स्वर्गसुख आहे, असेही अनुभव येतात. तुझ्या बाबतीत तुझ्या आई-बाबांचा स्वभाव, संस्कृती सगळंच भिन्न होतं. तुझ्या वडिलांना मानसिक आजार होता. त्याचं निदान लवकर झालं नाही, ते करून घेतलं गेलं नाही. त्यामुळे त्यांचा संशय, चिडचिड, तापटपणा वाढत गेला. तुझ्या आईला तो सहन करणं अशक्य झालं. त्या वातावरणात राहून तीही नैराश्यात गेली. दोघांनाही परिस्थिती हाताळता आली नाही. तुझ्या आईवडिलांच्या लग्नाची ही शोकांतिका तू अनुभवली आहेस. म्हणूनच लग्नात काहीही सुख नाही, असं तुला वाटायला लागलं आहे.

''पण माधुरी, तुमच्याच घरात तू तुझ्या आजी-आजोबांचा संसारही पाहिला आहेस. त्यांच्या लग्नाला ५० वर्षं पूर्ण झाली म्हणून मध्यंतरी तुम्ही एक सोहळाही केलात. त्यांची एकमेकांबद्दलची ओढ अजूनही कायम आहे, हे तू बघते आहेस. तुझ्या मामा-मामींचा संसार तुला बघायला मिळतो आहे. तुझ्या बरोबरीच्या मैत्रिणींच्या घरचं वातावरणही तू जवळून पाहिलं आहेस. तुझ्या काही मैत्रिणी लग्न होऊन आई झालेल्या आहेत. त्यांचा आई होण्यातला आनंद तू बघितला असशील. काही काळ करिअर थांबवावं लागलं तरी त्याचं एकांगी दुःख त्यांना नाही; कारण लग्न, कुटुंब यांतलं सुखही त्या अनुभवत आहेत.

''तू समजूतदार आहेस. तुला आलेले अनुभव कटू आहेत म्हणून लग्नसंस्थाच योग्य नाही, लग्नातून कोणालाच सुख मिळत नाही, असं म्हणणं योग्य होणार नाही. तसं असतं तर लग्नसंस्था केव्हाच कोलमडून गेली असती. लग्नामध्ये वैचारिक मतभिन्नता आणि त्यातून निर्माण होणारे वाद हे अटळ असले, तरी त्याच्यातून निभावून जाण्याचं कौशल्य मिळवता येतं. कटू क्षण विसरून त्यातून मिळणाऱ्या मधुर क्षणांची आठवण जपून ठेवण्याचं कसब जमलं, की लग्न हा एकमेकांच्या सोबतीनं पुढे जाण्याचा अखंड प्रवास असतो. स्वतःचं स्वतंत्र व्यक्तिमत्त्व जोपासताना अहंकार बाजूला ठेवून जोडीदाराच्या व्यक्तिमत्त्वालाही महत्त्व दिले, तर काही वेळा माघार घेण्यातला आनंदही उपभोगता येतो. आयुष्यातल्या प्रत्येक वादळात आपल्याला साथ देणारा आयुष्यातला जोडीदार लग्नामुळेच मिळतो. लग्न नामक संस्कार या नात्याची वीण घालतो; त्यामुळेच त्याला वेगळा अर्थ प्राप्त होतो.

''माधुरी, तू लग्न करायचं की नाही, हा निर्णय तुझा असला तरी लग्नातून कोणीही सुखी होत नाही, हे तू डोक्यातून काढून टाक. तुझ्या आईला योग्य जोडीदार मिळाला नाही, म्हणून तुझ्याही बाबतीत तसंच घडेल हा नकारात्मक विचार तू सोडून दे. तुझ्या डोळ्यांना आणि विचारांना लावलेली झापडं तू काढून टाकलीस, तुझ्या कटू अनुभवांतून तू बाहेर आलीस, की तुला लग्नसंस्थेतील सुख, आनंदाचे क्षण बघायला मिळतील. तुझे विचार सकारात्मक असतील तर तुला तसेच अनुभव येतील.

''पूर्वीपेक्षा आता समाजात या बाबतीत सखोलपणे विचार के ला जातो. लग्नापूर्वी एकमेकांना भेटून एकमेकांच्या आवडीनिवडी, स्वभाव, आचारविचार यांची माहिती करून घेतली जाते. त्यामुळे काही बाबतींत तरी आपल्याला अनुरूप जोडीदार आहे की नाही हे जाणून घेता येतं. विवाहपूर्व समुपदेशनातून एकमेकांच्या व्यक्तिमत्त्वाची ओळख करून घेऊन लग्नानंतरच्या दोघांच्या अपेक्षांची माहिती घेऊन कसं वागायचं, नातं कसं फुलवायचं, याचं मार्गदर्शनही मिळू शकतं. या सर्व बाबींचा विचार करून मग तू निर्णय घ्यावास, एवढंच मला म्हणायच आहे.''

''मॅडम, तुम्ही सांगितलेल्या गोष्टींवर मी नक्कीच विचार करेन. माझ्या वाट्याला आलेल्या कटू अनुभवांमुळे मी माझं अनुमान काढलं, हे खरंच चूक आहे, एवढं तरी मला समजलं. मी सर्व शक्यतांचा विचार करूनच पुढे काय करायचं ते ठरवेन.''

अनुरूप जोडीदार हवा

"काकू, पावभाजी अगदी मस्त झालीय!... मी दोन जोडी पाव अजून खाईन." शांभवीनं मनापासून सांगितलं. "खा... खा... अजून हवे तेवढे पाव खा. माझी आई अमूल बटर लावून अगदी गरम गरम पाव तुला खायला घालील," इति मनाली. "उद्या लग्न झाल्यानंतर पाव-भाजी खाण्यासाठी तू आमच्याकडं कशाला येशील? तुझ्या नवरोजींनी आणि सासूबाईंनी परवानगी दिली तर तू घर सोडणार!" मनालीची थट्टा सुरूच होती.

सोनाली, अनघा, अर्चना यांनीही मनालीच्या सुरात सूर मिसळून शांभवीला चिडवायला सुरुवात केली.

"अग हो... पतिराज ऑर्डर सोडणार. मी ऑफिसमधून आल्यानंतर मला चहा-पोहे तयार हवेत."

"हो आणि सासूबाई सांगणार, माझ्या भिशीतल्या महिला मंडळाची मीटिंग आहे, गरम गरम बटाटेवडे तयार हवेत."

"सूनबाई... माझ्या लाफ्टर क्लबची मंडळी रविवारी येणार आहेत. सकाळी थोडा वेळ काढा, म्हणजे आमचा ब्रेकफास्ट इथंच होईल," असे सासरे सांगणार."

"काकू... बघा ना.. मला सगळ्या कशा चिडवतायत!" शांभवी तक्रारीच्या सुरात म्हणाली.

"ए... अग किती छळताय तिला! उगाच चिडवू नका. परीक्षा संपली म्हणून एन्जॉय करण्यासाठी इथं जमलाय ना तुम्ही? आता तुमच्या सगळ्यांचं ग्रॅज्युएशन पूर्ण झालं म्हणजे तुमच्याही घरी तुमच्या लग्नाची बोलणी सुरू होणारच. शांभवीसाठी चांगलं स्थळ आलं म्हणून तिच्या आईवडिलांनी लगेच तिचं लग्न ठरवलं." काकूंनी समजावण्याचा प्रयत्न केला.

"काकू, अहो तिचं लग्न ठरलं ही चांगलीच गोष्ट आहे; पण लग्न झाल्यानंतर तिच्या करिअरला पूर्णविराम मिळणार आहे," भोचकपणे सोनाली बोललीच.

"लग्न झालं म्हणजे आपलं अस्तित्व संपवायचं का? दहावीपासून आम्ही एकत्र अभ्यास करतोय. मार्क्स मिळवण्यासाठी आणि वेगवेगळ्या क्षेत्रांत पुढं जाण्यासाठी किती कष्ट घेतले ते आम्हालाच माहीत. शांभवी आता इंजिनिअर होणार आणि घरीच बसणार? आम्हा सगळ्या मुलींमध्ये तिला नेहमीच मार्क्स जास्त असायचे. अभ्यास, स्पोर्टस्, कलाकौशल्य... सगळ्यात तिचा पुढाकार असायचा आणि आता फक्त लग्न झालं म्हणजे तिनं सगळं सोडून द्यायचं? छे! मला पटतच नाही हे!"

अनघा अगदी पोटतिडकीनं बोलत होती. तिला मध्येच थांबवत अर्चना म्हणाली, "अग, तुला पटत नाही; पण तिला पटतंय त्याचं काय?"

"तिलाही काही पटतंय असं नाही, पण तिला सर्वांचं ऐकावं लागतंय. हो की नाही शांभवी?" मनालीने विचारले.

"शांभवी... अग काय सांगतायत या मुली?" न राहवून काकूंनी विचारलंच.

"काकू, अहो आई-बाबांनी माझं लग्न ठरवलंय. हे अरेंज मॅरेज आहे. मग त्यामध्ये तडजोड असणारच ना? मुलगा कॉम्प्युटर इंजिनिअर, नामवंत कंपनीत उच्च पदावर काम करतोय. आईवडील रिटायर्ड आहेत. बंगला, गाडी... सर्व सुखसोयी आहेत. मुलगा एकुलता एक आहे. सर्व दृष्टीनं स्थळ चांगलं आहे. फक्त लग्नानंतर मी शिक्षण अथवा करिअर न करता घर, संसार सांभाळावा अशी त्यांची अट होती. मलाही ही गोष्ट खटकली, परंतु आई-बाबा, आत्या सर्वांनी मला समजावून सांगितलं. 'काही दिवस शांत बैस, मग नंतर तुझ्या मनासारखं होईल' असं म्हणाले. म्हणून मग मीही तयारी दाखवली."

"आई... तूच सांग, ही फसवणूक नाही का? एकतर स्वतःला पटत नसताना 'हो' म्हणायचं म्हणजे स्वतःची फसवणूक आणि नंतर लग्न झाल्यावर काही दिवसांनी मला करिअर करायचं आहे असं नवऱ्याला सांगणं म्हणजे त्याचीही फसवणूक," मनाली म्हणाली. मनालीचं ऐकून शांभवीच्या डोळ्यांत तर टचकन पाणीच आले.

"काकू... अहो काय चूक आणि काय बरोबर, हे मलाच समजत नाही. तुम्ही सांगा मी काय करू? मला लग्न मोडून आईबाबांना त्रास द्यायचा नाही. अश्विन मलाही आवडलाय. सगळं चांगलं आहे, पण फक्त तो पुढे करिअर करू देणार नाही म्हणून नकार द्यायचा, ठरलेलं लग्न मोडायचं म्हणजे हा स्वार्थीपणा होणार नाही का?" शांभवीने अगतिकपणे विचारले.

"शांभवी... अग, तू म्हणालीस तशी अरेंज्ड मॅरेजमध्ये तडजोड करावी लागते. कारण सगळ्याच गोष्टी आपल्याला हव्या तशा मिळणार नाहीत. बऱ्याच गोष्टींत स्वतःचे मन मारून निर्णय घ्यावे लागतात. परंतु याचा अर्थ आपल्या जीवनमूल्यांशीच तडजोड करावी असा होत नाही. काही वेळा तात्पुरता प्रसंग निभावून नेण्यासाठी होलाहो केलं जातं, परंतु एखादी गोष्ट मान्य करणं आणि नंतर त्याच गोष्टीसाठी हट्ट धरणं हा एक प्रकारचा विश्वासघात आहे. शांभवी, तू मनालीची बालपणापासूनची मैत्रीण आहेस. मनालीएवढीच मी तुलाही ओळखते. त्यामुळे पुढचं शिक्षण आणि करिअर न करता फक्त संसार सांभाळणं हे तुझ्या दृष्टीनं खूप अवघड होणार आहे. आता या गोष्टीला होकार देऊन नंतर तुझ्या मनासारखं होईल असं म्हणणं खरंच चुकीचं आहे. तुझी गोंधळलेली अवस्था मला समजतेय, परंतु या गोष्टीचा तू गांभीर्यानं विचार करायला हवास. लग्नाच्या नात्यात विश्वास महत्त्वाचा असतो, तरच प्रेम निर्माण होतं.

"तू अश्विनला भेट. लग्न मोडावं लागेल हा टोकाचा विचार सोडून दे. तुझ्या अपेक्षा, तुझी करिअरबद्दलची स्वप्नं तू त्याच्याशी शेअर करायला हवीस. लग्नानंतर पत्नीनं पुढील शिक्षण घेऊ नये, क रिअर क रू नये असं त्याला का वाटतं? याबाबतची त्याची मतं काय आहेत, ते जाणून घे. संसार सांभाळून तू काही गोष्टी करू शकतेस, हे पटवून दे. संसार सोडून केवळ करिअरच्या मागे धावणाऱ्यांपैकी नाहीस. करिअर व संसार यांचा समतोल साधण्याचं कौशल्य तुझ्याकडे आहे, हे त्याला पटवून दे. लग्न झाल्यानंतर घरातले रीतिरिवाज समजून घेण्यासाठी, घरातील व्यक्तींना जाणून घेण्यासाठी काही दिवस तू पुढील शिक्षणाचा किंवा करिअरचा विचार केला नाहीस तरी नंतर तू या बाबतीत विचार करणार आहेस, हे त्याला सांग.

"काही गोष्टी लग्नापूर्वीच एकमेकांशी बोलणं गरजेचं असतं. तुझे विचार त्याला पटले आणि त्याचं म्हणणं तुला समजून घेता आलं, त्याच्या मनातील गैरसमज दूर झाले तर तो तुझ्या करिअरच्या आड येणार नाही. पती-पत्नी नात्यातील जुनी समीकरणं आता उरलेली नाहीत. बदलत्या काळाबरोबर अनेक गोष्टी बदलल्या आहेत."

काकूंनी शांभवीला समजावून सांगण्याचा प्रयत्न केला. ती स्वतःच्याच विचारात मग्न झाली; पण तेवढ्यात अर्चनाने दुसराच मुद्दा काढला.

"अरेंज्ड मॅरेजमध्ये अशी ॲडजस्टमेंट असते ना... म्हणूनच मला लव्ह मॅरेजेस आवडतात. दोघे कसे एकमेकांना आधीच ओळखत असतात. एकमेकांच्या स्वभावाची माहिती असते. त्यामुळे दोघंही एकमेकांना समजावून घेऊ शकतात.

मला एखादा माझ्या भावना समजून घेणारा मिळाला तर मी लव्ह मॅरेजच करेन, परंतु मिळाला नाही आणि अॅरेंज्ड मॅरेज करावं लागलं ना, तरी मी त्याला सांगेन, बायको म्हणून सन्मानानं वागवणार असशील, 'नवरा' म्हणून सर्व कर्तव्यं पार पाडणार असशील तरच लग्नाला तयार हो. मी जर तुझ्या तोलामोलाची असेन, तर तू तुझ्या बरोबरीनं मला वागवायला हवंस. आधुनिक युगात जगतोय आपण.''

''अहो... अर्चनामाता, तुमचं तत्त्वज्ञान फारसं उपयोगी पडेल असं नाही बरं. आधुनिकपणाचा अट्टाहास धरणाऱ्या प्रेमविवाहाची अवस्था फारशी चांगली नाहीच हं. प्रेम वगैरे सुरुवातीला सगळं चांगलं वाटतं, पण नव्या नवलाईचा बहर ओसरला की पुढं सगळं अवघडच असतं. लग्नाआधी दहा-दहा वर्षांचा संवाद, ओळख-प्रेम असलं तरीही पुढे दोन-चार वर्षांतच एकमेकांसोबत राहणं नकोसं होतं, अशी कितीतरी उदाहरणं आहेत. माझ्या दादाचा मित्र यशराज. अग, त्यानं त्याच्याच क्लासमधील दीपालीशी प्रेमविवाह केला. दोघं पूर्वी सतत सोबत असायचे. आम्ही म्हणजे 'मेड फॉर इच अदर' असं सर्वांना सांगायचे. त्यांनी लग्न केलं आणि अवघ्या वर्षभरात घटस्फोटाची वेळ आली. आता एकमेकांचं तोंड पाहायलाही नको म्हणतात. प्रेमामध्ये दुसऱ्या व्यक्तीचे चांगलेच गुण दिसतात. एकत्र राहिलं की मग दुर्गुण दिसायला लागतात.'' लगेच अनघानेही स्वतःचा अनुभव सांगितला.

''अग, माझी ती बारावीतली मैत्रीण... स्वराली.. सायन्सच्या क्लासला यायची तेव्हा टी.वाय.मधील योगेशची ओळख झाली. त्यानं स्वतःच्या नोट्स देऊन तिची ओळख वाढवली. दोघं सतत बरोबर असायचे. प्रेमात आंधळे झाले. आर्थिक दृष्ट्या स्वतंत्र होण्यापूर्वीच लग्न करायचं ठरवलं. दोघांची जात वेगळी. स्वरालीच्या घरच्यांनी साफ नकार दिला, तर या प्रेमवीरांनी पळून जाऊन लग्न केलं. तिचं शिक्षण तर थांबलंच होतं. त्यालाही नोकरी मिळाली नाही. तो व्यसनांच्या आहारी गेला. दोघांची भांडणं झाली आणि आता पुन्हा आईवडिलांकडे येऊन राहिली आहे. घटस्फोटासाठी न्यायालयात केस दाखल केली, असं सांगत होती. तेव्हाच आईवडिलांचं ऐकलं असतं तर बरं झालं असतं, असं आता म्हणते. अग, प्रेमाच्या नशेत बोहोल्यावर चढलेल्या प्रेमी जिवांना लग्नानंतरची बांधीलकी निभावता आली नाही, तर ती लग्नं टिकतच नाहीत.'' मनालीने लगेचच स्वतःचे विचार प्रकट केले.

''बाई गऽऽ! या सगळ्या अनुभवांमुळेच प्रेमविवाह यशस्वी होत नाहीत हे मला पटलं आहे. कारण माझ्याही काही मैत्रिणींचे असेच अनुभव आहेत. म्हणून मी तर अरेंज्ड मॅरेजच पसंत करेन. बघूनसवरून विवाहबंधनाचा मार्ग स्वीकारणं मला

अधिक आवडेल. कुणाचं काही न ऐकता हट्टानं केलेल्या प्रेमविवाहाची अशी दशा झाली की आईवडिलांचे, नातेवाइकांचे आणि समाजाचेही टोमणे ऐकायला लागतात. त्यापेक्षा आई-वडील, जवळचे नातेवाईक सगळी माहिती घेतात. निर्णयप्रक्रियेत आईवडिलांचा सहभाग असतोच, शिवाय आपल्या पसंतीचाही विचार केला जातो. आईवड्लिांच्या अनुभवाचा येथे कस लागतो. आणि खरं सांगू का, माझ्यासाठी कोणता जोडीदार योग्य ठरेल, कोण मला अधिक समजून घेईल, हे माझ्यापेक्षाही माझे आईवडील अधिक चांगले ठरवतील. अर्थात मी माझी मतं, अपेक्षा माझ्या आईवडिलांना आधीच सांगून ठेवेन, म्हणजे माझी मर्जी तर राखली जाईलच, पण यदाकदाचित पुढे काही अडचणी आल्याच तर आईवडील माझ्यासोबत असतील. मला त्यांचा आधार असेल.''

अनघानेही मनालीची री ओढली,''तुझं बरोबर आहे मनाली. मलाही ते पटलंय. परंतु आईवडिलांनीही आपल्या भावना, विचार आणि अपेक्षा समजून घ्यायला हव्यात. अगदी पारंपरिक दाखवण्याचा कार्यक्रम, चहा-पोहे यासाठी पर्याय शोधायला हवेत. दोघांना हॉटेलमध्ये किंवा बाहेर भेटण्याबोलण्याची सोय करून द्यायला हवी आणि दोघांना आपले विचार मांडण्याची संधी मिळायला हवी आणि सर्वांत महत्त्वाचं म्हणजे, दोघंही एकमेकांना 'क्लिक' व्हायला हवेत आणि दोघांनी एकमेकांना काही काळ नीट आजमावून पहायला हवं.''

अर्चना थोडीशी खट्टू झाली; पण तरीही ती म्हणाली,''अनघा, मनाली, तुमचं म्हणणंही बरोबर आहे, परंतु समजा आपल्या मुलीनं किंवा मुलानं एखादा जोडीदार स्वत:हून पसंत केला तर त्याला फक्त विरोध करायचा, मुलांना काय समजतं, प्रेमविवाहातील निवड योग्य आहे का, याची पाहणी करण्यासाठी मुलांच्या पाठी पालकांनी खंबीरपणे उभं राहायला हवं. जर निवड योग्य असेल तर स्वखुशीनं संमती द्यायला हवी. फक्त जातपात, धर्म यांचं अवडंबर करू नये. आग्रह धरूनये. मुलांची निवड खरोखर चुकीची असेल तर त्यांना ते पटवून द्यायला हवं आणि त्यांच्या मतपरिवर्तनानंतर पुढील निर्णय घ्यावा. घाईघाईनं दुसरीकडे लगेच त्यांची लग्नं उरकण्याची घाई करूनये.''

मुलींचे विचार ऐकून काकूंना समाधान वाटले. त्या म्हणाल्या,''मुलींनो, तुम्ही खरंच समंजस आणि विचारी आहात. तुमचे विचारही प्रगल्भ आहेत. तुम्ही सर्व जणी लग्नाच्या वयात असल्यामुळे तुमच्यामध्ये या चर्चा होणं गरजेचं आहे. अरेंज्ड मॅरेज असो की लव्ह मॅरेज असो, यामध्ये अडचणी असणारच. प्रेमात पडून

एकमेकांना समजून घेऊन केलेली लग्नं असोत किंवा पत्रिका बघून गुण जुळवून केलेली लग्नं असोत, परंतु आपला जोडीदार हा वैचारिक आणि बौद्धिक दृष्ट्या अनुरूप असावा, हे पाहणं महत्त्वाचं आहे. बदलत्या काळाबरोबर लग्नसंस्था संक्रमण अवस्थेतून जात असली तरीही काही संस्कार आणि विचार अजून कायम आहेत आणि म्हणूनच लग्नसंस्थाही टिकून आहे. कितीही मित्रमैत्रिणी असल्या आणि डेटिंगसारखं नवीन फॅड येत असलं तरीही आयुष्यभर साथसोबत करणारा जोडीदार प्रत्येकालाच हवा असतो आणि आपल्याला हवा तसा किंवा आपल्या विचारांशी मिळताजुळता जोडीदार हवा असेल तरी आधी स्वत:चे विचार स्पष्ट हवेत. आपल्याला काय हवंय आणि काय नको हे सांगता यायला हवं. लग्नाच्या बाबतीतील सर्व निर्णय आईवडिलांवर, नातेवाइकांवर सोपवले आणि उद्या काही अडचणी आल्या तर 'तुम्हीच आमच्या आयुष्याचं वाटोळं केलंत' असं आईवडिलांनाच सुनावणारे महाभाग कमी नाहीत.

"सुदैवानं तुमची पिढी विचारी आहे. इतरांचे अनुभव पाहून आपल्या आयुष्यात असे प्रसंग येऊनयेत, याची तुम्ही काळजी घेताय. फक्त प्रेमापेक्षा समजून घेणारा आणि तुमच्या भावनांचा विचार करणारा जोडीदार तुम्हाला हवा आहे आणि एक स्थिर नातं हवं आहे, हे तुमचे विचार ऐकून खूप छान वाटलं. तुम्हा मुलींचा मला आज अभिमान वाटतो. डोळसपणे असाच विचार करा. शांभवी बेटा... फार विचारात बुडून जाऊ नकोस. अश्विनची भेट घे आणि तुझेही विचार त्याला सांग. अग, तोही तुझ्यासारखाच समंजस असेल. ज्या गोष्टी तुझ्याकडून होणार नाहीत त्या कबूल करण्याचा मूर्खपणा करू नकोस. तुझ्या आईबाबांशीही बोल. तेही तुझ्या दृष्टीनं नक्कीच विचार करतील. आणि आता गप्पा बास झाल्या. पाव-भाजी संपवायची आहे तुम्हाला आणि नंतर मी घरी केलेलं मँगो आइस्क्रीम खायचंय."

मीपणा सोडायला हवा, समजून घ्यायला हवं

''सायली, तो मुलगा तुझ्या लायकीचा नाही. उगाच वेडा हट्ट करू नकोस.''

''आई... मी आता लहान नाही. माझे निर्णय घेण्याचा मला पूर्ण अधिकार आहे, आणि माझा जोडीदार निवडण्याचा मला हक्क आहे.''

''छान... इतकी मोठी झालीस तू? हक्काची आणि अधिकाराची भाषा करायला लागलीस? अग, आम्ही काय शत्रू आहोत का तुझे? तुझं चांगलं व्हावं असं आम्हालाही वाटतं म्हणूनच तू त्या मुलाचा नाद सोडून दे, असं आम्ही तुला सांगतोय. तू सरळ विचारांची आहेस म्हणून तुला माणसांच्या वागण्यातले छक्केपंजे समजत नाहीत.''

''आई, तू आणि बाबा तुम्ही दोघंही मला अजून कुक्कुलं बाळ समजता का? अगं, मी 'एम.बी.ए.' झाली आहे. गेली पाच वर्षं मी हॉस्टेलमध्ये राहून माझं शिक्षण पूर्ण केलंय. तिथंही मला अनेक माणसं भेटली आहेत... मलाही काही तरी समजत असेलच ना?' रिलेशनशिप म्हणजे काय, आणि कोणाशी आपल्या तारा जुळतील, हे न समजण्याएवढी मूर्ख आणि तुम्ही समजता तेवढी लहान मी नक्कीच नाही.''

''सायली... अग तुझे अनुभव आणि आमचे अनुभव यात फरक असणार की नाही! बेटा... तुझ्यापेक्षा जगाचा अनुभव आम्ही अधिक घेतला आहे. म्हणूनच तो मुलगा तुझ्यासाठी योग्य नाही, असं आम्हाला वाटतं. त्याच्याशी नातं जोडण्याचं ठरवलंय तर फक्त दुःखच मिळेल. काही दिवस तुला चांगलं वाटेल; पण रडत बसशील, स्वतःलाच दोष देत बसशील. त्यापेक्षा आत्ताच आमचं का ऐकत नाहीस? स्वतःच्या हातानं स्वतःचं आयुष्य वैराण करू नकोस, असं कळकळीनं सांगतेय तुला.''

''पण माझ्या निवडीवर तुझा विश्वास का नाही? तुमच्या म्हणण्याप्रमाणे वागलं नाही की तुला आणि बाबांना राग येतो. तुमची मतं तुम्ही माझ्यावर लादता आणि काय ग त्याच्यात न आवडण्यासारखं काय आहे?''

"सायली... अग त्यानं मोहिनी टाकलीय तुझ्यावर, म्हणूनच त्याच्या सगळ्याच गोष्टी तुला चांगल्याच दिसतात."

"आपण चांगला विचार केला की चांगलंच दिसतं. तुम्हांला लेकीच्या आवडीपेक्षा, तिच्या प्रेमापेक्षा सामाजिक प्रतिष्ठा महत्त्वाची वाटते? केवळ तुमच्या जातीतला तो नाही म्हणून तुम्हाला मी त्याच्याशी लग्न केलेलं नको आहे."

"सायली... अग काय बोलतेस तू? केवळ जातीचा विचार करून आम्ही तुला नकार देतोय असं तुला का वाटलं? आम्ही दोघंही उच्चशिक्षित आहोत. चांगल्या करिअरमधील आहोत. मग हा असा विचार आम्ही कशाला करू? त्याचं शिक्षण बघ, कौटुंबिक वातावरण, आर्थिक परिस्थिती आणि इतरही गोष्टी बघूनच आम्ही तुझ्या या हट्टाला होकार देत नाही. तू एम.बी.ए. झाली आहेस आणि तो फक्त बारावी पास. वैचारिक पातळी तरी जुळायला हवी ना?"

"आई... शिक्षणामुळे विचार बदलतातच असं नाही. आपल्या शेजारचे पवारकाका, सायंटिस्ट आहेत... पण तरीही बायकोला मारहाण करतात... तिच्यावर संशय घेत असतात. सारखे दोघांचे वाद असतात. हे तुलाही माहिती आहे ना? शिक्षणानंच विचार बदलतात. शिकलेल्या व्यक्तींचेच विचार चांगले असतात, यावर माझा विश्वासच नाही. आम्ही दोघंही भेटतो तेव्हा आमच्यामध्ये तात्त्विक आणि वैचारिक पातळीवर बरेच संवाद घडतात. यावरून तरी आमच्या वैचारिक तारा जुळतातच असं मला वाटतं."

"अग... पण शिक्षणामध्ये किती अंतर आहे, याचा तरी विचार कर."

"अग आई, शिक्षण कशासाठी घेतात? तर चांगलं शिक्षण घेऊन आर्थिकदृष्ट्या स्वतंत्र आणि सक्षम व्हावं यासाठीच ना? आदित्य स्वतःच्या पायावर उभा आहे. बऱ्यापैकी कमवतो. आमच्या दोघांचीही जबाबदारी घेता येईल आणि संसार चालवता येईल एवढं इन्कम त्याचं नक्कीच आहे. आता तूच बघ... मी एवढी एम.बी.ए. झाली आहे, पण मला अजूनही जॉब मिळाला नाही. कित्येक पदवीधर, इंजिनिअरसुद्धा बेरोजगार आहेत. पैसा कमवायला शिक्षण लागतंच असं नाही. धीरुभाई अंबानींचं उदाहरण आपण सगळ्यांनाच देत असतो. शिक्षणापेक्षाही जगात जगायला लायक असावं लागतं."

"सायली, तू लहानपणापासून लाडात वाढलेली आहेस. कोणतीही गोष्ट तुला आई-बाबांकडे मागावी लागली नाही, कारण काहीही मागायच्या आधीच तुला मिळायचं. तुझी लाइफस्टाईल आणि आदित्यची लाईफस्टाईल खूप वेगळी आहे. तडजोड करणं खूपच अशक्य होणार आहे."

"आई... या जगात अशक्य असं काहीच नाही. आत्तापर्यंत माझ्या आयुष्यात मला सगळं आयतंच मिळालं; परंतु आता तरी मला आव्हानं स्वीकारू देत. जगात करण्यासारखं

खूप आहे आणि मला ते करू देत. मी माझ्या गरजा कमी करेन. परिस्थितीप्रमाणे वागण्याचं शहाणपण मला आपोआप येईलच.''

''सायली... त्याच्या निगेटिव्ह गोष्टी तुला कशा पॉझिटिव्ह दिसतात. स्वतःच्या आयुष्याचं असं मातेरं करू नकोस ग. त्याचे आईवडील खूप जुन्या वळणाचे आहेत. त्यांची जात वेगळी असल्यामुळे त्यांचे रीतिरिवाज, पद्धती खूप वेगळ्या आहेत. लहानपणापासून आम्ही तुला वाढवलं आहे. तुझा स्वभाव, तुझ्या आवडीनिवडी आम्ही जाणून आहोत. तिथं तुला ॲडजेस्ट करता येणार नाही.''

''हे लग्न मी करू नये असं तुला वाटतं म्हणून या गोष्टी तू मला सांगतेस आई... आता जुन्या चौकटी मोडायला हव्यात. जाती-धर्म याचं अवडंबर करण्यापेक्षा माणूस म्हणून एकमेकांशी वागायला हवं, अशीच शिकवण तू लहानपणापासून दिलीस; मग आता माझ्या लग्नाच्या वेळेस असा विचार तू का करतेस? मला उगाचंच विरोध करू नकोस. तुम्हाला न सांगताही मी लग्न करून नंतर तुम्हाला सांगू शकले असते; परंतु मी तसं केलं नाही. मी तुझी आणि बाबांची परवानगी मागितली आहे आणि माझ्यावर प्रेम करणारा, मला समजून घेणारा जोडीदार मला मिळतो आहे, म्हणून आनंदानं तुम्हीही हे लग्न करून देण्यास तयार व्हावं, ही माझी अपेक्षा आहे. आदित्यनंही त्याच्या आईवडिलांना हेच सांगितलं आहे. आम्ही नोंदणी पद्धतीनं लग्न करणार आहोत. त्यामुळे कोणत्याही तयारीची जरुरी नाही. खर्चाचाही प्रश्न नाही.''

''तू सगळं ठरवूनच आली आहेस, तर आम्ही काय बोलणार? आम्ही सांगितलेलं तुला पटतच नाही. तुला शिक्षणासाठी बाहेरगावी ठेवलं होतं; परंतु तुला दिलेल्या स्वातंत्र्याचा तू गैरफायदा घेतलास. आदित्यसारख्या मुलाच्या नादी लागून तू स्वतःच्या आयुष्याचं वाटोळं करायला निघाली आहेस.''

''आई... तुला कितीही सांगितलं तरी, कसं पटत नाही? मी यापुढे कोणाचंही ऐकणार नाही म्हणजे नाही. तुझ्याशी वाद घालत बसण्यापेक्षा मी आता निघते; मला आदित्यला भेटून पुढची तयारी करायची आहे.''

मायलेकीची अशी खडाजंगी चालली होती आणि आत्या ते बघत होत्या. सायली ताडताड निघून गेली आणि सरिताताईंनी आत्यांना पहिलं आणि त्यांना आपलं रडू आवरता येईना.

''आत्या... पाहिलंत कशी बोलतेय ती. तिला वाढवण्यात आमची काय चूक झाली, तेच कळत नाही. आत्या तुम्हालाही माहिती आहे, मुलांना वाढवताना मी स्वतःची किती दमछाक केली. माझ्या करिअरशी कॉम्प्रमाइज केलं. सुधीरला आणि सायलीला

एकाच मापात तोललं. मुलगी म्हणून तिला काही म्हणजे काहीसुद्धा कमी केलं नाही. मुलांनी शिकावं म्हणून प्रसंगी कर्ज काढली. स्वतःच्या इच्छाआकांक्षा मारल्या; पण ज्या गोष्टी आपल्याला मिळाल्या नाहीत, त्या मुलांना मिळाव्यात यासाठी आग्रह धरला. त्यांना त्यांच्या आवडीप्रमाणे वागण्यास मुभा दिली. त्यांना हे स्वातंत्र्य दिलं ही आमची चूक झाली का? आता कुठं ही सायली २४ वर्षांची होते आहे आणि मला अक्कल शिकवायला निघाली आहे. आत्या तो मुलगा खरंच चांगला नाही. मी त्याची सगळी माहिती काढली आहे; पण कितीही सांगितलं तरी या मुलीला पटतच नाही. आता मी तरी काय करू, तुम्हीच सांगा.''

''सरिता... अग किती त्रास करून घेशील स्वतःला. सायली आता लहान राहिलेली नाही. तू तिची काळजी करतेस, तुझं तिच्यावर प्रेम आहे म्हणूनच तू विरोध करतेस, हे सगळं खरं असलं तरीही या परिस्थितीत ती तुझं ऐकणार नाही. तुला तटस्थ राहावं लागेल. निर्णय तिचा तिलाच घेऊ दे.''

''पण वेळ गेल्यानंतर बोलून उपयोग नाही, वेळीच आवरायला हवं म्हणूनच मी सांगते आहे.''

''मी बोलते तिच्याशी. अग कदाचित तुझ्या सांगण्यामुळे ती तुझं ऐकेलही; पण तू तिचं दुसऱ्या ठिकाणी लग्न करून दिलंस आणि काही अडचणी आल्याच तर ती तुलाच दोष लावेल. त्यापेक्षा तिचा निर्णय तिनं योग्य पद्धतीनं घ्यावा या वळणापर्यंत आपण तिला आणू या.''

काही वेळानं सायली घरी आली. आदित्य तिला भेटला नाही म्हणून ती भयंकर चिडलेली होती. ''समजतो काय स्वतःला?... महत्त्वाचं काम असेलही; पण माझा फोनच उचलत नाही? एक मेसेज तरी करायचा.''

''सायली, अग काय झालं? मला सांगशील का?''

''बघ ना आत्या, आदित्य माझा फोनच उचलत नाही.

''त्याला माझी काहीच किंमत नाही? मी मात्र त्याच्यासाठी सगळं करायला तयार असते. माझा कितीही वेळ द्यायला तयार असते.''

''अग द्यायचं असेल तर 'मी पणा' द्यायला शिका. मी, माझं आणि माझ्यासाठी हे प्रकरण थांबायला हवं. दोघांचा एकमेकांवर विश्वास हवा. दोघांना नातं टिकवून ठेवण्याची ओढ असेल तरच नातं आयुष्यभरासाठी टिकतं.''

''आत्या, अग मी त्याला फोन केला नाही, मी कुठं जाते हे सांगितलं नाही, की त्याला लगेच राग येतो. तो माझ्याशी अबोला धरतो. माझ्या कुठल्याही मित्राचा फोन आला तरी त्याला सांगावं लागतं. त्याच्या नकळत मी कोणाला भेटलेलं त्याला अजिबात आवडत

नाही आणि स्वतः मात्र कसाही वागतो. आमच्याकडे बाईमाणसांनी सगळं सांगूनच करायचं असतं, असं तो म्हणतो.''

''सायली... खरंच किती प्रेम आहे त्याचं तुझ्यावर. एक क्षणही तू त्याला विसरू नयेस... आणि तुझ्या मनातून तो जाऊ नये असा विचार तो करत असतो. म्हणजे लग्न झाल्यावर तर राणीला मखरातच बसवून ठेवणार.''

''नाही ग आत्या. लग्न झाल्यानंतर मला घरी बसून चालणारच नाही, कारण घर सांभाळण्यासाठी माझ्या नोकरीची गरज लागणारच आहे. त्याचं घर भाड्याचं आहे, स्वतःचं घर घेण्यासाठी पैसे कमवावेच लागतील.''

''मग नोकरी करावी लागली तर प्रत्येक वेळेस त्याला विचारून तू तुझ्या सहकाऱ्यांशी बोलणार? ऑफिसातील प्रत्येक गोष्ट तू त्याच्याशी शेअर करणार?''

''खरंच तेव्हा हे फार अवघड होऊन जाईल.''

''आदित्यचे वडील आता काहीच कमवत नाहीत, आजारीच असतात. आईपण थकलेली आहे. एकाच घरात तुम्हाला सर्वांना राहावं लागणार आहे. तेव्हा त्याचीही मानसिक तयारी करावी लागणार आहे. घरच्या जबाबदाऱ्या संभाळाव्या लागणार आहेत. तू जीन्स/पॅन्ट - टी-शर्टशिवाय कपडे वापरले नाहीस... ब्रॅन्डेड कपड्यांचीच तुला सवय आहे. पण या सवयी आणि तुझ्या आवडीनिवडी तुला बदलाव्या लागतील. घरातील सासूसासऱ्यांच्या म्हणण्याप्रमाणे वेशभूषा ठेवावी लागेल. तरच नवरोजी खूष होणार. नाही तर पुन्हा वादविवाद सुरू होतील. आणि हो, त्यांचे रीतिरिवाज, कुळधर्म, कुळाचार सारं काही शिकून घ्यावं लागेल. कारण सासूबाईंच्या माघारी सर्व गोष्टी तुलाच करायच्या आहेत.''

''... आत्या, मला हे सगळं कसं जमणार?''

''सायली, लग्न करायचं म्हणजे काय, एकत्र राहायचं म्हणजे काय, याचा खरा अर्थ समजावून घ्यायला हवा. काहीतरी मिळवण्यासाठी काहीतरी सोडावं लागतंच. तुला हे लग्न करायचं आहे, तुझ्या आईवडिलांच्या मर्जीविरुद्ध करायचं आहे. त्यामुळे तुला तडजोड अधिक करावी लागेल आणि अधिक संयम ठेवावा लागेल. कारण त्या घरी ज्या अडचणी येतील, त्या तुझ्या तुलाच सोडवाव्या लागतील. आईबाबांचं पाठबळ तुला मिळणार नाही. आदित्यच्या ज्या गोष्टी तुला आता आवडत आहेत, कदाचित त्या उद्या आवडणार नाहीत; पण तरीही त्रागा करून चालणार नाही. कारण तुझी लढाई तुलाच लढायची आहे. त्या त्या वेळच्या परिस्थितीनुसार तुझ्या प्रश्नांची उत्तरं तुलाच शोधावी लागणार आहेत. नवऱ्याशी कसं वागावं, सासूसासऱ्यांशी कसं वागावं, वादाच्या प्रसंगात कोणती भूमिका घ्यावी, याची रेडीमेड उत्तरं 'गुगल' सर्च करून तुला मिळणार

नाहीत. अनुभवानंच तुला जमवावं लागेल. तुझी जबाबदारी वाढणार आहे. एवढंच लक्षात ठेव.''

''आत्या, काय करावं तेच मला सुचत नाही. एकीकडे आईबाबांची बाजू बरोबर वाटते, तर एकीकडे आदित्यच्या आईबाबांची बाजू बरोबर वाटते, तर एकीकडे आदित्यचं प्रेमच खरं वाटतं. त्याच्यासाठी काहीही करण्याची तयारी होते. मी कोणता निर्णय घेऊ तूच सांग.''

''बेटा... तुला 'आतून' जे योग्य वाटेल तसं वाग आणि तसाच निर्णय घे; फक्त आदित्य सांगतो म्हणून त्याचं ऐकू नकोस आणि आईबाबा सांगतात आणि त्यांचा विरोध आहे म्हणून आदित्यशी लग्न करायचं नाही, असं ठरवू नकोस. तुझ्या स्वतःच्या विचारांशी आणि मूल्यांशी प्रामाणिक राहा. लग्न करायचं ठरवलंस तर कोणती तडजोड करावी लागणार आहे, त्याची मानसिक तयारी ठेव. हे नातं अखंड टिकण्यासाठी कोणत्या गोष्टी सोडून द्याव्या लागणार आहेत आणि कोणत्या गोष्टी स्वीकाराव्या लागणार आहेत, याचा सारासार विचार कर. गणिताची उदाहरणं सोडवताना प्रत्येक पायरी काळजीपूर्वक मांडावी लागते; तरच येणारं उत्तर बरोबर असतं. त्याचप्रमाणे लग्नाचा निर्णय घेतानाही प्रत्येक पायरीचा बारकाईनं अभ्यास कर. सर्व बाजूंनी तुझं उत्तर तपासून पाहा, खात्री करून घे, आणि मगच पुढचं पाऊल टाक.''

''आत्या तू सांगतेस ते मला पटलं. माझा होकार आणि लग्नाचा निर्णय घ्यायला मला वेळ हवा आहे. तू सांगितलेल्या सर्व गोष्टींचा मी काळजीपूर्वक विचार करेन. आदित्य आता भेटला नाही, ते एक प्रकारे बरंच झालं; कारण मलाच आता विचार करायला वेळ मिळाला आहे.''

आत्याचे आणि भाचीचे संवाद ऐकून सरितातार्इंनी दीर्घ श्वास सोडला. गाडी हळूहळू रूळावर येईल याची त्यांना खात्री वाटली.

हे करावे

- 'मॅरेज बायोडेटा' तयार करा. स्वतःच्या क्षमतांचा अभ्यास करून मगच अपेक्षा ठेवा आणि अनुरूप जोडीदाराचा शोध घ्या.
- स्थळ पाहण्यापूर्वीच स्वतःच्या आवडीनिवडी, विचार, अपेक्षा यांविषयी पालकांशी मोकळेपणाने बोला.
- स्थळाची पसंती झाल्यानंतर एकमेकांचे विचार समजून घेण्यासाठी प्रत्यक्ष भेटण्याचा आग्रह धरा.
- दिसण्यापेक्षा असण्याला महत्त्व द्या आणि मिळालेल्या माहितीची खात्री करून घ्या.
- आपल्या आर्थिक, शारीरिक, मानसिक क्षमतेची खरी माहिती मध्यस्थांना तसेच मॅरेज ब्युरो, इंटरनेट येथे द्या.
- स्वतःला योग्य वाटणाऱ्या, 'क्लिक' होणाऱ्या व्यक्तीचाच आयुष्याचा जोडीदार म्हणून विचार करा.
- जोडीदार स्वतः निवडला असेल, तर आईवडिलांना याबाबत स्पष्ट सांगा.
- जन्म कुंडली, पत्रिका पाहायची असल्यास किंवा नसल्यास तसे स्पष्टपणे सांगा.

हे टाळावे

- जोडीदाराबाबतच्या स्वतःच्या अपेक्षा व्यक्त करताना भीती, संकोच बाळगणे.
- भावी जोडीदारापासून कोणतीही गोष्ट लपवून ठेवणे.
- केवळ होकार मिळवण्यासाठी बढाई मारणे. खोट्या प्रतिष्ठेचा आधार घेणे.
- मध्यस्थांनी, पालकांनी सांगितले म्हणून लग्न करणे.
- लग्नानंतर 'या गोष्टी मी बदलेन,' अशी खोटी आश्वासने देणे.
- जोडीदाराला बदलण्याची आशा ठेवून, नको असलेल्या गोष्टींबाबत तडजोड करणे.
- विवाहपूर्व समुपदेशन करून घेण्यास लाज किंवा संकोच बाळगणे.
- पालकांच्या विश्वासाला तडा जाईल, असे कोणतेही कृत्य करणे.

जीवनसाथी

तो......		आयुष्यभर सोबत करणारा
सुखदुःखात साथ देणारा
गुणदोषांसहित स्वीकारणारा
आणि समजून घेणारा असावा.
ती.......		आयुष्य फुलवणारी
चढउतारांत साथ देणारी
कुटुंबात आनंद आणणारी
आणि सर्वांना सामावून घेणारी असावी.
तो.......		संशयाचं भूत बाळगणारा
उगाचच गैरसमज करून घेणारा
पदोपदी अपमान करणारा
पैशाचा लोभी नसावा.
ती.......		अहंकार जोपासणारी
कुटुंबाला विभक्त करणारी
सतत कटकट करणारी
शीघ्रकोपी नसावी.

त्याच्यात आणि तिच्यात
सर्व गुण एकत्र मिळणार नाहीत
परिपूर्ण व्यक्ती कोणी
असूच शकणार नाही

एकमेकांतील गुण-दोष
आहेत तसे स्वीकारावेत
बोहल्यावर चढल्यानंतर
मागचं सगळं विसरून जावं

आपल्याला हवं तसं
सगळं काही मिळणार नाही
मिळेल त्याचा आनंद घ्यायचा
कमतरतेचं दुःख मानायचं नाही.

आयुष्याचा सहप्रवास
सुसंवादाने चालायचा
स्वप्न आणि वास्तव
यातला फरक जाणून घ्यायचा.

२
लग्नानंतर...

प्रेमविवाह असो अथवा ठरवून झालेला विवाह असो... सुरुवातीचे नव्या नवलाईचे दिवस संपले की हळूहळू एकमेकांचे स्वभाव, आवडीनिवडी समजायला लागतात. आपल्याला जे हवं होतं त्यापेक्षा वेगळंच काहीतरी आहे; जसं वाटलं होतं तसं नाही हे उमगायला लागतं आणि मग घरामध्ये चिडचिड घूसफूस चालू होते. सासू-सुनेचे खटके उडू लागतात. नणंद-भावजयीच्या नात्यात ताणतणाव वाढतात. सासर-माहेर तुलना सुरू होते. या सर्वांचा परिणाम पती-पत्नीच्या नात्यावरही होतो. त्यांच्यामध्येही कुरबुरी सुरू होतात.

लग्न झाल्यानंतर नवीन घरात रुळायला तिला वेळ लागतो तसाच सासरच्या लोकांनाही तिला सामावून घ्यायला वेळ लागतो. इतके दिवस स्वतः सांभाळलेला, फुलवलेला संसार, आपल्या पद्धती, लागलेल्या सवयींमध्ये नवीन आलेल्या सुनेमुळे ती लगेचच बदल करू शकत नाही. खरे तर म्हणूनच लग्न म्हणजे क्षण एक भाळण्याचा आणि बाकी सांभाळण्याचा असं म्हटलं जातं.

लग्न झालेल्या प्रत्येक जोडप्याला लग्नानंतरचं पहिलं वर्ष हे कसरतीचं आणि एकमेकांना जाणून घ्यायचं असतं. नोकरीमध्ये जसा प्रोबेशन पिरियड (परीविक्षा कालावधी) असतो, तो व्यवस्थित पार पाडला तर नोकरी कायम होते; पुढचं इन्क्रिमेन्ट मिळतं; त्याचप्रमाणे लग्नांतरचा सुरुवातीचा काळ व्यवस्थित गेला, एकमेकांचा गुणदोषांसहित स्वीकार केला, नात्यांची ओळख करून घेतली आणि नात्यांना आपलंसं केलं तर लग्न टिकतं; नातं घट्ट होत जातं. नात्यामध्ये प्रेम मिळवणं एक वेळ सोपं असतं; पण आदर आणि विश्वास मात्र कमवावाच लागतो. त्यासाठी पुरेसा वेळ घ्यावा लागतो; संयम ठेवावा लागतो.

शास्त्रीय दृष्टिकोनातून बघितलं तर लग्नामध्ये एका स्थिर भूतकाळाचा त्याग

करून व्यक्ती अनिश्चित अशा भविष्यकाळाकडे जात असते. त्यामुळे तिला संक्रमण अवस्थेतून जावं लागतं. स्त्री स्वतःचे आईवडील, भावंडं, नातेवाईक ही आपली माणसं सोडून पतीकडे येत असते, तेव्हा अनोळखी असलेल्या माणसांना तिला आपलं म्हणायचं असतं, त्यांच्याशी नाती जोडायची असतात आणि माहेरची आपली माणसं तिला परकी होत असतात. या संक्रमण अवस्थेतून जाताना तिच्या अंर्तमनावरही ताण असतो. स्वतःच्या अपेक्षा, सुप्त इच्छा पूर्ण होत नाहीत. त्यांना दाबून टाकावं लागतं. परकेपणाच्या अनोळखी अवस्थेतून जात असताना व्यक्तीमधील संयम आणि सहनशक्ती याचा कस लागत असतो. याचं संतुलन जमलं नाही तर ताण वाढतो. चिडचिड, वाढते. पुरुषांच्या बाबतीतही तसंच असतं. काही ठरावीक अपेक्षा ठेवून त्याने लग्न केलेलं असतं. जोडीदाराकडून तो सहकार्याची, प्रोत्साहनाची अपेक्षा करतो. सहजीवनाच्या या सहप्रवासात पत्नीकडून या अपेक्षा पूर्ण होतातच असं नाही. कारण ज्या गोष्टीत तिला आनंद असतो त्याच गोष्टीत त्याला आनंद मिळेल असं नाही. त्यामुळे बऱ्याच वेळा त्याचा भ्रमनिरास होतो त्याच्यावरीलही ताण वाढत राहतो. आपलं स्वातंत्र्य आपण गमावलं असं दोघांनाही वाटू लागतं.

थोडक्यात, नातेसंबंधांमध्ये अपेक्षा पूर्ण झाल्या नाहीत की मनावरील ताण वाढतो आणि नातेसंबंधांमध्ये वाद निर्माण होतात या गोष्टी लक्षात घेऊन प्रत्येक पती-पत्नीने एकमेकांचा आहे तसा मनापासून स्वीकार करण्याची जरुरी आहे. दोघांनी एकमेकांचा गुणदोषांसह स्वीकार केला तर अवाजवी अपेक्षा कमी होतील. एकमेकांबद्दलचा विश्वास, आदर आणि प्रेम हळूहळू वाढत जाईल. एकमेकांना समजून घ्यायला वेळ लागणार आहे, हे मान्य केलं, नातेसंबंधांवर निर्माण होणारी जाळी-जळमटं झटकून टाकली तर पती-पत्नीमध्ये स्वच्छ आणि निरपेक्ष जवळिकीचं नातं निश्चितच निर्माण होईल.

होणार सून मी त्या घरची

''मावशी, मला आज तुझ्याशी खूप गप्पा मारायच्या आहेत आणि काही शंकांचं निरसन करून घ्यायचंय म्हणून मुद्दाम वेळ काढून आले आहे.''

''बोल... काय विशेष?''

''मावशी माझं लग्न ठरल्यानंतर मध्ये तीन ते साडेतीन महिन्यांचा कालावधी होता आणि त्यानंतर आमचं लग्न झालं. या कालावधीत मी आणि ऋषभ खरेदीच्या निमित्तानं किंवा असंच गप्पा मारण्यासाठी नेहमी भेटायचो. तो घरातल्या सर्व गाष्टी मला सांगायचा, मीही सांगत असे. त्या काळात केव्हा एकदा आपलं लग्न होतंय आणि आपण त्याच्या घरी जातोय, असं मला होऊन गेलं होतं. रुखवत- खरेदी करतानाही, आमच्या घरी या गोष्टी आहेत, या नाहीत, या आपण घेऊ या, असं मी म्हणायची.. तेव्हाही तुम्ही मला 'आतापासूनच त्यांची बाजू घ्यायला लागलीस,' असं चिडवायचात आणि खरोखर मलाही, कधी माझा संसार मी सुरू करतेय, माझ्या घरात जातेय, अशी ओढ वाटत होती. नंतर लग्न झालं. मी त्या घरी गेले आणि आता मात्र मी कधी माहेरी येते, कधी माहेरच्या माणसांना भेटते, अशी ओढ वाटत राहते. असं का होतं? ''

''स्वाती... अग, हा मानवी स्वभाव आहे. ज्या गोष्टी आपल्या हातात नाहीत, त्या कधी आपल्याला मिळतील असं वाटत असतं आणि त्या आपल्याला मिळाल्यानंतर त्यातलं अप्रूप संपून जातं. त्याच्याबद्दल ओढ कमी होते. ही प्रत्येक माणसाची मानसिकता आहे. लग्नापूर्वी तू आईवडिलांकडे होतीस तेव्हा ऋषभ आणि त्याच्या घरच्यांचा सहवास तुला मिळत नव्हता, म्हणून तेव्हा तुला त्यांच्याबद्दल ओढवाढत होती आणि आता तू तिथं आहेस, तर तुला तुझ्या आईवडिलांचा आणि माहेरच्या मंडळींचा सहवास मिळत नाही म्हणून त्यांच्याबद्दल ओढ वाटत राहते. हे सगळं नैसर्गिक आहे. सगळ्याच मुलींच्या बाबतीत घडत असतं, नंतर व्यवस्थित होतं. सुरुवातीची माहेरची ओढ हळूहळू कमी

होत जाते; कारण नंतर मुलगी तिच्या सांसारिक जबाबदाऱ्यांमध्ये रमते. सासरच्या घरात ती सामावून जाते.''

''पण सासरच्या घरात सामावून जाण्यासाठी ते घर तिला आपलं तर वाटायला हवं. तिच अस्तित्व सिद्ध करण्यासाठी तिला जागा तर मिळायला हवी. तिच्या विचारांचा तिथं आदर तर व्हायला हवा. आपल्या पद्धती आणि रीतिरिवाजाप्रमाणेच तिनं राहायला हवं, असा विचार सासरच्यांनी केला तर ते घर तिला आपलं कसं वाटेल? मग अशा वेळी आपल्या विचारांचा, आपल्या वागण्याचा माहेरी किती आदर होता, किती कौतुकहोतं, हे आठवून तिला माहेरचीच ओढ नाही का वाटत राहणार?''

''स्वाती, तुझं बरोबर आहे; पण या सगळ्याला वेळ लागतो. जशी मुलगी लग्न झाल्यानंतर सासरच्या घरी जाते आणि तिला सगळं नवीन असतं, त्याचप्रमाणे सासरच्यांनाही नवीन सून घरी आल्यानंतर तिचं वागणं, तिचे आचारविचार नवीन असतात. घरच्या पूर्वापार चालत आलेल्या पद्धतीत बदल स्वीक ारणं त्यांनाही अवघडच असत. ही नव्यानं आपल्या घरात आलेली मुलगी आपलं घरच बदलायला निघाली, याचा त्यांनाही राग येतो. एखाद्या वस्तूची जागा बदललेली आवडत नाही, एखादा पदार्थ नवीन पद्धतीनं केला तर आवडत नाही. हळूहळू ही साऱ्या घरावर कब्जा करेल, अशी अनामिक भीतीही त्यांना वाटत असते. दोन्ही बाजूंनी एकमेकांची मानसिकता लक्षात घेऊन बदल स्वीकारण्याची तयारी ठेवली ना, की मग हळूहळू ती त्या घरातील होऊन जाते. त्यांच्या वागण्याची, बोलण्याची, घरातील पद्धतीची तिला सवय होते आणि तिच्यामध्ये या घरातील पद्धतीप्रमाणे किती प्रमाणात बदल होऊ शकतो, याचा सासरच्या मंडळींना ही अंदाज येतो आणि सुरुवातीला खडाजंगी झाली तरी एकमेकांना समजावून घेत गाडी पुढे चालत राहते.''

''मावशी, बदल घडवून आणणं आवश्यकआहे, हे तुझं म्हणणं मलाही पटतं; पण तूच सांग, आता मुलींच्या लग्नाचं वय वाढलं आहे. पूर्वी लहान वयात मुलींची लग्न व्हायची त्यामुळे त्यांचे स्वत:चे विचार ठरण्यापूर्वीच त्या सासरी जायची आणि सासरी गेल्यानंतर सासरच्या पद्धतीप्रमाणे त्यांच्यात बदल व्हायचे; पण आता मुली स्वत: सक्षम झाल्याशिवाय लग्न करत नाहीत. आता माझंच बघ ना, मी इंजिनिअर झाले, स्वत:च्या पायावर उभी राहिले आणि मग २७व्या वर्षी लग्न केलं. व्यक्तिस्वातंत्र्याचं पुरेपूर भान आलेल्या माझ्यासारख्या तरुण मुली, सासरच्या पद्धतीप्रमाणे स्वत:मध्ये बदल घडवून आणू शकतील?''

''बेटा... लग्न झालं म्हणजे ते आपोआप यशस्वी होत नाही; ते यशस्वी करावं

लागतं आणि बदलांचा स्वीकार केला तरंच ते यशस्वी होऊ शकतं."

"तुमच्या याच लोकांच्या काही गोष्टी मला पटत नाहीत. शिकल्यासवरल्या, स्वत:च्या पायावर उभ्या असणाऱ्या मुलींनाही तुम्ही तोच जुनापुराणा मंत्र देता 'जमवून घ्या'. लग्न यशस्वी करण्यासाठी स्त्रीनंच जमवून घ्यायला हवं? तिनंच स्वत:चं अस्तित्व विसरायला हवं?"

"हे बघ... फक्त स्त्रीनंच बदलायला हवं असं नाही. बदलाची प्रक्रिया दोन्हीकडून व्हायला हवी; परंतु लग्न होऊन सासरी गेलेल्या मुलीनं याबाबत पुढाकार घ्यायला हवा आणि दुसरीकडून बदल होईपर्यंत संयम ठेवायला हवा."

"मावशी... लग्न झाल्यानंतर आपल्याला बदलावं लागणार हे प्रत्येक मुलीला माहिती असतं. तसे प्रयत्नही ती करते; परंतु हे एका ठराविक मर्यादेनंतर जमवून घेणं अवघड होतं. आता माझंच उदाहरण तुला देते. माझ्या सासरी धार्मिक विचारांचे लोक आहेत. त्यांच्या पद्धती-रीतिरिवाज आमच्या घरच्यापेक्षा वेगळे आहेत, हे मला लग्नाआधीही माहिती होतं. तिथं गेल्यानंतर मला बदलावं लागेल, खाण्यापिण्याच्या पद्धतीपासून सगळं बदलेल, हे मला माहिती होतं. याचा मी स्वीकारही केला होता; परंतु लग्न झाल्यानंतर ज्या वेळी मला पहिल्यांदा मासिक पाळी आली, त्या वेळेस माझ्या सासूबाईंनी, आपल्या घरात देवाधर्माचं अधिक असल्यामुळे तुला पाळावं लागेल, चार दिवस बाजूला बसायला लागेल, असं सांगितलं. अग या गोष्टीचा स्वीकार मी कसा करणार? मी सायन्सची विद्यार्थिनी 'अंधश्रद्धा आणि अंगात येणं, चार दिवस पाळणं' या गोष्टी कशा गैर आहेत, या विषयावर आम्ही पथनाट्यं सादर केली आणि लग्न झाल्यानंतर यांच्या घरची पद्धत म्हणून चार दिवस मी बाजूला बसू? माझ्या सासूबाई वारंवार आजारी असतात, ऋषभ सतत फिरतीवर असतो आणि अशा वेळेस घरातलं कोण करणार? या असल्या गोष्टी मला जमणार नाही, असं मी स्पष्ट सांगून टाकलं. सासूबाई माझ्यावर खूप रागावल्या. आमच्या शाब्दिक चकमकीही झाल्या; पण मी हे पाळणार नाही, या गोष्टीवर ठाम राहिले. या बाबतीत मी काय जमवून घेणार?

"आता दुसरं एक उदाहरण- मी इंजिनिअर आहे. लग्न झाल्यानंतर जमवून घेणं मला अवघड वाटलं म्हणून मी ती नोकरी सोडली; परंतु आता मी पूर्ण वेळ घरात बसणं शक्य आहे का? सासऱ्यांची आणि माझीही या बाबतीत चांगलीच खडाजंगी झाली. या बाबतीत मी तडजोड करूच शकणार नाही आणि या बाबतीत जमवून घेणं मला अवघड आहे, या गोष्टी स्पष्टपणे त्यांना सांगणं म्हणजे माझा आगाऊपणा आहे का? माझी आई म्हणते, लग्न झाल्याबरोबर तीन महिन्यांतच असा वाद करणं हा तुझा आगाऊपणाच

आहे, तूच जमवून घ्यायला हवं.

"स्वाती, ज्या गोष्टी तुला जमवून घेणं अवघड आहेत, त्या तुझ्या सासूसासऱ्यांना तू सांगणं आवश्यक आहे; परंतु ज्या पद्धतीनं तू हे सांगितलंस, ती पद्धत चुकीची आहे, म्हणूनच तुझ्या आईनं तुझं वर्तन आगाऊ पणाचं आहे, असं म्हटलं आहे. या गोष्टींची घरात चर्चा होणं आवश्यक होतं. चर्चेमध्ये विचारांचं आदानप्रदान होतं आणि भांडणं न होता प्रश्न मिटू शकतो. अर्थात ही चर्चा निखळ आणि सुसंवादी असावी. घरातील धार्मिक वातावरण पूजा-अर्जा पाहून मासिक पाळीच्या वेळेस काय करायचं, असा प्रश्न विचारून याबद्दल तू आधीच सावध व्हायला हवं होतंस. 'चार दिवस पाळावे लागतील' असं सासूबाईंनी सांगितल्यानंतर या गोष्टींची तुला सवय नाही यावर भर देण्यापेक्षा ते किती अवघड आहे, त्यामुळे काय अडचणी येऊ शकतील, याची तू शांतपणे चर्चा करायला हवी होतीस. कदाचित या गोष्टी त्यांना आधीच पटल्या असत्या आणि त्यांची नाराजी वाढली नसती. त्यांना दोन्ही मुलगे आहेत, घरात मुलगी नाही, त्यामुळे घरातील मुलीच्या वावराची त्यांना सवय नाही. त्या गृहिणी असल्यामुळे घरातील प्रत्येक गोष्ट स्वतःच्या मर्जीप्रमाणे करण्याची त्यांना सवय आहे. त्यांची मानसिकताही लक्षात घे. या चार दिवसांत देवाजवळ तुझा वावर राहणार नाही, याची तू काळजी घेशील, याबाबत त्यांना आश्वासन दे. सुरुवातीला त्यांची नाराजी राहील; पण हळूहळू तुझे विचार त्यांना पटतील. तसेच ऋषभ परगावी गेल्यानंतर घरातील बाकीचे कामकाज सांभाळून मी नोकरी किंवा व्यवसाय केला तर चालेल का, याबाबत तू त्यांच्याशी सविस्तर चर्चा करायला हवी होतीस. तुझ्या कामकाजाचं स्वरूप त्यांना समजावून सांगायला हवं होतंस.

"घरात आलेल्या नवीन सुनेबद्दल त्यांच्याही काही अपेक्षा असतील. त्या समजावून घेणं आवश्यक आहे. तू आतापर्यंत कसं यश मिळवलं आहेस, तुझं करिअर तू कसं घडवलं आहेस, हे सहज चर्चेतून त्यांना समजावून सांग. घरातील सर्व गोष्टी सांभाळूनही तू नोकरी करू शकतेस किंवा अर्ध वेळ व्यवसाय करू शकतेस, हा विश्वास त्यांना वाटायला हवा. यासाठी घरातील तुझं स्थान तू निर्माण करायला हवं. त्यांच्या पद्धती, चालीरीती शिकून घ्यायला हव्यात. तुला केवळ तुझ्या नवऱ्याबद्दल प्रेम आहे असं नाही, तर त्याचे आईवडीलही तुझ्यासाठी तितकेच महत्त्वाचे आहेत, त्यांच्या गैरहजरीत तू त्यांची भूमिकाही पार पाडणार आहेस, हा विश्वास त्यांच्या मनात निर्माण कर. नोकरी अथवा व्यवसाय केल्यामुळे घराकडे तुझं दुर्लक्ष होणार नाही; याउलट तुझ्या आवडीचं काम तुला करायला मिळाल्यावर घरात तू अधिक आनंदी राहशील

आणि घराबद्दलचं तुझं प्रेम अधिक वाढेल. ऋषभच्या गैरहजेरीत त्याच्या आईवडिलांच्या अधिक जवळ जाणं, त्यांना समजावून घेणं, त्यांच्या मर्जीप्रमाणे वागणं, हे तुला करावं लागणार आहे. ही तुला चांगली संधी आहे याचा विचार कर. वाद घालून, खडाजंगी करून आणि स्वतःच्या स्वातंत्र्याची मागणी करून आपल्याला स्वातंत्र्य मिळत नसतं, तर शांततेनं आणि संयमानं ते आपोआप साध्य होतं. फक्त यासाठी तुला संयम ठेवावा लागेल. मनात नसतानाही स्वतःच्या इच्छेविरुद्ध काही गोष्टी कराव्या लागतील.''

''मावशी, तू सांगितलेलं मला पटतंय; परंतु स्वतःच्या इच्छेविरुद्ध झालं तरी हसतमुख राहायचं... कितीही राग आला तरी सासू-सासऱ्यांशी प्रेमानं वागायचं, हे मुखवटा धारण करणं होणार नाही का? एखादी गोष्ट चांगली वाटली तर चांगलं म्हणणं, भरभरून कौतुक करणं आणि एखादी गोष्ट आवडली नाही, तर तेवढ्याच क्षमतेनं आपला विरोध दर्शवणं, हा माझा स्वभाव आहे. खोटं वागणं मला जमणार नाही.''

''स्वाती, अग याला खोटं वागणं असं म्हणत नाहीत, तर ही चांगल्या हेतूनं केलेली प्रासंगिक तडजोड असते. काही वेळा ती आवश्यक असते. 'मी' बाजूला ठेवून इतरांना बरं वाटावं म्हणून वागणं, हा खोटेपणा नाही. ऑफिसमध्ये उच्च पदावर तू काम केलं आहेस. तिथं सगळ्या गोष्टी तुला कुठं पटायच्या; परंतु कर्मचाऱ्यांकडून काम करून घेण्यासाठी तुला मुखवटा धारण करावा लागायचा की नाही? मग तिथं तू कशी वागायचीस? प्रसंग निभावून न्यायचीस की नाही; मग घरातल्या नात्यांमध्ये अशी तडजोड का करू नये? पुढच्या गोष्टी चांगल्या होण्यासाठी कधी कधी स्वतःच्या मनाविरुद्ध झालं तरीही हसतमुख राहावं लागतं. कोणत्याही गोष्टीचा अट्टाहास धरू नकोस. सगळं काही तुझ्या मनाप्रमाणे होईल; परंतु त्यासाठी संयम ठेवायला हवा. कोणाला दुखावून नाराज करून आपण आपला आनंद मिळवू शकत नाही आणि मिळालाच तरी तो टिकत नाही; म्हणून प्रसंगावधान ठेवायला शीक. कोणत्या वेळी कोणता निर्णय घ्यायचा, याचं भान ठेवायला हवं.''

''मावशी, तुझ्याशी मोकळेपणानं बोलून मला खूप छान वाटलं. तू सांगितलेल्या गोष्टी मी नक्कीच लक्षात ठेवेन आणि काही अडचण आली तर तुला फोनही करेन हं! माझं काही चुकलं तरी मला सांग... मला माझा संसार फुलवायचाय आणि सगळ्यांना सोबत घेऊनच पुढं जायचंय. आता मी निघते. सासूबाई माझी वाट बघत असतील. नमस्कार करते हं! माझ्या सासूबाई म्हणतात, नेहमी मोठ्यांचा आशीर्वाद घ्यावा!''

सासू-सुनांचं नातं स्नेहाचं होण्यासाठी

‘‘अमिता, लक्षात ठेव... सासू-सासऱ्यांच्या फार पुढं पुढं करू नकोस. एखादं काम त्या करत असतील तर ‘राहू दे... मी करते,’ असं अजिबात म्हणायचं नाही. ते सांगतील तेवढीच मदत करायची. सुरुवातीपासून सगळी कामं अंगावर घेशील, तर त्यांना तशीच सवय लागेल आणि तुझा कामाचा उत्साह ओसरला, की नंतर तुला जड जाईल. चेहऱ्यावरून खाष्टच दिसते तुझी सासू. जरा ताळतंत्र बघून वाग. अतिआदर्श सून होण्याचा प्रयत्न करू नकोस. नंतर सगळं आपल्याच अंगाशी येतं. माझ्या लग्नाला दोन वर्षं झाली आहेत. मला अनुभव आहे म्हणून तुला सांगते. मी केलेल्या चुका तू करू नकोस.’’

दोन दिवसांवर लग्न आलेलं असताना मैत्रिणीनं दिलेल्या सल्ल्यावर विचार करणारी अमिता... एकत्र कुटुंबात पुढं कसं वागायचं, या बाबतीत गोंधळलेली.

‘‘यमुनाताई... तुमच्या घरचं पहिलंच कार्य... घरात नवीन सून येणार... पण लगेच तिच्या हातात सगळी सत्ता देऊ नका. हल्लीच्या मुलींना चैन हवी असते. नवऱ्याला मुठीत ठेवून घरात स्वतःची सत्ता संपादन करण्याचा त्या प्रयत्न करतात. तुम्ही पहिल्यापासून कडक राहिलात आणि तुमच्या रीतिरिवाजाप्रमाणेच सर्व व्हायला पाहिजे असा आग्रह धरला तरच तिला तुमच्या घरच्या पद्धती समजतील. उगाच मुलीचा दर्जा सुनेला देण्याचा लगेच प्रयत्न कराल, तर ती तुमच्या डोक्यावर बसेल. लग्नानंतर मुलगासुद्धा आपला राहत नाही हो... फार कौतुक करत बसू नका. नंतर माझ्यासारखं पश्चात्ताप करायची वेळ येईल आणि सूनवास’ भोगावा लागेल.’’

मोठ्या मुलाचं लग्न दोन दिवसांवर आलेलं... यमुनाताईंना दोन्ही मुलंच. घरात सून येणार. मुलीची हौस सुनेला करायची. मुलगी असती तर जे जे केलं असतं ते सर्व सुनेच्या रूपातून पुरवून घ्यायची असं त्यांनी ठरवले होते आणि आता मंगलताईंचे अनुभवाचे बोल ऐकून त्या गोंधळून गेल्या.

सासू-सुनेचं नातं म्हणजे छत्तीसचा आकडा. दोघींचं कधीच जमणार नाही. हे नातं विळ्या-भोपळ्याचं. सासू म्हणजे कुणीतरी कजाग चेटकीण आणि खुनशी व्यक्ती. सदैव सुनेच्या वाईटावर टपलेली, अशी खलनायकी प्रतिमा; तर आजकालच्या काही दूरदर्शन मालिकांमध्ये रंगवली जाते ती घरभेदी... एकत्र कुटुंब तोडून नवऱ्याला घेऊन स्वतंत्र संसार करणारी, आई आणि मुलाला वेगळं करणारी, सासूकडे दुर्लक्ष करणारी... स्वतःचं वर्चस्व गाजवणारी अशी सुनेची प्रतिमा सुनेची. त्यामुळेच 'सासू' या भूमिकेत प्रवेश करताना आणि 'सून' या भूमिकेत पदार्पण करताना खरं तर दोघीही गोंधळलेल्याच असतात. सासूबाईंना कसं वागलेलं आवडेल, कशी वेशभूषा, केशभूषा केलेली आवडेल, या बाबतीत सून अनभिज्ञ असते. मनात विचारांचे कल्लोळ असतात आणि सुनेला नक्की काय आवडेल, किचनमध्ये काम केलं तर लुडबुड वाटेल, की तिला मदत केली नाही तर मी सासुरवास करते असं वाटेल? तिला हवं तसं वागण्याचं स्वातंत्र्य पूर्वीपासूनच द्यावं, की घरातल्या पूर्वापार पद्धतीनुसार प्रथा पाळण्याचं बंधन ठेवावं, या विचारांमध्ये सासूही गोंधळलेली असते. त्यामध्येच अनुभवी व्यक्ती स्वतःच्या अनुभवांचे पाढे वाचते. नक्की कुणाचं ऐकायचं हा प्रश्न दोघींनाही असतो. खरं तर नवीन सुनेला 'लाडकी सून' व्हायचं असतं; सासूची मर्जी सांभाळायची असते; आणि सासूलाही सुनेचं लेकीप्रमाणे कौतुक करायचं असतं, 'प्रेमळ आई' व्हायचं असतं. दोघींनाही नात्यातील सुसंवाद हवा असतोच; पण काही दिवसांतच असं काय होतं, की सासूचं वागणं सुनेला 'जाच' वाटू लागतं आणि 'आपल्या मुलाला आपल्यापासून वेगळं करणारी दुष्ट स्त्री म्हणजे 'सून' असं सासूला वाटायला लागतं? दोघींच्या एकमेकींबद्दल अपेक्षा पूर्ण होत नाहीत, म्हणून ही वेळ येत असावी का?

सासू-सुनांमध्ये का होतात वाद?

पूर्वीच्या काळापासून सासू म्हणजे खाष्ट असं चित्र रंगवलं गेलं आहे, अगदी पूर्वीच्या, पारंपरिक भोंडल्याच्या गाण्यांतही कारल्याचा वेल लावण्यापासून त्याला कारली येऊन त्याची भाजी करून खाऊन स्वतःच उष्टं काढल्याशिवाय सासू सुनेला माहेरी धाडत नाही आणि सूनसुद्धा 'अस्सं माहेर सुरेख बाई खेळाया मिळतं, आणि 'अस्सं सासर द्वाड बाई कोंडुनी मारीतं' असं म्हणायची. अर्थात त्या वेळेस एकत्र कुटुंबपद्धती तर होतीच; पण लहान वयात मुलींची लग्नं केली जायची आणि खेळण्याबागडण्याच्या वयात संसाराची जबाबदारी मुलींवर पडायची. त्यांच्याकडून सर्व सांसारिक जबाबदाऱ्या पार पाडून घेण्याची सासूची भूमिका असायची. मुलींच्या स्वातंत्र्यावर गदा यायची, त्यामुळं सासू 'दुष्ट' होऊन जायची. आता परिस्थिती बदलली आहे. मुलींच्या लग्नाचं वय २२

ते २५ च्या दरम्यान किंवा त्यापेक्षाही जास्त असतं. मुली प्रौढ, समंजस, शिकलेल्या आणि स्वतःच्या विचारांचा आग्रह धरणाऱ्या असतात. त्यामुळे सुनेला सासूचे विचार पटतातच असं नाही. आपल्या आचारविचारांवर सासू अतिक्रमण करते, असं सुनांना वाटू लागतं. पिढीतलं अंतर असतंच, त्यामुळे सुनेचे विचार सासूला पटत नाहीत आणि सासूचे विचार सुनेला रुचत नाहीत. नव्याने घरी आलेल्या सुनेने आपल्या पद्धती माहिती करून घ्याव्यात आणि त्याप्रमाणेच वागावे, अशी सासूची अपेक्षा असते; परंतु वयाची २३-२४ वर्षं आईबापाकडे राहिलेल्या मुली, शिकून स्वतःच्या पायावर उभ्या राहिलेल्या मुली स्वतःच्या विचारांवर ठाम असतात आणि स्वतःला न आवडणाऱ्या, न पटणाऱ्या गोष्टी करायला तयार होत नाहीत. गोष्टी मनाविरुद्ध करायला लागल्या की चिडचिड, धुसफूस सुरू होते. छोट्या छोट्या गोष्टींवरूनही खटके उडू लागतात. आर्थिकदृष्ट्या स्वतंत्र असलेल्या सुना सासूचं वर्चस्व मान्य करायला तयार होत नाहीत, त्यामुळे सारखं भांड्याला भांडं लागतं.

लग्न झाल्यानंतर मुलाच्या वागण्यातील बदल आईला खटकतो. लहानपणापासून प्रत्येक गोष्टीत आपल्यावर अवलंबून असणारा मुलगा आता 'आई आई' न करता काही हवं-नको असेल ते बायकोला सांगतो, हे आईला खटकतं. आपला मुलगा आपल्यापासून दूर जातोय, आपल्यापेक्षा बायकोकडे अधिक लक्ष देतोय, ही गोष्ट तिला स्वीकारता येत नाही. आपण नाकारले जातो आहोत, असं वाटायला लागतं. हे सर्व 'सून' घरात आल्यामुळे होतंय, हे सासूला वाटल्यामुळं ती सुनेचा राग-राग करू लागते. आणि मग सासू-सुनांची भांडणं सुरू होतात.

काही घरांमध्ये अगदी उलट परिस्थितीही असते. प्रत्येक गोष्ट आईला विचारून करण्याची काही मुलांना इतकी सवय लागलेली असते, की लग्न झालं तरी आईलाच सर्व गोष्टी सांगितल्या जातात. आईशी गुफ्तगू कमी होत नाही. मग या 'श्रावणबाळाचा' राग बायकोला येतो आणि लग्न झालं, तरी आम्हाला स्वातंत्र्य देत नाहीत. एवढं आईचंच ऐकायचं होते, तर लग्नच कशाला केलं, असं म्हणून सर्व राग सासूवर काढला जातो आणि सासू-सुनांचे वाद होऊ लागतात. 'लग्नामध्ये व्यवस्थित मानपान झाला नाही, सुनेला आपल्या पद्धतीनं स्वयंपाक करता येत नाही, स्वच्छता आणि काटकसर जमत नाही, धोरणाने वागत नाही', यामुळे सासू सुनेवर बरसत राहते. 'जरा आम्हा नवराबायकोला एकांत देत नाहीत, आमच्या मनाप्रमाणे आम्हाला वागू देत नाही, सतत लुडबुड करतात, माहेरच्या लोकांबद्दल वाईट बोलतात', अशी कारणे सांगून सून सतत सासूवर नाराज राहते.

दोघींनीही एकमेकींना समजून घेऊन स्नेहाचं नातं निर्माण करायचं असेल, तर दोघींनीही आपल्या वागण्यात बदल करणे आवश्यक असते.

कसं वागावं सासूनं?

नव्यानं घरात येणारी सून ही भांबावलेली असते. या घरात कसं वागावं, हे तिला समजत नाही, अशा वेळी तिच्या मनाची अवस्था समजून घेऊन तिला धीर देणे... विश्वास देणे, नव्या आयुष्यात नव्या संसारात रुळायला तिला मदत करणे, हे आवश्यक असते. तूप खाल्लं की लगेच रूप येत नाही. त्यासाठी काही काळ जावा लागतो, तसेच तुमच्या घरातील रीतिरिवाज, खाण्यापिण्याच्या पद्धती, तुमचे संस्कार लगेच तिच्या पचनी पडणार नाहीत. हे सर्व समजून घ्यायला, आत्मसात करायला आणि त्याप्रमाणे वागायला तिला वेळ द्यावा लागणार आहे. कोण कुणापेक्षा वरचढ आहे, हे सतत दाखवायला जाण्यापेक्षा आणि स्वतःचे वर्चस्व कसे कायम राहील, हा आग्रह धरण्यापेक्षा आपल्यासारखं सुनेला कसं तयार करता येईल, याचा विचार करावा. एखाद्या वेळी स्वयंपाक करताना तिच्याकडून चुका झाल्या तरी चिडचिड आदळआपट, राग राग करू नये. 'मी असा स्वयंपाक करते म्हणून तिनं तसाच करावा,' हा आग्रह धरू नये. 'दूध उतू जाते, तेलच जास्त वापरते, कपडे धुवायला साबण जास्त वापरते,' अशा किरकोळ गोष्टींवरून वाद घालू नये. घरातील पद्धती तिला जरूर समजावून सांगाव्यात, चुकल्यास नाराजी व्यक्त करावी; परंतु तोंडावर कौतुक करून मुलाकडे तिच्या तक्रारी करणे, अशा गोष्टी टाळाव्यात.

नुकतंच नवीन लग्न झालेल्या जोडप्याला एकांत हवा असतो. ते शारीरिक आणि मानसिक पातळीवर एकमेकांच्या निकट येण्याचा प्रयत्न करत असतात. या गोष्टी समजून घेऊन त्यांना त्यांचा वेळ मिळावा, या दृष्टीने प्रयत्न करावा. सुरुवातीच्या काळात मुलगा पत्नीकडे अधिक ओढला जाणार, हे नैसर्गिक आहे. हे क्षण समजुतीने हाताळायला हवेत. मुलाचं तुमच्यावरील प्रेम कमी होणार नाही, तर यामुळे निश्चितच वाढेल. सुनेलाही सासूबद्दल विश्वास, प्रेम आणि कृतज्ञता वाटेल. आपले अनुभव सुनेशी अवश्य शेअर करावेत; त्यातून तिला मार्गदर्शन मिळेल. पण तुमच्या पद्धतीनेच तिने वागावं हा हट्ट धरू नये. तिनं असंच वागलं पाहिजे ही अपेक्षाही धरू नये. वेळेनुसार योग्य मार्गदर्शन करणं हे आपलं कर्तव्य आहे, हे लक्षात ठेवावं. सुनेशी जमवून घेण्याचं आणि नवीन पिढीनुसार आपले विचार बदलण्याचं कौशल्य आत्मसात करावं.

कसं वागावं सुनेनं?

लग्न होऊन सासरी गेल्यानंतर नव्या आयुष्याची सुरुवात सुनेनं सकारात्मकरीत्या करावी. सासू कजागच असते असा पूर्वग्रह मनात ठेवू नये. कोणाच्या मार्गदर्शनाने त्यांच्या अनुभवानुसार वागण्याचा प्रयत्न करू नये. स्वतःचे अनुभव स्वतः घ्यावेत. आईचं आणि मुलीचं तरी सर्व गोष्टीत कुठं पटतं?... तिथं आपण स्वीकार करतोच, मग सासूचा स्वीकार करण्यात अडचणी का येतात? घरातील सासूबाईंचं स्थान सुनेनं मनापासून मान्य करावं. माहेरचं कौतुक सारखंच सांगत बसू नये. सासूच्या अनुभवाचं शहाणपण खूप काही शिकवत असतं. ते आत्मसात करण्याचा प्रयत्न करावा. दोन्ही घरच्या पद्धतींत फरक असेल तर बऱ्याच वेळा वाद घडण्याची शक्यता असते. परंतु सासरच्या घरच्या पद्धतींची माहिती करून घेण्यासाठी, शिकण्यासाठी सासूबाईंचा सल्ला ऐकावा, त्यांच्या सांगण्याप्रमाणे वागणं ठेवावं. सासूबाईंच्या वयाचा विचार करून त्यांच्यात आता बदल घडून येणार नाही, तर आपणच बदलायला हवं, हे सत्य समंजसपणे सुनेनं स्वीकारायला हवं. धुमसत राहून स्वतःचं आणि संपूर्ण घराचं मनःस्वास्थ्य बिघडवण्यापेक्षा स्वतःला नवीन घरात सामावून घेण्याचा प्रयत्न करावा.

सासूला आईप्रमाणे समजावं असं म्हटलं जातं, त्यामुळे बऱ्याच घरात सुना सासूला 'अहो आई' म्हणूनच हाक मारतात; परंतु तरीही आईची आणि सासूची तुलना करत बसू नये. काम करताना, एखादी जबाबदारी सांभाळताना काही चुका झाल्या आणि त्या रागावल्या, काही बोललं तरी ज्या साधून यापुढे चुका कशा होणार नाहीत या पद्धतीने विचार करावा. संवादातून अनेक गैरसमज दूर होतात, त्यामुळं दोघींमध्ये निकोप संवाद कसा साधता येईल, या दृष्टीनेही प्रयत्न करावा. वादाचे काही प्रसंग निर्माण झाले तरीही माहेरी जाऊन आईवडिलांना अथवा समाजात मित्रमैत्रिणींकडे सांगत बसू नये. यामुळे दोघींमधील मतभेद अधिक वाढण्याची शक्यता असते. आपले वाद चार भिंतींच्या आत आपल्यालाच मिटवायचे आहेत, हे जाणीवपूर्वक ठरवावं.

सासू-सून, दोघींनीही एकमेकींची उणीदुणी काढत आपल्या मित्रमैत्रिणींमध्ये एकमेकींची निंदानालस्ती करत बसण्यापेक्षा आपापल्या जबाबदाऱ्या, कर्तव्य यांच्या सीमारेषा स्वतःच ठरवून घ्याव्यात आणि एकमेकींच्या भूमिकांवर अतिक्रमण करू नये, यामुळं दोघींमधील नातं समंजस, स्नेहपूर्ण आणि मैत्रिपूर्ण असेल व वाद होण्याची वेळच येणार नाही.

सासुरवास की सूनवास?

"जयश्रीताई... या अहो आज इकडे यायला वेळ कसा काढलात?"

"मुद्दाम तुम्हालाच भेटायला आले आहे."

"महिलामंडळामध्ये काही कार्यक्रम ठरवलात की काय?"

"मॅडम... महिलामंडळामध्ये व्याख्यानाचं आमंत्रण देण्यासाठी मी नेहमीच येते. कुटुंब कसं टिकवावं, नाती कशी जोडावीत यावर तुम्ही आमच्या महिलामंडळात व्याख्यान द्यायला येत असता; पण आज मी माझीच समस्या घेऊन तुमच्याकडे आले आहे. आता मी स्वतः सासू झाल्यानंतर सासूला नेमकं कुठं खुपतं याची जाणीव मला झाली आहे. मागील आठ दिवसांपासून तुमच्याकडे येण्याचा निर्णय घेण्याचा मी प्रयत्न करते आहे. तुमच्याशी कसं बोलावं हा प्रश्न मला पडला होता.

"जयश्रीताई... कोणताही संकोच न बाळगता मोकळेपणाने माझ्याशी बोला."

'मॅडम, माझा मुलगा आश्विन याचं चार महिन्यांपूर्वी लग्न झालं. मला मुलगी नाही म्हणून सुनेलाच मुलगी मानायची, तिचं कोडकौतुक करायचं, असं मी ठरवलं होतं. लग्नातील साड्या, दागिने सर्व काही तिच्या पसंतीनंच घेतलं; पण लग्नापूर्वी मला आई-आई करणारी मुलगी महिन्याभरात बदलली. सासूसोबत राहणं तिला आता घुसमट वाटू लागली आहे. माझं साधं बोलणं तिला जाचक वाटू लागलं आहे. माझं नक्की काय चुकतंय, तिला माझ्याबद्दल प्रेम का वाटत नाही, मी बदलायला हवं का?"

"जयश्रीताई... तुम्ही स्वतःला अपराधी समजू नका. तुमच्याच घरात हे घडतंय, असं नाही. अनेक घरांत समज-गैरसमज होऊन नात्यात दुरावा निर्माण होत असतो."

"मॅडम... इतरांच्या घराप्रमाणे माझ्या घरात सासू-सुनांचे वाद कधीच होणार नाही, आमच्या घरात तिला हवं ते करण्याचं स्वातंत्र्य आहे. तरीही तिला काय खुपतंय हेच समजत नाही.

''माझी सून 'अमृता' ही नोकरी करणारी आहे. सकाळी मुलाच्या डब्याबरोबरच तिचा डबाही मी तयार करून देत असते. 'घरातील रितिरिवाज-पद्धती तिला माहिती व्हाव्यात म्हणून फक्त शनिवार, रविवार सुटीच्या दिवशी तिनं किचनमधील जबाबदारी घ्यावी, असं माझं म्हणणं होतं. किचनमध्ये ती काम करत असताना तिला काही गोष्टी शिकवण्यासाठी मी काही सांगितलं, तर तिला ते आवडायचं नाही. 'तुझी आई फार कटकट करते' असं ती मुलाला सांगायची. ऑफिसमधून तो आल्याबरोबर तिच्या तक्रारी सुरू व्हायच्या. किती वेळा मी तिला सांगितलं, 'अमृता, नवरा ऑफिसमधून आल्याबरोबर त्याच्याशी तक्रारीच्या सुरात नको बोलत जाऊ.' पण यावरून मी त्या दोघांना बोलूच देत नाही, त्यांच्या मध्येमध्ये करते, असं ती सर्वांना सांगते.

''तिला सूचना दिलेल्या, किचनमधील काही गोष्टी सांगितलेल्या आवडत नाही, हे पाहून मी माझ्या वागण्यात बदल केला आणि ती किचनमध्ये असली की मी बाहेर येऊन बसू लागले; पण माझ्या या वागण्याचाही तिनं वेगळा अर्थ घेतला. 'या मला काही मदतच करत नाहीत. मी एकटीच राबत असते.' असं ती म्हणू लागली. मागच्या महिन्यातच तिची प्रेग्नन्सी टेस्ट पॉझिटिव्ह आली. मलाही खूप आनंद झाला. घरी आल्यावर तिला मी आता कोणती काळजी घ्यायला हवी हे सांगायला गेले तर म्हणाली, 'तुमच्या वेळचे अनुभव मला सांगू नका. माझ्या बहिणीला सहा महिन्यांपूर्वी मुलगा झाला आहे. तिचे लेटेस्ट अनुभव मला उपयोगी पडणार आहेत. तुमचं मी ऐकलं नाही याचं तुम्हाला वाईट वाटायला नको.' तिचं हे बोलणं ऐकल्यावर माझा उत्साहच मावळला. माझ्याच घरात मी पाहुणी झाल्यासारखं मला वाटायला लागलं आहे. कारण पूर्वीप्रमाणे माझ्या मर्जीप्रमाणे मला घरात वागताच येत नाही. माझ्या मुलाशी मी बोलत बसले, कोणत्याही गप्पा काढल्या तरी तिला संशय येतो. माझ्याशी तो मोकळेपणानं बोलू शकत नाही. कारण नंतर ती त्याच्याशी वाद घालत बसते. लग्न करून घरात आलेली मुलगी भांबावलेली असते. नवीन आयुष्याशी जुळवून घ्यायला तिला मदत करायला हवी एवढं मला माहीत होतं आणि त्याच पद्धतीनं मी तिच्याशी वागण्याचा प्रयत्न करत होते; परंतु ही नवीन आलेली मुलगी भांबावलेली वगैरे नाही, तर तिनं मलाच भांबावून सोडलं आहे.

''मॅडम इथपर्यंतही ठीक आहे. पण माझी एखादी गोष्ट अमृताला पटली नाही, तर ती माझ्याशी बोलत नाही. मोबाईलवर आईशी बोलते आणि लगेच तिची आई मला फोन करणार. 'तुम्ही तिच्याशी असं का बोललात, हे सगळं करण्याची माझ्या मुलीला सवय नाही,' हे मलाच सांगते. मी घरात 'कोणत्या कंपनीचा मायक्रोवेव्ह घ्यावा, यापासून मी कोणती सिरियल टीव्हीवर बघावी, कोणती भाजी करावी हेसुद्धा त्या मला

फोनवर सांगणार. मी यातल्या कोणत्याच गोष्टी मुलाला सांगत नाही. मुलगा आणि सुनेत कोणतेही वाद होऊ नयेत याची काळजी घेत असते. इतकं सगळं होऊनही 'घरात माझी घुसमट होते' असं तीच बोलते. मॅडम, तुम्हीच सांगतात. मी तिच्याशी वागावं तरी कसं? माझं नक्की काय चुकतंय, ते तरी मला सांगा.

''जयश्रीताई.... तुम्ही फारच भावनाशील आहात. तुम्ही सुनेला 'सून' न समजता 'मुलगी' समजलात आहे; परंतु जोपर्यंत ती तुम्हाला 'आई' समजत नाही, तोपर्यंत तुम्ही तिची 'सासूच' असणार आहात.

''बदलत्या जीवनशैलीत आता परिस्थिती बदलत आहे. स्वतःची माहेरची माणसं सोडून सासरच्या घरी रममाण होणं हल्लीच्या अनेक तरुणींना अजिबात पटत नाही. याउलट आपण सासरी आल्यानंतर आईवडिलांना एकटं वाटू नये म्हणून त्या सतत त्यांच्या संपर्कात असतात. नवीन तंत्रज्ञानानं ही सुविधा त्यांना उपलब्ध करून दिली आहेच; परंतु प्रत्येक गोष्ट त्यांच्याशी शेअर केल्यामुळे त्यांचा आपल्या घरात कळतनकळतपणे हस्तक्षेप होतो आहे, हे या मुलींना पटतच नाही. तुमच्या सुनेला-अमृताला भाऊ नाही. दोघी बहिणीच आहेत. तिच्या मोठ्या बहिणीचं लग्न झालं आहे. हिचं लग्न झाल्यानंतर आईवडील एकटे पडले आहेत; त्यांना कोणाचा आधार नाही, हे तिच्या मनात असल्यामुळे ती स्वतःच्या निर्णयप्रक्रियेत सतत आईला समाविष्ट करून घेते. अमृताच्या आईनं त्या काळात सासुरवास सहन केलेला असावा. त्यामुळे 'सासू' या नात्याबद्दल त्यांच्या मनात प्रेम नाही आणि साहजिकच अमृताशी बोलताना तसं बोलणं होत असेल. त्यामुळेच अमृताला तुमची कोणतीच गोष्ट पटत नाही.''

''मॅडम... यावर उपाय काय? सासुरवास सहन करण्याचा जमाना आता गेला; आता 'सूनवास' सहन करण्याचा जमाना आला आहे.''

''जयश्रीताई... खरं तर यासाठी लग्नापूर्वीच प्रत्येकाने नाती टिकवण्याबाबतचं समुपदेशन घ्यायला हवं. लग्नानंतरच्या प्रवासात फक्त आपला जोडीदार सोबतीला नसतो, तर त्याच्याबरोबर त्याचं कुटुंबही सहप्रवासात असतं, याची जाणीव करून त्यांना द्यायला हवी. हे समुपदेशन फक्त मुलांनाच नाही, तर त्यांच्या कुटुंबीयांनाही द्यायला हवं. म्हणजे मुलीच्या संसारात आपण किती लक्ष घालावं याची जाणीव त्यांना द्यायला हवी. लग्नानंतर सासू-सुनेच्या नात्यात होणारी स्पर्धा, मत्सर, कुरबुरी टाळण्यासाठी त्यांनी एकमेकांना कसं समजून घ्यावं, मुलानं पत्नी आणि आई या नात्यांत समतोल कसा साधावा, याचं प्रशिक्षण द्यायला हवं.''

''मॅडम... हे सगळे विचार चांगले असले तरी ते अंमलात आणणं अवघड आहे.

पाण्यात पडलं की आपोआप पोहता येतं, आमच्या वेळी असं काही नव्हतं, असाच विचार पालक वर्गाकडून केला जातो. समुपदेशन हे एक नवं खूळ आहे, असं अजूनही अनेकांचं मत आहे.''

''नवीन बदलांना सामोरं जाताना विवाह टिकवण्यासाठी, नातेसंबंध अधिक चांगले होण्यासाठी हे गरजेचं आहे; परंतु तरीही वेगळं समुपदेशन करून घ्यायचं नसेल तर प्रत्येकानं आत्मपरीक्षण करणं गरजेचं आहे. 'लग्न' या विषयाबाबत जागरुकतेनं विचार करायला हवा. नात्यातील सीमारेषा ठरवून घ्यायला हव्यात. दुसऱ्याच्या प्रांतात आपली घुसखोरी होत नाही ना, याचा पुन्हापुन्हा विचार व्हायला हवा. प्रत्येकानं नात्याचं कर्तव्य आणि जबाबदारी याचा समंजस स्वीकार करायला हवा. यासाठी आईवडिलांनीच आपल्या मुलांना अनुभवाचे बोल सांगावेत. जबाबदारीची जाणीव करून घ्यावी. त्याचबरोबर मुलांना त्यांच्या व्यक्तिगत आयुष्यातले प्रश्न स्वतः सोडवण्याची सवय लावायला हवी.''

''मॅडम... तुम्ही सांगता, ते सगळं पटतंय; पण हे दोन्हीकडून होणं अपेक्षित आहे. आमच्या घरातील कुरबुरी मिटाव्यात म्हणून समुपदेशनासाठी मी स्वतः आले. मी माझ्यात बदल घडवून आणला आणि समोरची व्यक्ती बदललीच नाही, तर त्याचा उपयोग काय होणार?''

''जयश्रीताई, तुम्ही समंजस आहात. अनेक अनुभवांमधून तुम्ही गेलेल्या आहात. थोडी जास्त जबाबदारी तुम्हाला उचलावी लागेल; पण त्यामुळे घरातील वातावरण बदलेल. 'मी कोणाचा वाईटपणा घेणार नाही; सर्वांशी चांगलंच वागेन,' ही भूमिका प्रत्येक वेळी घेऊन चालणार नाही. अमृताच्या आईशी एकदा बोलून घ्या. तुमच्या घरातील गोष्टीमध्ये त्यांनी हस्तक्षेप करू नये, हे भीडभाड न बाळगता सांगा; परंतु त्याचबरोबर त्यांच्या मुलीची तुम्ही खूप काळजी घेत आहात, याबाबत त्यांनी निश्चिंत राहावं, याची खात्रीही त्यांना द्या. मुलाला त्रास होऊ नये म्हणून त्याला काहीच सांगायचं नाही, असं न करता अगदी सुनेच्या समोरच काही गोष्टी मुलालाही सांगा. मनात अहंकार न ठेवता स्वतःचीही बाजू मांडा; पण किरकोळ गोष्टीत वाद होणार नाहीत आणि ते करण्यात कोणीही आपली शक्ती खर्च करू नये, याची जाणीव मुलाला आणि सुनेला करून द्या. काही वेळेस तुम्हाला कडक वागावं लागेल आणि काही वेळेस समंजसपणा दाखवून घरातील नाजूक परिस्थिती कौशल्यानं हाताळावी लागेल. सुरुवातीला तुमच्याबद्दल विश्वास निर्माण व्हायला वेळ लागेल. त्यामुळे अमृता तुमच्याशी सध्या समंजसपणे वागत नसली तरीही काही दिवसांनी तिला आपोआप समजेल. तुमच्या घरी रुळायला तिला वेळ लागणार

आहे. अमृताच्या आईला मुलगा नसल्यामुळे त्यांनी अमृताला 'मुलाप्रमाणे' वाढवलं आहे. त्यामुळे स्वातंत्र्याबाबतच्या तिच्या संकल्पना वेगळ्या आहेत. पण 'सून' म्हणून तिच्या जबाबदाऱ्या काय आहेत, कर्तव्य काय आहेत, हे तिला कोणीही समजावून सांगितलं नसावं. हे तिला समजण्यासाठी काही कौटुंबिक समारंभ-सोहळे, कौटुंबिक सहली तुम्हाला घडवून आणाव्या लागतील. यातून एकमेकांत मिसळल्यानं तिला नाती समजतील, स्वतःची कर्तव्ये तिच्या लक्षात येतील; फक्त तुम्ही 'संयम' ठेवा. तुम्ही स्वतःचं अवसान घालवलं तर परिस्थिती अधिकच चिघळत जाईल.''

''मॅडम... तुम्ही सांगितलेल्या गोष्टी मी नक्कीच लक्षात ठेवेन; पण तरीही तुम्ही अश्विन आणि अमृता यांनाही थोडं समजावून सांगाल का?''

''हो नक्कीच सांगेन... तुम्ही काहीतरी निमित्ताने तुमच्या घरी मला बोलवा. मी त्या दोघांशीही बोलेन.''

''मॅडम..... तुमच्याशी बोलल्यामुळे मला खूप हलकं वाटतंय. पुन्हा काही चांगल्या गोष्टी सांगायला मी नक्की तुमच्याकडे येईन.''

नातं सांभाळायचं... विळ्याभोपळ्याचंही

''विनय, मी तुझ्यासोबत राहायला तयार आहे, हे मी तुला आधीच सांगितलं आहे; पण ज्या घरात माझा अपमान झाला आहे, त्या घरात मी पाऊलही टाकणार नाही. तू स्वतंत्र घर घे. मी एकत्र कुटुंबात राहायला येणार नाही.''

''वनिता, अगं तुला कसं कळत नाही? माझे वडील असते, तर आपण स्वतंत्र राहू शकलो असतो; परंतु माझे वडील जाऊन वर्षही झालेलं नाही, असं असताना माझ्या आईला आणि बहिणीला सोडून मी तुझ्यासोबत राहणे योग्य होईल का?''

''तुला फक्त तुझ्या आई आणि बहिणीची काळजी आहे; पण बायकोची नाही. गेले सहा महिने मी माझ्या आईवडिलांसोबत राहते आहे.

वनिता आणि विनय दोघांचेही वाद माझ्यासमोर चालले होते. विनय तिला समजावून सांगण्याचा प्रयत्न करत होता; पण तिच्या डोक्यातला राग जात नव्हता. विनय हतबल झाला आणि माझ्याशी बोलू लागला.

''मॅडम, तुम्ही तरी तिला समजवा. ती माझं काहीच ऐकत नाही. खरं तर लग्नानंतरचे आमचे पहिले तीन महिने इतके आनंदात गेले. आमच्यात वादही झाले नाहीत. आम्हा दोघांना एकमेकांशिवाय अजिबात करमत नव्हते.''

''दोघांमध्ये वाद नव्हतेच तर मग तुम्ही वेगळे का झालात? ती आईवडिलांकडे राहण्यासाठी का गेली?''

''किरकोळ कारणावरून गैरसमज करून घेऊन ती माहेरी निघून गेली आहे.''

''विनय, तुला ती किरकोळ कारणं वाटतात? अजूनही 'ते' शब्द माझ्या कानात घुमत राहतात. मला त्रास होतो त्या वाक्यांचा... कधी-कधी ते विचार मनात आले, की रात्र-रात्र झोप लागत नाही.''

''वनिता, अग असं काय घडलंय?''

"मॅडम, आमचं लग्न झाल्यानंतर चार-पाच दिवसांनी आम्ही म्हैसूर, बंगळूर, उटी इत्यादी ठिकाणी हनिमूनला गेलो होतो. पंधरा दिवसांनंतर आम्ही घरी परतलो. आम्ही खूप मजेत आणि आनंदात होतो. आमचे अगदी व्यवस्थित चालले होते; पण आम्ही दोघंही आनंदात असलेलं त्याच्या बहिणीला बघवायचं नाही. काही तरी कारण काढून ती माझ्याशी वाद घालायची आणि माझा मूड खराब करायची."

"अग, नणंदा-भावजयांमध्ये काही तरी कुरबुरी सतत चालू असतातच; पण त्यासाठी तू घर सोडून गेलीस?"

"नाही मॅडम, यामुळे मी घर सोडलं नाही. खरं कारण तर पुढेच घडलं. आमच्या दोघींमध्ये असे किरकोळ, दृश्य-अदृश्य मतभेद चालू होते. कधी-कधी या गोष्टी विनयलाही दिसायच्या; पण 'तू लक्ष देऊ नकोस' असं तो मलाच समजून सांगायचा. त्याच्यासाठी मी ऐकायची. तिचं वागणं सहन करायची. एक दिवस संध्याकाळी मी ऑफिसमधून घरी आले. त्या वेळी घराला कुलूप होतं. मी विनयला फोन केला तेव्हा तो म्हणाला, 'आई आणि सोनी खालीच फिरायला गेले असतील. तू थोडा वेळ थांब, येतीलच त्या परत.' मी अर्धा ते पाऊण तास दाराबाहेर वाट बघत उभी राहिले. मीही ऑफिसमधून थकून आले होते. सासूबाई आणि नणंद घरी परतल्या तेव्हा मी त्यांना म्हणाले,'आई, तुम्ही जाण्यापूर्वी मला कळवलं का नाहीत? किंवा मी आल्यानंतर तरी बाहेर पडायचं होतं. पाऊण तास मला इथं उभं राहावं लागलं.' यावर सासूबाई माझ्याशी काही बोलण्याअगोदरच माझी नणंद म्हणाली,'ए, माझ्या आईला काही बोलायचं नाहीस. हे आमचं घर आहे. आम्ही केव्हा बाहेर जायचं आणि केव्हा यायचं हे आमचं आम्ही ठरवू. तू कोण माझ्या आईला बोलणारी. पटत असेल तर इथं राहायचं नाही तर घरातून चालू पडायचं... स्वतःचे नखरे इथं दाखवायचे नाहीत.' तिच्या या बोलण्यानं मला खूप रडू आलं. मी माझ्या आईवडिलांना ताबडतोब बोलावून घेतलं. तिच्या या बोलण्यानं मला खूपच त्रास झाला; पण 'तुझं चुकलं' असं तिला कोणीही म्हटलं नाही. विनय तेव्हा घरात नव्हता; परंतु त्यानं नेहमीसारखंच 'तू सोडून दे. लक्ष देऊ नकोस,' असं म्हणाला आणि लगेच तुझ्या आईवडिलांना बोलावून घेण्याची काय गरज होती म्हणून मलाच दोष देऊ लागला. मला या गोष्टी सहन झाल्या नाहीत. माझा खूप अपमान झाला आहे. बायकोनं पुन्हा नांदायला यावं असं त्याला वाटत असेल तर त्यानं स्वतंत्र घर घ्यावं. आमच्या दोघांमध्ये कोणतेही वाद नाहीतच."

"मॅडम, तुम्हीच सांगा म्हाताऱ्या आईला आणि अविवाहित बहिणीला सोडून मी हिच्यासोबत वेगळा राहिलो, तर त्यांना काय वाटेल? आईला मधुमेहाचा त्रास आहे. तिला वारंवार दवाखान्यात न्यावं लागतं. बहिणीच्या लग्नाची जबाबदारी माझी आहे.

तिचं शिक्षण अजून पूर्ण व्हायचंय.''

''विनयच्या या जबाबदाऱ्या आहेत याची मला पूर्ण जाणीव आहे; परंतु स्वतंत्र राहूनही या जबाबदाऱ्या त्याला पूर्ण करता येतील. त्याच्या घराच्या जवळपास त्यानं दुसरा फ्लॅट भाड्यानं घ्यावा. त्याला येऊन-जाऊन या गोष्टी करता येतील. त्याच्यासाठी तिथंच राहिलं पाहिजे असं नाही.''

''आमचं मोठं रो-हाऊस आहे ते सोडायचं आणि भाड्याच्या घरात राहायचं? अजून माझं हाऊसिंग लोन चालू आहे. आर्थिकदृष्ट्याही मला परवडलं पाहिजे. कारण घरात कमावता मी एकटाच आहे.''

''मीपण कमावती आहे. माझी आर्थिक मदत होऊ शकते.''

''तुझ्या नोकरीचा पैसा मी घरात घेणार नाही. पत्नीकडून पैसे घेणं हे माझ्या तत्त्वात बसत नाही. आणि इतकं काय झालंय? बहिणीला मी समजावलं आहे. यापुढे ती काहीही बोलणार नाही.''

''विनय, काहीही झालं तरी मी त्या घरात येणार नाही.''

आता विषय वाढायला नको म्हणून मीच पुढे बोलायला सुरुवात केली,

''वनिता, तुझी काहीही चूक नाही. विनयच्या बहिणीच्या बोलण्याचा तुला अपमान वाटला म्हणून ते घर तू सोडलंस. त्यामुळे तुला पुन्हा त्या घरात जायचं नाही हे मला समजलं; पण वनिता तूसुद्धा साध्या गोष्टी मनात धरून ठेवतेस असं तुला वाटत नाही का? ती जेव्हा तुला 'घरातून चालू पडायचं' असं म्हणाली, तेव्हाच 'हे घर माझंही आहे' असं तू का नाही म्हणालीस? रागाच्या भरात ती बोलून गेली असेल. विनय बहिणीलाही समजावून सांगेल; पण तू हा वेगळं राहण्याचा हट्ट आता सोडून द्यावास.''

''मॅडम, तुम्हीही त्याचीच बाजू घेताय. त्याला समजावून सांगण्याऐवजी मलाच समजावून सांगताय? त्याच्या बहिणीचं लग्न झाल्यानंतर माझ्या सासूबाईंना सांभाळण्याची जबाबदारी पूर्ण करायला मी तयार आहे; परंतु ती मुलगी तिथं असेपर्यंत मी त्या घरात जाणार नाही म्हणजे नाही.''

वनितानं पुन्हा रडायला सुरुवात केली. मी तिला शांत करण्याचा प्रयत्न करत होते. ''वनिता, तुझ्यावर मी कोणत्याही गोष्टीची जबरदस्ती करणार नाही. फक्त वेगवेगळ्या मार्गांचा विचार करून तुमच्यातील वाद कसे मिटतील याचा प्रयत्न करणार आहे. तुम्हाला त्या गोष्टी पटल्या नाहीत, तर तुम्हाला पुढचा मार्ग आहेच. सोनाली आणि तू समवयस्क आहात. मोठ्या भावाची बायको म्हणून तू तिची मोठी वहिनी असलीस, तरी ती तुझ्या बरोबरीची आहे. त्यांच्या घरात विनय आणि सोनाली दोघांच्याही लग्नाकरिता

प्रयत्न चालू होते; परंतु विनयचं आणि तुझं लग्न आधी ठरलं. घरात तुझं महत्त्व वाढू नये असे प्रयत्न कळत-नकळत तिच्याकडून होत आहेत. या वयात होणाऱ्या मानसिक, शारीरिक बदलांमुळे अनेक मुलींच्या बाबतीत असं घडतं. अविवाहित नणंद आणि भावजय यांच्यातील असे वाद आपण नेहमीच ऐकत असतो. तू या सर्व गोष्टी समजून घे. विनयपासून दूर राहतानाही तुला त्याच्याविषयी वाटणारी शारीर ओढ कायम होती ना! त्याचा सहवास मिळत नसल्यानं तुझीही चिडचिड वाढली ना!''

''मॅडम, तुम्ही सांगताय या गोष्टी बरोबरही असतीलही, मी मान्य करते; पण काही गोष्टी मला फार खटकायच्या. विनय ऑफिसमधून घरी आल्यानंतर त्याचं चहापाणी, खाणं-पिणं तीच पाहायची. इथपर्यंत ठीक होतं; पण त्याची पाठ दुखत असेल तर त्याच्या पाठीला तेल चोळून देण्यासाठी, मालिश करण्यासाठी तीच यायची. आपला भाऊ लग्न झालेला आहे, त्याची बायको हे सर्व करू शकते... हे बायकोनंच करावं हे तिला कळत नव्हतं का?''

''वनिता, ऑफिसमध्ये काम करतानाही आपल्याला किती गोष्टी खटकत असतात; पण त्यासाठी आपण नोकरी सोडत नाही. कारण आपल्याला नोकरी टिकवायची असते. अशी ॲडजेस्टमेंट मग घरातल्या नात्यांमध्ये का नाही?''

''विनय, तुला तर सोनाली आणि वनिता दोघींच्या मानसिकतेचा विचार करून राहणं गरजेचं आहे. वनिता समोर नसताना काही गोष्टी सोनालीला समजावून सांगायच्या आणि सोनाली समोर नसताना काही गोष्टी वनिताला समजावून सांगायच्या. कुठल्याही प्रसंगात 'मी तुझ्या पाठीशी आहे, आपण सोबत आहोत' हा विश्वास वनिताला द्यायला हवास आणि 'माझं लग्न झालेलं असलं तरी मी तुझ्याकडे दुर्लक्ष करणार नाही आणि माझे कर्तव्य चुकवणार नाही' हा विश्वास सोनालीला द्यायला हवास. विळ्याभोपळ्याच्या नात्यातील दुवा होणं, दोन्ही बाजू समजून घेणं हे फार अवघड आणि कौशल्याचं काम आहे.''

''मॅडम, मी नक्कीच असा प्रयत्न करेन कारण मला सगळी नाती टिकवायची आहेत. तुम्ही मला मार्गदर्शन करा.''

वनिताही आता शांत झाली होती. ती स्वतःच्या मनाशीच संवाद करते आहे हे मला जाणवलं.

थोडी भानावर येऊन ती म्हणाली,''मॅडम, मला माफ करा. मी तुम्हालाच उलटसुलट बोलले; पण तुम्ही माझ्यावर न रागवता मला योग्य मार्गदर्शन केलं. मी तुमच्या सांगण्याचा नक्की विचार करेन कारण मलाही संसार टिकवायचा आहे.''

■■■

नात्यांमध्ये मोकळेपणा हवा

"विक्रांत... अरे, आज माझ्याकडे कशी काय वाट चुकली? माझ्याकडे यायला वेळ कसा मिळाला तुला? बरोबर आहे म्हणा... लग्न झाल्यानंतर तू आता गृहस्थ झालास, जबाबदाऱ्या अंगावर पडल्या... मग तुला वेळ कसा मिळणार?"

"मॅडम, तुम्ही माझी फिरकी घेताय. खरंच खूप वेगवेगळ्या कामांत मी अडकलो होतो. त्यामुळेच तुमच्याकडे येऊ शकलो नाही; पण आज मी माझ्या व्यवसायासाठी नाही, तर तुमचं मार्गदर्शन घेण्यासाठी आलो आहे."

"अरे, तुझ्यासारख्या इन्व्हेस्टमेंट कन्सल्टंटला मी काय मार्गदर्शन करणार? गुंतवणूक कोठे करणे लाभदायक होईल, हे तूच तर आम्हाला सांगत असतोस!"

"मॅडम, आर्थिक व्यवहारात कोणती गुंतवणूकअधिकलाभदायकठरेल, हे मी सर्वांना सांगत असलो, तरी नात्यामधील गुंतवणूक लाभदायक कशी करायची, हे मला सांगता येणार नाही. हे मला तुमच्याकडूनच समजेल. म्हणूनच तुमच्याकडे आलो आहे."

"...आता नमनाला घडाभर तेल घालू नकोस... काय काम होतं आणि कसलं मार्गदर्शन हवंय ते सांग बरे."

"माझ्या लग्नाला आठ महिने झाले; परंतु या लग्नानं मी खूष नाही. माझे कोणतेही स्वप्न पूर्ण झालेले नाही. हे लग्न करून मी फार मोठी चूक केली, असं मला वाटू लागलेय. कारण मला कोणतंही सुख मिळण्याऐवजी मनस्ताप वाढला आहे."

"अरे लग्न झाल्यानंतर मुलांवर थोडी बंधनं येतातच. बॅचलर लाइफ आणि मॅरीड लाइफ यामध्ये फरक असतोच..."

"हे मलाही माहिती आहे. परंतु लग्न ज्या पायावर आधारित आहे त्याच गोष्टी लग्नातून मिळाल्या नाहीत, तर मॅरीड लाइफ अनुभवताच येत नाही. मी जरा स्पष्टच बोलतो... पती-पत्नीचे नाते आमच्यात निर्माणच झाले नाही. आय डझन्ट एन्जॉय सेक्स

विथ हर!''

''अरे अनेक लग्नांमध्ये शरीराचा संवाद जुळायला थोडा वेळ लागतो. तुम्ही मनाने एकत्र आलात... एकमेकांची ओढ मनात रुजली, की आपोआप शरीरानेही एकत्र येणे होते... पण वेळ द्यावा लागतो.''

''मी कोणतीही घाई केली नाही. आमच्या लग्नाला आठ महिने पूर्ण झालेले आहेत. मी खूपच संयम दाखवला आहे; पण जोडीदारामध्ये काहीच बदल होत नसेल तर माझ्याही सहनशक्तीचा अंत होणारच... वासंती भिडस्त स्वभावाची आहे, संकोची आहे; तिला समजून घ्यायला हवे हे मी स्वतःच ठरवले; पण तिला कितीही समजावून सांगितले, तरी तिच्यात कोणताही बदल होत नाही. पती-पत्नीतील शारीरिक संबंध म्हणजे काही तरी घाणेरडा, गलिच्छ व्यवहार असे ती समजते. तिच्या कलाने घेण्याचा आणि तिला समजावून सांगण्याचा मी खूप प्रयत्न केला आहे. ती एक खूप चांगली मुलगी आहे. तिच्यातील इतर सर्व गुण वाखाणण्यासारखे आहेत. माझ्या आईवडिलांशीही तिने चांगलं नातं निर्माण केलं आहे. कर्तव्यामध्ये ती कसूर करत नाही. या सर्व गोष्टी चांगल्या असल्या, तरी शारीरिक मीलन होत नसल्यानं माझी चिडचिड वाढली आहे. तिला जबरदस्तीनं माझ्याशी लग्न करावे लागले आहे का? तिच्या आयुष्यात इतर कोणी असताना मी घुसखोरी केली आहे का? तिला मी खरंच आवडत नाही का? अशा असंख्य प्रश्नांनी मी गांगरून जातो. कशातच माझं मन रमत नाही. मला सहनही होत नाही आणि सांगताही येत नाही, अशी माझी अवस्था झाली आहे. मॅडम, तुम्हीच सांगा मी काय करावं? वासंती समोर आली, तर मला तिचा राग येऊ लागतो. मी साधे तिच्याशी बोलूही शकत नाही. तिचं तोंड बघायला नको असं वाटू लागतं. मला या लग्नातून बाहेर पडायचं आहे. तुम्हीच मला आता मार्गदर्शन करा.''

विक्रांत अगतिकतेने सांगत होता. त्याची मानसिक अवस्था मी समजू शकत होते. कोणतेही लग्न टिकण्यासाठी शारीरिक नात्याचा बंध जुळणे आवश्यक आहे. विवाह संस्थेचा तो महत्त्वाचा पाया आहे. हा नाजूक विषय असल्यामुळे, तसेच अत्यंत खासगी असल्यामुळे या विषयाबाबत बोलले जात नाही; पण शारीरिक नाते जुळले नाही, तर लग्न टिकणे अवघडच असते. मी वासंतीशी या बाबतीत बोलायचे ठरवले. तिच्या मनात नक्की काय चाललेय, ती अशी का वागते, हेही समजून घेणे गरजेचे होते.

वासंती माझ्याकडे आली, तेव्हा तीही खूप तणावाखाली आहे हे जाणवत होते. नवविवाहितांमधील तेज तिच्या चेहऱ्यावर नव्हतेच. डोळ्याखाली काळी वर्तुळे जमा झालेली होती. चेहरा निस्तेज दिसत होता.

''वासंती, काही गोष्टी अशा असतात, ज्या आपण कोणाशीच बोलू शकत नाही. आईवडिलांशीही नाही आणि मित्रमैत्रिणींशीही नाही. अशा गोष्टी मनात साठत राहतात आणि मनावरचे दडपण वाढते. त्याचा शरीरावरही परिणाम होतो. तुझ्या मनातील सर्व गोष्टी माझ्याशी शेअर कर... अगदी मनमोकळेपणाने बोल. तुझ्या आणि विक्रांतच्या नात्यात निर्माण झालेली तेढ कमी करण्यासाठी या गोष्टी समजून घेणे खूप गरजेचे आहे.''

''मॅडम... मला हे लग्न टिकवायचे आहे. विक्रांतला सुखी करायचे आहे! माझ्यामुळे त्याला खूप त्रास होतो हे मी समजू शकते; पण मला काय होते तेच कळत नाही. विक्रांतने माझ्या जवळ येण्याचा प्रयत्न केला, की माझ्या अंगाला दरदरून घाम फुटतो. माझा रक्तदाब कमी होतो. मी खूप घाबरून जाते आणि माझ्याबरोबर खूप काही तरी वाईट घडतेय असे मला वाटायला लागते. केव्हा एकदा तो माझ्यापासून दूर होतोय याची मी वाट बघते. असे का होते ते कळत नाही. काय होतेय ते कुणाला सांगताही येत नाही. असे घडले, की विक्रांत खूप चिडतो. मला त्याची खूप काळजी वाटते... त्याने आता माझ्याशी बोलणेच सोडून दिले आहे. मला घटस्फोट देऊन मोकळे कर, असा एसएमएस करतो. यातून काही मार्ग निघणार नाही का?''

''यातून आपण नक्कीच मार्ग काढू. मला सांग... कॉलेज जीवनात तुझा कोणी मित्र होता? मुलांशी तू कितपत बोलायचीस?''

''माझे प्राथमिक आणि माध्यमिक शिक्षण मुलींच्या शाळेत झाले. मुलांची शाळा वेगळी होती. नंतर महाविद्यालयीन शिक्षण एसएनडीटी मुलींच्या विद्यापीठात झाले. त्यामुळे मला कोणीही मित्र नव्हताच. माझ्या इतर मैत्रिणींना कॉलेजबाहेरील मित्र होते; परंतु माझा कोणीही बॉयफ्रेंड नव्हता. मी माझ्या दैनंदिनीमध्ये व्यस्त असायचे. परीक्षा, अभ्यास आणि नवीन कोर्स यामध्येच माझा वेळ जायचा. मी कधीही नुसती मजा केली नाही.''

''ठीक आहे, पण वयात आलेली प्रत्येक मुलगी आपल्या जोडीदाराची स्वप्ने पाहात असते. तिच्या स्वप्नात तिचा राजकुमार असतो. अशा प्रकारे तू कधी स्वप्ने पाहिलीस की नाही? कधी हिंदी, इंग्रजी चित्रपट पाहिलेस की नाही?''

''माझे शिक्षण पूर्ण झाले आणि घरात लग्नाची चर्चा सुरू झाली. खरे तर चांगली नोकरी मिळाल्याशिवाय, आर्थिकदृष्ट्या सक्षम झाल्याशिवाय मला लग्नच करायचे नव्हते; पण माझ्या मामाने विक्रांतचे स्थळ आणले आणि सर्वांनाच ते योग्य वाटल्याने मी लग्न करावे, असे सर्वांनीच मला समजावून सांगितले...''

"लग्नसंबंध म्हणजे काय, याची तुला जाणीव होती की नाही? आणि तुझ्या आईने किंवा जवळच्या समवयस्क नातेवाइकांनी तुला काही गोष्टी समजावून सांगितल्या होत्या की नाही?"

"मी विज्ञान शाखेत शिकलेली आहे आणि लग्नसंबंध म्हणजे काय याची मला पूर्ण माहिती आहे. माझ्या आईनेही काही गोष्टी मला लग्नाच्या आधी समजावून सांगितल्या होत्या."

"वासंती, मग तरीही तू विक्रांतबरोबर समरस का होऊ शकत नाहीस? तुला शारीरिक संबंधांबाबत घृणा का वाटते? याच्याशी काही घटनांचा संबंध आहे का?"

"मॅडम, आमच्या शेजारी राहणाऱ्या काकू होत्या. त्यांचे यजमान त्यांना खूप त्रास द्यायचे. शारीरिक संबंधांसाठी त्यांच्यावर जबरदस्ती करायचे. मी तेव्हा लहान होते. एकदा मी सहज त्यांच्या घरी गेले होते तेव्हा ते काका त्यांच्या व्हीसीआरवर एक विचित्र फिल्म बघत होते. काहीतरी सिनेमा लागलाय असे वाटल्याने मी कुतूहलाने थांबले, तेव्हा खूप काही तरी घाणेरडे मला बघायला मिळाले. नंतर काकू घरात आल्या. मी तेथे उभी असलेली त्यांनी पाहिले. त्यांनी मला दोन फटके मारून घरातून बाहेर काढले. आणि नंतर 'हे सगळे घाणेरडे असते, लहान मुलांनी असे पाहायचे नाही,' असे मला सांगितले... तेव्हापासून त्या विषयाची भीती मनात आहे.

"विक्रांत जवळ आला, की मला त्रास होतो हे माझ्या लक्षात आले. मला त्या घटना आठवतात आणि माझे हातपायच थरथरायला लागतात. मी ही गोष्ट कोणाला सांगितली नाही. माझ्यात काही दोष आहे का, असे मला वाटायला लागले आणि मी स्त्रीरोगतज्ज्ञांकडे जाऊन माझी तपासणी करून आले. माझ्यात कोणताही शारीरिक दोष नाही याची मी खात्री करून घेतली आहे.

"आईला मी थोडीफार कल्पना दिली. परंतु 'लग्न झाल्यानंतर सुरुवातीला सर्वच मुली घाबरतात. त्यात घाबरण्यासारखे काही नाही. हळूहळू सगळे व्यवस्थित होईल,' एवढेच ती म्हणाली; पण विक्रांतचे आणि माझे सध्या अजिबात बोलणे नाही आणि त्याला घटस्फोट हवा आहे, ही गोष्ट मी कोणालाही सांगितली नाही."

"लहानपणी ज्या गोष्टी तू पाहिल्यास, ऐकल्यास त्या तुझ्या मनात राहिल्या आणि त्यामुळेच तुझ्या मनात 'सेक्स फोबिया' निर्माण झालेला आहे. मनातून ही भीती घालवून टाकण्यासाठी प्रयत्न करावे लागतील."

"मॅडम, मलाही माझे वैवाहिक आयुष्य आनंदात घालवायचे आहे. तुम्ही विक्रांतला समजावून सांगाल का?"

"मी त्याला नक्की समजावून सांगेन. परंतु त्याची मानसिकता तुला समजून घ्यायला हवी. तो अत्यंत भावनाशील मुलगा आहे. प्रत्येक गोष्टीचा तो खूप विचार करतो आणि त्यामुळेच तो लवकर नैराश्यात जातो. त्याच्या आवडीनिवडी विचारात घे, त्याला आनंदी ठेवण्याचा प्रयत्न कर. तुझ्या अडचणी त्याला समजावून सांग. शरीराचे बंध जुळायला वेळ लागला तरी मनाने तुम्ही एकत्र यायला हवे. तुला संकोच सोडून द्यावा लागेल. स्त्री-पुरुषांतील शारीरिक संबंध ही गलिच्छ अथवा ओंगळवाणी गोष्ट नसून ती एक सुखावह आणि आनंददायी, उत्साह वाढवणारी गोष्ट आहे. याबाबतीत कोणतीही लाज न बाळगता दोघांनी एकमेकांशी मोकळेपणाने बोलायला हवे."

"तुम्ही सांगताय तसे वागण्याचा मी आजपासूनच प्रयत्न करते. या सर्व गोष्टी मी विक्रांतशीही बोलेन. माझ्या वैवाहिक आयुष्यावर आलेले सावट दूर करण्यासाठी तुमच्या मार्गदर्शनाची गरज लागेल तेव्हा मी तुमच्याकडे येईन; पण तुम्हाला त्रास तर होणार नाही ना?"

"माझ्याशी बोलल्याने विक्र ांतचा आणि तुझा संसार मार्गी लागणार असेल, तुम्ही योग्य दिशेने जाणार असाल, तर मला तुमचा त्रास होणार नाही. उलट तुमच्याशी बोलायला आनंदच वाटेल. तू के व्हाही माझ्याक डे ये.... आणि आयुष्याची नव्याने सुरुवात कर....."

■■■

हे करावे

- नाती टिकवण्यासाठी बदलाची प्रक्रिया दोन्ही बाजूंनी सुरू झाली पाहिजे. त्याची सुरुवात स्वतःपासून करा.
- नवीन नाती सांभाळताना आणि टिकवताना संयम ठेवा.
- एकमेकांच्या भूमिकेत जाऊन विचार करा म्हणजे दुसऱ्याच्या वागण्याचे कारण समजेल.
- सासू-सुनांनी एकमेकींशी रुचलेल्या आणि न रुचलेल्याही गोष्टींबाबत वेळीच मोकळेपणाने संवाद साधावा. मत्सर, अहंकार दूर ठेवून मैत्रिपूर्ण संबंध निर्माण करण्याचा प्रयत्न करा.
- सणसमारंभ, मनोरंजन, खरेदी इत्यादीसाठी एकत्र जा.
- एकमेकांच्या भावनांचा, विचारांचा आदर राखून समंजसपणा दाखवा.
- एकमेकांचे वाढदिवस, लग्नाचे वाढदिवस लक्षात ठेवून एकमेकांना भेटवस्तू द्या.
- एकत्र कुटुंबात टोकाचे मतभेद असतील तर समंजसपणे स्वतंत्र राहण्याचा विचार करा.
- मनात नसले तरी काही वेळा प्रसंग निभावण्यासाठी समजूतदारपणा दाखवा. हे गैर नसून, ती तडजोड आहे.

हे टाळावे

- एखादी गोष्ट मनाविरुद्ध झाली तरी ताबडतोब प्रतिक्रिया देणे.
- एकमेकांशी स्पष्ट न बोलता मनातल्या मनात कुढत किंवा चिडत बसणे.
- संयम सोडून आक्रस्ताळेपणा करणे.
- दुसऱ्या बाजूचा विचार न करता आपलीच बाजू योग्य असल्याचा दावा करणे.
- कुठेही एकत्र जाणे टाळून फटकून वागणे.
- एकमेकांतील वादांची जाहीर वाच्यता करणे. चारचौघांत एकमेकांची निंदानालस्ती करणे.
- एकमेकांशी पटले नाही, म्हणून चिडचिड, राग, धुसफूस करणे.
- टोकाचे मतभेद असले तरी जबरदस्तीने एकत्र कुटुंबात राहणे.
- एकमेकांच्या जिव्हाळ्याच्या गोष्टींकडे जाणीवपूर्वक दुर्लक्ष करणे.

लग्नानंतर... सहजीवन

सहजीवनाच्या वाटेवर
सोबतीनं प्रवास करायचा
एकमेकांना जाणून घेत
परस्परांना आधार द्यायचा.

लग्न झालं..... आता
'मी' विसरायचा
संसारात आता
'आम्ही' स्वीकारायचा

नवीन नाती, जबाबदाऱ्या
सारं काही जाणून घ्यायचं
एकमेकांच्या सहवासात
कुटुंब फुलवायचं

एकमेकांची सुखदुःखं
मोकळेपणानं सांगायची
सोबतीचा हात देत
साऱ्यांची मनं जिंकायची

थोडं तुझं.... थोडं माझं
एकमेकांचं ऐकायचं
हट्टीपणा सोडून देत
सुसंवादाने नातं टिकवायचं.

३
लग्न प्रौढ झाल्यानंतर...

एकमेकांना आयुष्यभर अखंड साथ देण्याचे वचन देऊन दोघे विवाहबद्ध होतात. संसार थाटला जातो. एकमेकांना समजून घेत कधी वाद; तर कधी संवाद करत संसार चालू असतो. वर वर सगळं चांगलं चालू आहे असंच वाटत असतं पण पूर्वीचे प्रेम.... असोशी..... एकमेकांबद्दलची ओढ कमी झालेली असते. एकमेकांच्या स्वभावाचे कंगोरे टोचू लागतात. लग्न करून चूक केली असं ही वाटायला लागतं. व्यक्तिस्वातंत्र्यावर बंधनं येतात, जबाबदाऱ्या वाढलेल्या असतात, अपेक्षांची पूर्तता होत नाही म्हणून चिडचिड चालू असते. असं का होतं? पूर्वीची ओढ प्रेम असं पटकन शिळं का होतं ? कुठं हरवून जातं? एकमेकांशिवाय जगणंही अशक्य असं वाटणाऱ्या जोडप्याला काही क्षण एकमेकांसोबत काढणंही नकोसं वाटायला लागतं. फिरायला जाताना दोघांच्यामध्ये कोणीही नको अस वाटणाऱ्या जोडप्याला.... दोघांनाच फिरायला जाणं नकोसं वाटू लागतं. सोबत मित्र परिवार.... नातेवाईक..... कोणीतरी असावंच दोघंचं एकमेकांशी किती आणि काय बोलणार? असं वाटू लागतं. ज्या अपेक्षेने लग्न केल त्या अपेक्षा पूर्ण होत नाहीत असा अनुभव यायला लागतो आणि चिडचिड वाढत जाते आणि परिस्थिती अशीच राहिली तर लग्न टिकून राहणं अवघड जातं.

लग्न यशस्वी आणि फलदायी ठरावं असं वाटत असेल तर पुन्हा एकदा नात्यांमध्ये अर्थ भरायला हवा आणि लग्नाकडे पाहण्याचा दृष्टिकोन बदलायला हवा. नात्यांमध्ये असे बदल का घडतात हे समजून घ्यायला हवं. खूप वेळा नुसत्या अपेक्षाचा ठेवल्या जातात आणि काय कमी आहे याचाच विचार केला जातो. जे आपल्याजवळ आहे, नातेसंबंधांमधून जे उत्कृष्ट आपल्याला मिळत आहे, त्याकडेही दुर्लक्ष केलं जातं. आपल्याला हवं ते मिळत नाही, म्हणून त्याचा शोध बाहेर घेण्याचा प्रयत्न चालू होतो. कोणी कामामध्ये स्वतःला बुडवून घेतो; तर कोणी व्यसनामध्ये! कोणी

अध्यात्मामध्ये मन रमवून विरक्तीची भाषा करतो, तर कोणी विवाहबाह्य संबंधाचा आधार घेतो. खरं तर आहे त्या मार्गाने खाचखळगे आले तरी ते पार करत आपण मुक्कामी पोहचू शकतो पण त्याच वेळी इतर वाटा खुणावत असतात त्याचा मोह टाळला नाही आणि त्या मार्गावरून चालायचं म्हटलं तर व्यक्ती पुढे भरकटतच जाते. आपल्या मुक्कामी कधीच पोहचू शकत नाही. म्हणूनच नात्यामध्ये ताणतणाव का निर्माण होतात हे प्रत्येक पती-पत्नीने जाणीवपूर्वक शोधलं पाहिजे म्हणजे त्यावर उपाय सापडेल.

पती-पत्नी यामधील संवाद हरवत चाललाय का? आपण एकमेकांना पुरेसा वेळ देऊ शकत नाही का? जबाबदारी वाढल्यामुळे ताण निर्माण होत आहेत का? एकमेकांबद्दलचा विश्वास कमी झालाय का? संशय वाढलाय का? कोणत्या कारणावरून वारंवार वाद होतात? या सर्व प्रश्नांची उजळणी करावी. लग्न निरस होण्याचं कारण स्वतःच शोधून काढावं आणि त्यावर काय उपाययोजना करता येईल याचा विचार करावा. लग्न प्रौढ झाल्यानंतर दोघांना एकमेकांच्या मनात काय आहे याचा खरं तर अंदाज येऊ लागतो. जोडीदाराला केव्हा आनंद होणार आहे आणि केव्हा त्याची चिडचिड होणार आहे हे आपोआप ओळखता येऊ लागतं; मग तो क्षण सावरण्याचा प्रयत्न केला तर वादाची ठिणगी पडणारच नाही. काही वेळा वाद अटळ असतात; पण किती ताणायचे हे आपल्याच हातात असतं. एकमेकांना खऱ्या अर्थानं समजून घेतलं, जोडीदाराला आनंदाचे क्षण देण्याचा प्रयत्न केला तर साहजिकच घरातील वातावरण चांगलं राहील. लग्नाला स्थैर्य प्राप्त होईल. नाती अधिक सशक्त होतील. यशस्वी सहजीवनासाठी पुढील पिरॅमिड लक्षात ठेवावा.

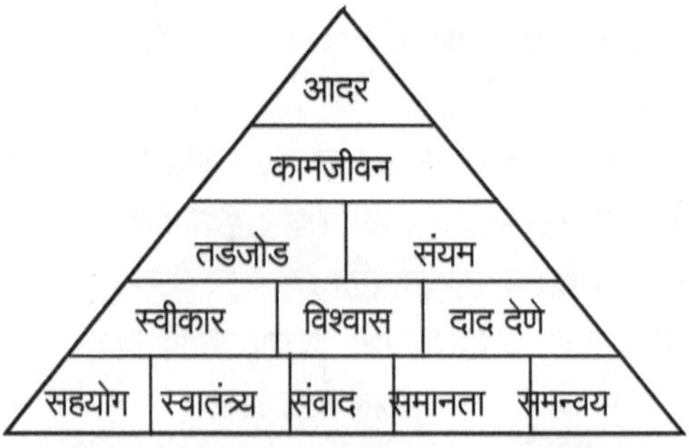

जर याचा वापर प्रत्येक जोडप्याने केला तर लग्न कितीही वर्षाचं झालं तरी त्यातील गोडी अवीट राहील; किंबहुना त्यातील रस अधिक वाढत राहील.

अपेक्षा समजून घ्या

"आता इतक्या वर्षांनी तिला साक्षात्कार झालाय, की तिचं माझं पटत नाही आणि आमचे विचार जुळत नाहीत. तिला हवा तसा मी नाही आणि आम्हाला १२ वर्षांची मुलगी आहे. १४ वर्षं आमचा संसार झालेला आहे. या सर्व गोष्टींचा ती काहीच कसा विचार करत नाही? मॅडम... मला माझा संसार वाचवायचा आहे. तुम्हीच तिला समाजावून सांगा ना... मुलीच्या भविष्याचा तरी विचार तिला करायला सांगा."

"माधव... अरे संसार वाचवण्यासाठीच आपण प्रयत्न करणार आहोत. परंतु, ही घटस्फोट मागण्याची वेळ येईपर्यंत असं तुमच्यात काय झालं हे तरी मला सविस्तर सांगशील का?"

"मॅडम... वृषाली आणि मी एकाच कॉलेजमध्ये शिकत होतो. आमची घरंही जवळच्या अंतरावर होती. अभ्यासाच्या नोट्स एकमेकांना देताना आमची ओळख झाली. नंतर आमची चांगली मैत्री झाली. मैत्रीचं रूपांतर प्रेमात झालं आणि आम्ही लग्न करायचं ठरवलं. आम्ही दोघंही एकाच जातीचे असल्यानं घरच्या लोकांकडून आम्हाला कोणताही विरोध झाला नाही. इतर पती-पत्नींमध्ये होतात तसे किरकोळ वाद आमच्यातही व्हायचे; परंतु, भांडणं टोकाला जाईपर्यंत कधीच वाद झाले नाहीत. आमचा परंपरागत व्यवसाय मी सांभाळत होतो. लग्न झाल्यानंतर वर्षभरात लगेच मुलगी झाल्यामुळे वृषाली घरातच होती. आमचा संसार व्यवस्थित चालला होता; परंतु, तो व्यवस्थित चालला आहे, असं मला वाटत होतं. तिच्या दृष्टीनं मी तिचं मन मारत राहिलो. तिच्या उत्कर्षाला संधी दिली नाही. आमची मनाली १० वर्षांची झाल्यानंतर.. 'मी आता घरात बसणार नाही, मी नोकरी करणार,' असं वृषाली म्हणाली. वृषालीनं नोकरी न करता माझ्या व्यवसायात मला मदत करावी, असं मी तिला सुचवलं होतं; परंतु, 'एकाच व्यवसायात न राहता

मला माझी स्वतंत्र नोकरी करूदेत,' असा हट्ट तिनं धरला. मी तिला नाराजीनंच परवानगी दिली. खरं तर घरात वयस्कर आईवडील, लहान मुलगी, घरातील जबाबदाऱ्यांकडे तिनं अधिक लक्ष द्यावं, अशी माझी इच्छा होती; परंतु 'माझ्या शिक्षणाचा काय उपयोग? मलाही माझं करिअर करायचं आहे,' असं तिचं म्हणणं होतं. आईला घरात कामाचा ताण पडू नये म्हणून तिनं कामवाल्या बाईची व्यवस्था केली होती. 'मी सगळं मॅनेज करेन' असं तिचं म्हणणं होतं.

''ती सगळं करतही होती; परंतु, एक नवीनच प्रकरण घडलं. तिच्या ऑफिसमधील अमेयशी तिची मैत्री झाली. हे मैत्री प्रकरण फारच पुढं गेलं. त्यांचं ऑफिसमध्ये सोबत जाणं, एकमेकांना मेसेज पाठवणं, व्हॉटसॲपवर सतत चॅटिंग करणं, हे वाढतच गेलं. एकदिवस अचानक गेम खेळण्यासाठी मुलीनं तिचा मोबाईल घेतला. तिला काहीतरी अडलं म्हणून ती मला विचारायला आली आणि तेवढ्यात तिची मैत्रीण खेळायला आल्यामुळे माझ्या हातात मोबाईल देऊन ती निघून गेली. गेममधून एक्झिट होताना एकएसएमएस आला म्हणून मी बघितला आणि हादरूनच गेलो. व्हॉट्सॲपवरील त्यांचे संवाद मी वाचले. प्रकरण फारच पुढं गेलं होतं. त्या दिवशी आमच्यात खूप वाद झाले. 'नोकरी सोडून द्यायची आणि अमेय प्रकरण बंद करायचं' असं मी तिला सांगितलं.

'' मात्र हे तिनं काहीच केलं नाही. याउलट, 'तुझ्याशी लग्न करून मी फार मोठी चूक केली आहे, मी तुझ्याबरोबर कधीच समाधानी नव्हते. तुझे आणि माझे विचार वेगळे आहेत. आपण वेगळं झालेलं बरं. आपण संमतीनं घटस्फोट घेऊ' असं ती मला म्हणू लागली आहे.''

''तुझे कोणते विचार तिला पटत नाहीत, हे तिला विचारलंस की नाही?''

''मॅडम... गेले दोन महिने आमच्या घरी ही धुसफूस सतत चालू आहे. मी तिला याच गोष्टी सतत विचारतो आहे, पण ती जे सांगते, ते मला पटत नाही. माझ्या ज्या सवयी, माझ्या आवडीनिवडी यांचं तिनं कौतुक केलं होतं, त्याच तिला नंतर बोचऱ्या वाटू लागल्या. माझं नियोजन योग्य असतं, असं म्हणणारी वृषाली आता, 'तुझं प्रत्येक काम आखून-रेखून, ठाकून-ठोकून तुझ्या चौकटीत तू बसवतोस आणि त्याच्या बाहेर येतच नाहीस' अशी तक्रार करते. माझी साधी राहणी तिला आता खटकायला लागली आहे. मी फालतू खर्च करत नाही, पार्ट्या, सिनेमा, मौजमजा यांवर पैसे वाया घालवणं मला आवडत नाही. व्यवसाय बंद ठेवून दहा-दहा दिवस पर्यटनासाठी बाहेर फिरत राहणं मला रुचत नाही. वाढदिवसाच्या दिवशी पार्ट्या करून केक कापण्यापेक्षा घरात औक्षण करून गोडधोड केलं जावं, आपले संस्कार

आपण जपावेत, अशा मताचा मी आहे. सुटीच्या दिवशीही उगाच लोळत राहणं मला आवडत नाही. ऊठ-सूठ हवं तेव्हा रोमान्स करत राहणं मला पटत नाही. परंतु तिला मी आता नीरस वाटू लागलो आहे. माझे विचार काळाच्या मागे आहेत, असं ती म्हणते.

''तिचे एसएमएस आणि चॅटिंग वाचल्यानंतर 'हे काय आहे?' असं मी तिला विचारलं, तेव्हा ती म्हणाली,'त्यात काय मोठंसं? हे सगळे जणच करतात. थोडी गंमत... थोडी मजा. हे सगळे फॉरवर्ड मेसेजेस असतात आणि ते लाइटली घ्यायचे असतात.' तिच्या बोलण्यात अपराधीपणाची भावनाही नव्हती. मॅडम तुम्हीच सांगा, जर तो अमेय हिला मेसेज पाठवताना, संवाद साधताना 'हाय सेक्सी...' असं म्हणत असेल, तरीही हे सगळं लाइटली घ्यायचं? या सगळ्या गोष्टी पुढच्या थराला कधी जातील, हे सांगता येत नाही आणि गेल्या असतील तर त्या मला माहिती नाहीत.

''या सगळ्याची 'लक्ष्मणरेषा' कोणती याबाबत तिचे आणि माझे विचार वेगळे आहेत. माझे विचार बुरसटलेले आहेत, मी आयुष्याची मजा न घेणारा बोअर माणूस आहे, असं तिला आता वाटतंय. या गोष्टींची चर्चा झाली, की 'तुझं आणि माझं पटणार नाही. आपण घटस्फोट घेऊन आपले मार्ग वेगळे करू' असं ती म्हणते. या सगळ्याचा माझ्या मुलीवर परिणाम होतोय. आमचे असे वाद सुरू झाले, की ती घाबरून जाते... रडायला लागते. 'आई... आपल्याला सोडून जाणार का?' असं विचारायला लागते. मला तिची खूप काळजी वाटते आहे. तुम्हीच सांगा मॅडम... मी आता काय करावं?''

''माधव... संसारामध्ये आपल्या जोडीदाराला कशाचं वाईट वाटेल आणि कशानं मन दुखावलं जाईल, याचे कोणतेही तर्क लावताच येत नाहीत. प्रत्येकाला आपणच खरं आणि आपणच योग्य, असं वैयक्तिकरित्या वाटत असलं तरी आपल्या वागण्यानं आपण कळत-नकळत आपल्या जोडीदाराला दुखावतो आहोत, याचं भान अनेकांना नसतंच. त्यामुळेच मग अपेक्षांची पूर्तता होत नाही. हे सगळं साठत राहतं आणि कधीतरी त्याचा उद्रेकहोतो. वृषालीचा आणि तुझा प्रेमविवाह... तुम्ही दोघंही एकमेकांना लग्नाच्या आधीपासून ओळखत होतात. तू एक जबाबदारीनं वागणारा मुलगा आहेस हे तिनं पाहिलं होतं. इतर मुलांसारखं उडाणटप्पू होऊन इकडंतिकडं फिरत राहणं तुला आवडायचं नाही. आणि तुझी हीच गोष्ट तिला आवडली होती, हे अगदी खरं आहे.

''पण लग्न झाल्यानंतर तिला नक्की काय आवडतं याचा विचार तुझ्याकडून झालेला नाही. तिला बाहेर फिरायला, भटकायला आवडतं. कधीतरी रूटीनपेक्षा वेगळं जगावं अशी तिची अपेक्षा असते; परंतु, तू सतत नियमबद्ध जगत असतोस. दोघांनी एकत्र सिनेमा पाहणं, हॉटेलिंग करणं, मॉलमध्ये चक्कर मारणं यातला आनंदही कधीतरी

घ्यावा. वाढदिवसाच्या दिवशी आपले संस्कार जपणं योग्य असलं तरीही त्याबरोबर केक कापण्यातला आणि वेगळं सेलिब्रेशन करण्यातला आनंदही घ्यावा, अशी वृषालीची अपेक्षा असते. परंतु, या गोष्टी तुझ्याकडून झाल्या नाहीत. तू तुझ्याच तत्त्वानं वागत राहिलास. यामुळे जाणते-अजाणतेपणी तिच्या इच्छा मारल्या गेल्या. तू काळाबरोबर धावत नाहीस... बदल स्वीकारत नाहीस, याचं तिला वाईट वाटू लागलं. पण त्यासाठी संसार मोडायला हवा... अशा विचारांची वृषाली नाही म्हणूनच इतकेदिवस तिनं घर सोडून जाणं... किंवा घटस्फोट घेणं याबाबतीत विचार केलेला नव्हता... कदाचित तसा विचारही तिच्या मनात आला नव्हता.

"परंतु, ती जेव्हा घराबाहेर पडली... ऑफिसमधील सहकाऱ्यांसोबत शेअरिंग करू लागली, तेव्हा आपण आयुष्यातले अनेक आनंदाचे क्षण घालवले आहेत... आपली स्वतःची काही मतं आहेत... काही अपेक्षा आहेत आणि आपल्यालाही आपल्या मर्जीप्रमाणे वागता यायला हवं, असा ती विचार करू लागली. यातच तिला अमेय भेटला. त्याचं मोकळेपणानं वागणं... बोलणं तिला आवडू लागलं. त्याच्याशी शेअरिंग वाढत गेलं. तिच्या दबलेल्या इच्छांची पूर्तता करून घेण्याची तिची धडपड चालू झाली, पण त्यात ती किती अडकत चालली आहे, हे तिचं तिला कळलं नाही. अमेयची आणि वृषालीची मैत्री कॅज्युअल आहे आणि याबाबत तू हरकत घेऊ नयेस. या गोष्टी चालायच्याच म्हणून तू सोडून द्यावंस, अशी तिची अपेक्षा आहे. परंतु, त्याच गोष्टी तू लावून धरल्यामुळे तुमच्यात या विषयावरील वाद वाढले आहेत.

"आता हा गुंता सोडवण्यासाठी मला वृषालीला काही गोष्टी समजावून सांगायलाच हव्यात. त्यासाठी मी तिच्याशी बोलेन. हे प्रकरण कॅज्युअल असलं तरी ते केव्हा सिरियस होईल याची तिला कल्पना नाही. मोहापायी एकदा जरी पाऊल घसरलं तरी ते नंतर घसरतच जातं, याचं भान तिला देणं आवश्यक आहे; परंतु, तू तिच्यावर रागावून, चिडून, दोषारोप करून, तिच्यावर ठपका ठेवून चालणार नाही. त्याच्यासाठी तुला या गोष्टी वेगळेपणानं हाताळाव्या लागतील. फॉरवर्ड मेसेजेस कॅज्युअली घेतले तरी ते मुलीनं वाचल्यानंतर तिच्यावर काय परिणाम होईल, हे तिला हळूहळू समजावून सांगायला हवं.

"तुला तुझ्यातही बदल घडवून आणणं आवश्यक आहे. आयुष्यातल्या प्रत्येक क्षणाचा आनंद उपभोगता आला पाहिजे. काहीतरी वेगळं करण्यातली मजाही अनुभवावी लागते. सिनेमा पाहणं, भटकणं म्हणजे केवळ पैसे घालवणं असं नसतं... सुटी काढून पर्यटनाला जाणं म्हणजे वेळ घालवणं नसतं, तर त्यातून मिळणारा आनंद हा आपला दैनंदिन उत्साह वाढवणारा असतो. नवीन तंत्रज्ञान, नवीन बदल आपण आत्मसात करून

घ्यायला हवेत. आता मॉल संस्कृतीशी आपल्याला जुळवून घेता यायला पाहिजे. जुनं ते सोनं असं म्हणून त्याच गोष्टी आपण करत राहिलो तर नव्या बदलाशी आपल्याला सामना करता येणार नाही. माधव, अरे त्याच त्याच गोष्टी आपण करीत राहिलो, की त्यातला तोच तोचपणा आपल्याला कंटाळवाणा वाटतो., अगदी कामक्रीडेतसुद्धा बदल आवश्यक असतो.

''काही गोष्टी सोडून द्यायला हव्यात, काही विसरायला हव्यात. संसार सांभाळण्यासाठी आणि मुलीच्या भविष्यासाठी तिनं कोणत्या लक्ष्मणरेषा आखून घ्यायच्या, हे मी तिला सांगणारच आहे; पण तुझ्यातले बदल तू घडवून आणलेस तरच या गोष्टी जमू शकतील. तिला त्या मोहातून, प्रलोभनातून समंजसपणे बाहेर काढता येईल. याचा परिणाम केवळ तुमच्या नात्यावर होणार नसून, यामुळे सगळ्याच नातेसंबंधांत कटुता येऊ शकते. आईचं आणि मुलीचं नातं यामुळे बिघडू शकतं; शिवाय मुलीच्या व्यक्तिमत्त्वावर त्याचा परिणाम होईल, हे मी तिला समजावून सांगेन.

''माधव... वृषालीवर रागावू नकोस... चिडू नकोस. तुझ्यातील बदल तिनं पाहिले, की ती स्वतःमध्ये नक्कीच बदल घडवून आणेल. तिच्या नजरेतील अबोल नापसंती ओळखून त्याप्रमाणे वागण्याचा प्रयत्न कर. सगळ्या गोष्टी बोलून दाखवायच्या नसतात; काही करून दाखवायच्या असतात.''

''मॅडम... मी माझ्यात बदल घडवून आणण्याचा नक्कीच प्रयत्न करेन. मला माझा संसार वाचवायचा आहे. उद्या आमच्या मनालीचा वाढदिवस आहे आणि तो मी वेगळ्या पद्धतीनं साजरा करणार आहे. मी आताच त्याचं नियोजन करून ठेवतो आणि नंतर कार्यक्रम कसा झाला ते तुम्हाला सांगायलाही येईन. मी निघतो आता.''

''तुझ्यातील नवीन बदलाला 'ऑल द बेस्ट.' नवीन वर्ष तुझ्यात नवीन बदल घडवून आणो आणि तुमचा संसार अधिक बहरात येवो, याच माझ्या शुभेच्छा.''

सहजीवनासाठी संवाद हवाच

दारावरची बेल वाजली आणि एका विशिष्ट पद्धतीने वाजली तेव्हाच लक्षात आले, नक्कीच की वैशाली आली असणार. ती आली, की अशीच वादळासारखी यायची आणि धो धो बोलत राहायची. ही तिची अगदी लहानपणापासूनची सवय होती. अभ्यासाच्या वेळीही तिची बडबड चालूच असायची. कधी कधी तर माझी आई तिला म्हणायची, 'किती बोलतेस वैशू... अग खापराचं तोंड असतं तर केव्हाच फुटून गेलं असतं.'

लग्न झाल्यानंतरही तिचा स्वभाव बदलला नाही. पण जोडा परस्परविरोधीच असतो असे म्हणतात, त्याप्रमाणे वैशालीचा नवरा विवेक मात्र अगदी अबोल होता. मोजकेच बोलायचे, आणि हिची तोफमात्र चालू राहायची. तिचा मुलगा तिच्यासारखाच बडबड्या आणि मुलगी मात्र वडिलांसारखी शांत, कमी बोलणारी होती. पुन्हा एकदा बेल वाजली आणि मी भानावर आले.

"अग हो... हो वैशू आले मी. जरा दम धर की!"

मी दार उघडले. वैशाली आत आली आणि मला चक्कमिठीच मारली.

"तुला खूप खूप धन्यवाद... अगदी मनापासून धन्यवाद!"

"अग पण कशासाठी?"

"तुझ्या आग्रहाखातर.... तू समजावून सांगितल्यामुळे; पण अगदी अनिच्छेनेच मी विवेकबरोबर फिरायला गेले होते; पण आज मला कळतंय. मी तुझं ऐकलं नसतं, तर कदाचित या चांगल्या अनुभवाला मुकले असते. घरातील सर्व साफसफाई झाल्यानंतर जसं एखाद्या गृहिणीला छान वाटतं, तसंच मनातील जुन्या विचारांची सगळी जळमटं, राग-लोभांचा केरकचरा काढून टाकल्यामुळे मलाही स्वच्छ... छान मोकळं वाटलं, अँड क्रेडीट गोज टू यू.."

"वैशाली, आता पुरे... तुझ्या ट्रिपचा सविस्तर वृत्तान्त मला सांगणार आहेस की

नाही?''

''हो, ग बाई... हो... ते सर्व तुला सांगण्यासाठीच तर मी आले आहे. तुला माहितीच आहे, विवेकनं एका हेल्थ रिसॉर्टमध्ये आमच्या दोघांसाठी १० दिवसांचं बुकिंग केलं आणि आपल्याला जायचंय, एवढंच मला सांगितलं. मी एवढी रागावले त्याच्यावर. 'मला विचारल्याशिवाय यानं बुकिंग का केलं' म्हणून मी भरपूर तोंडसुख घेतलं त्याच्यावर. प्रत्येक वेळेस हा मला गृहीत का धरतो? मुलांची परीक्षा तोंडावर आलेली... ऑफिसमधील कामाचा ताण... सुटी मिळणं अवघड आणि आत्ता कशाला यानं हे काढलं, या विचारांनीच माझं डोक भणभणलं. त्यानं त्याच्या परीनं मला समजावून सांगण्याचा खूप प्रयत्न केला; पण मी ऐकायला तयार होईना म्हणून त्यानं तुला सांगितलं आणि तुझा पेशा समुपदेशनाचा असल्यामुळं तू मला बरोबर समजावून सांगितलंस.''

''वैशाली... हा टोमणा म्हणायचा की कौतुक?''

''नाही ग... टोमणा नाही मारत... तुझं कौतुकच करतेय. खरंच... माझ्या रुटीनमधून मी बाहेर पडायला हवं... विवेक लाही समजून घ्यायला हवं. त्याचा स्वभाव अबोल, घुमा असला तरी त्यालाही संवाद साधायला आवडतं. त्याला मोकळं क रणं हेही गरजेचं आहे. मुलं मोठी झाली आहेत. त्यांची काळजी करण्याची गरज नाही. घरातील जबाबदाऱ्यांची त्यांनाही जाणीव व्हायला हवी आणि सर्वांत महत्त्वाचं म्हणजे ४०-४५नंतर प्रत्येकानं आपल्या आरोग्याकडं अधिक लक्ष द्यायला हवं... ऑफिसमधून सुटी काढून त्याच्याबरोबर जाण्यास तयार झाले.''

''हो मला माहितीये... माझ्यावरही रागावलीस.... माझी मैत्रीण असून माझ्या बाजूनं कधी बोलत नाहीस, हेही मला ऐकवलं होतंस. ते जाऊ दे... पुढं काय झालं सांग?''

''विवेकचा स्वभाव असा... मोजकंच बोलणं... स्वतःहून कोणाशीही ओळख करून घेणार नाही... बोलणार नाही. अशा घुम्या माणसाबरोबर मुलं सोबत नसताना १० दिवस काढणं माझ्यासाठी अवघड होतं. लग्न झाल्यानंतर हनिमून ट्रिपचे आठ दिवस सोडले, तर आम्ही दोघंच असं कुठं कधी गेलो नव्हतो. लग्न झाल्यानंतर लगेचच दिवस राहिले आणि यशचा जन्म झाला... पुन्हा चार वर्षांत सलोनी... मग मुलांच्या शाळा... परीक्षा... दहावी... बारावी असं करता करता कुठं लांब ट्रिपसाठी बाहेर जाणं झालंच नाही. अगदीच कुठं गेलो तरी दोन ते तीन दिवस; तेही मुलांना घेऊनच... आता इतक्या वर्षांनी दोघांनीच जायचं, तेही आरोग्य पर्यटन... आयुर्वेद आणि निसर्गोपचार करून घ्यायचे... जिथं टीव्ही नाही.. मोबाईलला रेंज नाही... कोणताही ओळखीचा ग्रुप नाही, अशा ठिकाणी आम्ही दोघंच... तिथं आम्ही दोघंच किती आणि काय

गप्पा मारणार? सतत कामात असणारी मी... काहीही न करता दहा दिवस शांत कशी राहणार? अशा सगळ्या विचारांमध्ये मी अडकले होते. खरंतर मी स्वतःवरही वैतागले होते... कामी ऐकतेय त्याचं? तुझं तरी मी का ऐकलं?.. घरातील, ऑफिसमधील महत्त्वाची कामं सोडायची आणि तिथं जायचं...? असंख्य विचारांनी डोकं भणभणलं होतं. अशाच विचारात मी तिथं पोचले.

''हेल्थ रिसॉर्ट असल्यानं सुरुवातीलाच वैद्यकीय तपासण्या होत्या. अगदी अनिच्छेनंच साऱ्या तपासण्या केल्या. तिथल्या डॉक्टरांना तर मी 'माझा आयुर्वेद आणि निसर्गोपचारावर अजिबात विश्वास नाही. माझ्या यजमानांसोबत इथं आले आहे; पण दहा दिवस इथं कसे काढणार? इतकं निवांत आयुष्य काढण्याएवढी वयस्कर मी आजिबात नाही, मला माझी खूप व्यवधानं आहेत. मला तर इथले कोणतेही उपचार घ्यायचे नाहीत,' असं स्पष्टच सांगून टाकलं. माझ्या अतिस्पष्टवक्तेपणाबद्दल विवेकला नेहमीच काळजी वाटायची. माझ्या या बोलण्यावर आता डॉक्टर काय म्हणताहेत आणि लगेचच परत जावं लागणार की काय, असे भाव त्याच्या चेहऱ्यावर होते. आपण उगाचच एवढं बोलतोय, असं माझं एकमन मला सांगत होतं; पण दुसरं मन बंड करून उठलं होतं.

''पण तिथले डॉक्टर... पेशानं वैद्य असले तरी तुझ्यासारखं समुपदेशनाचं प्रशिक्षण त्यांनी घेतलं असावं... त्यांनी मला अतिशय शांतपणे सांगितलं, 'मॅडम... तुम्ही कोणत्याही उपचारासाठी इथं आलेलाच नाहीत. तुमच्या दैनंदिन आयुष्यापेक्षा थोडं वेगळं जीवन अनुभवण्यासाठी तुम्ही इथं आलेला आहात... आणि हेच मनापासून स्वीकारा. शहरात... कॉँक्रीटच्या जंगलात तुम्हाला स्वच्छ मोकळा श्वास घेता येत नाही... निसर्गातील बदल अनुभवता येत नाही.... निसर्गाशी हितगुज करता येत नाही. ते तुम्ही इथं करू शकता. स्वतःच्या शरीराकडे आणि स्वतःच्या मनाकडे पाहणं म्हणजे काय, हे तुम्हाला इथं समजेल. इथं फक्त शरीराचंच नाही, तर मनाचंही आरोग्य चांगलं राहील, असा प्रयत्न आम्ही करत असतो. गाडीला वेळोवेळी सर्व्हिसिंग केलं की गाडी जशी व्यवस्थित चालते... चांगलं ॲव्हरेज देते, तसंच शरीराचं आणि मनाचंही सर्व्हिसिंग या ठिकाणी केलं जातं. तुम्ही श्रद्धापूर्वक या गोष्टीकडं पाहा आणि या सर्व गोष्टींचा मनापासून आनंद घ्या.' त्यांच्या बोलण्यानं मी थोडी शांत झाले.

'''ठीक आहे.. मी प्रयत्न करेन,' असं मी त्यांना म्हणाले आणि विवेकला हायसं वाटलं. त्यानंतर आम्ही सिसॉर्टवरील आमच्या रूममध्ये गेलो. तेथील दिनचर्या समजावून घेतली. मीही मनानं ठरवलं.. सारं विसरून जायचं आणि हे आरोग्य पर्यटन मनापासून अनुभवायचं.

''विवेकनं त्याच संध्याकाळी मला तेथील एका स्पॉटवर गेलं. डोंगरावरील उंच भागावर आम्ही उभे होतो आणि समोर हिरवी शाल पांघरलेला टवटवीत निसर्ग.. दरीत लांबवर दिसणारं छोटंसं गाव... लांबूनच येणारा बैलांच्या गळ्यातील घुंगरांचा आवाज... मधूनच येणारा मोरांचा आवाज... पक्ष्यांचा मधुर किलबिलाट... पावसाच्या पाण्यामुळं तयार झालेले छोटे धबधबे.. वाऱ्याच्या झुळकीनं होणारी पानांची सळसळ... अहाहा! निसर्गाचं ते रूप पाहून माझा वैताग, माझी चिडचिड पार पुसून गेली. वेळ मिळेल तेव्हा त्याच स्पॉटवर येऊन आम्ही निवांत बसत असू... तिथलं सर्व निरीक्षण करून मनात जेवढं साठवता येईल तेवढं साठवण्याचा मी प्रयत्न करू लागले.

''मला आणि विवेकला नुसत्या निखळ गप्पा मारायला कधी वेळच मिळाला नव्हता. सकाळी उठलं, की दिवसभरात काय करायचं, कोणती कामं पूर्ण करायची, कोणती बिलं भरायची, इएमआय किती राहिलेत, मुलांसाठी कोणती गुंतवणूक करायाची... यापलीकडं काहीही बोलणं नाही. दोघांनी घरातील गोष्टी सांभाळून आपापल्या दिशेनं कामाला जायचं. ऑफिसमधल्या मिटिंग्ज, कमिटमेन्टस, नवीन बदल आणि रोजचे नवीन ताण. संध्याकाळी घरी आल्यानंतर एकमेकांशी इतर काही बोलण्याइतका उत्साहही नसतो. केव्हा एकदा अंथरुणावर अंग टाकतो असं होऊन जातं. विवेकचं ऑफिस लांब असल्यामुळे प्रवासातच तो थकलेला असतो. अगदीच काही महत्त्वाचं काम असेल तर तेवढ्यापुरतं बोलायचं किंवा ऑफिसमध्ये काही आठवलं तर एसएमएस करायचा... मोजक्या शब्दांत. प्रत्यक्ष बोलण्यापेक्षा आम्ही मोबाईलवरील एसएमएस आणि कॉम्प्युटरवर मेल, चॅट यातच बोलतो.

''पण तेथे आम्ही मनसोक्त गप्पा मारल्या... अगदी कोणत्याही विषयावर. दोघांचं लहानपण... लग्नातील प्रसंग, हनिमूनच्या आठवणी, दोघांचं फ्रेंडसर्कल, मुलांना कसं वाढवलं... कसे दिवस काढले... इथपासून ऑफिसमधले कलीग्ज... त्यांचं राजकारण, पुढं काय करायचं आहे... मुलांचे शिक्षण... त्यांची लग्नं अगदी काहीही... कधी कधी अगदी अर्थ नसलेल्या गप्पाही... निवांतपणा म्हणजे काय, निवांत गप्पा म्हणजे काय, हे आम्ही दोघांनीही अनुभवलं. एकमेकांच्या सुखदुःखाचे क्षण, भावभावना समजून घ्यायला आम्हाला वेळ मिळाला. विवेकच्या लहानपणीचं वातावरण कसं होतं, लहानपणी स्वतःचं मत मांडण्याची संधी न मिळाल्यानं तो कसा अबोल झाला, या सर्व गोष्टी लग्नानंतर २३ वर्षांनी मला समजल्या. विवेकला खऱ्या अर्थानं मला समजून घेता आलं. कधीही मनमोकळं न बोलणारा विवेककिती गप्पा मारू शकतो, आवडती गाणीही म्हणू शकतो, हे मला तिथंच कळलं.

''केवळ विवेकलाच नाही, तर मी मलाही समजून घेऊ शकले. खूप गोष्टी आपल्याला करायच्या असतात; पण वेळ नाही, या कारणानं आपण त्या गोष्टी करत नाही. कधी कधी ज्या गोष्टी करायला आवडत नाही, त्याही करत असतो आणि स्वतःची ओळखच हरवून बसतो. तिथं खूप दिवसांनी मी चक्क कविताही केल्या. योगसाधना, प्राणायाम यामध्येही सहभागी झाले. मेडिटेशनमुळे मिळणारा मानसिकआनंद अनुभवला. स्वतःमध्येच डोकावून पाहिल्यामुळे स्वतःची नवीन ओळख झाली आणि अंतर्मनाची स्पंदनं ओळखण्याची कला आत्मसात केली. तेथील उपचारांमुळे शरीरशुद्धी झाली. शरीर हलकं झालं आणि मनही हलकं झालं. संपूर्ण दहा दिवस आम्ही एक मेकांशी गप्पा मारण्यात, मनसोक्त हसण्यात, परस्परांच्या सहवासात, निसर्गाचा आनंद घेण्यात घालवले. रिसॉर्टमध्ये आमच्यासारखेच इतरही काही जण आले होते. तीही जोडपी होती. काही जण मित्रांबरोबर, भाऊ-बहिणींबरोबर, तर काही जण एकटेच आलेले होते. सर्वांच्या ओळखी झाल्या. त्यांची सुखदुःखंही ऐकायला मिळाली. त्या सर्वांमध्ये आपण कुठं आहोत, हेही समजलं.

''तिथला सकस आहार... गरमागरम आयतं जेवण... निवांतपणे घेतलेला सर्व गोष्टींचा आस्वाद आणि निसर्गाची स्वच्छ, खोल श्वासात भरून घेतलेली मोकळी हवा... आणि मनमोकळ्या गप्पा मी कधीही विसरू शकणार नाही. येताना तेथील डॉक्टरांचे मी मनापासून आभार मानले. रोजच्या कामाच्या धबडग्यात अडकून माझे आनंदाचे क्षण मी हातचे घालवू पाहत होते, याबाबत मी त्यांच्याकडे दिलगिरीही व्यक्त केली.

''तुला सांगू, तिथून येतानाच आम्ही दोघांनीही काही गोष्टी ठरवल्या आहेत. आपली दिनचर्या थोडी बदलायची. कितीही धावपळीचा, गडबडीचा, ताणाचा दिवस असला तरीही रोज थोडा वेळ तरी एकमेकांसाठी काढायचा. आणि एकमेकांशी मोकळं बोलायचंच.... एकमेकांशी संवाद साधायचा. खूप महत्त्वाचा असतो तो सहजीवनात. एकमेकांना खऱ्या अर्थानं समजून घेणं संवादामुळंच शक्य होतं. उशिरा का होईना, हे शहाणपण आम्हाला सुचलं.''

''वैशाली खरंय तुझं. एकमेकांशी संवाद साधणं, हे फार महत्त्वाचं आहे; पण तेच आता दुर्मिळ होत चाललंय. एकमेकांशी गप्पा मारणं हरवतच चाललंय. नात्यामध्ये खराखुरा संवाद घडतच नाही. आजकाल संवाद म्हणजे एकमेकांना माहिती सांगणं एवढंच होतं. तेही मोबाईलची बटणं दाबून, व्याकरण नसलेल्या तोकड्या शब्दांत. Thank you हा शब्दसुद्धा T.Y. एवढाच टाइप करायचा. सुखदुःख, भावभावना शेअर करण्यासाठी प्रत्यक्ष भेटण्यापेक्षा इंटरनेट आणि व्हॉटस ॲपचाच आधार घेतला जातो.

"पती-पत्नीमधील संवादसुद्धा खूपदा व्यावहारिक पातळीवरच होतो. म्हणूनच दोघांनी एकमेकांसाठी वेळ काढणं महत्त्वाचं असतं. दोघांचीही ती गरज असते. अनेक पती-पत्नीमध्ये खराखुरा संवाद घडतच नाही; याची जाणीव त्यांना नसते; परंतु त्याचे परिणाम मात्र दिसत असतात. क्षुल्लक गोष्टीवरून एकमेकांशी वाद होतात. 'तुझी आई मला असंच का बोलली आणि तुझा भाऊ माझ्याशी तसंच का वागला' अशा वादालाही काही अर्थ नसतो. त्यासाठीच दोघांनीच घरातून कामातून वेळ काढून बाहेर जाणे.. रुटीनमधून बाहेर पडणे महत्त्वाचे असते. पती-पत्नीच्या नात्यात दोघांनाही एकमेकांच्या सहवासाची- संवादाची ओढ असायला हवी."

"बऱ्याच वेळा एकमेकांशी वाद नको म्हणून नवरा-बायको एकमेकांशी बोलणंच टाळतात. पण एकमेकांबद्दलचा राग-उद्वेग मनात साठत राहिला, तर मनाचा कोंडमारा होतो. नकरात्मक भाव वाढत राहतात आणि नाती कडवट होतात. एकाच घरात राहूनही एकमेकांबद्दल अजिबात ओलावा नसतो. ऑफिसमध्ये माझ्या काही मैत्रिणी मी अशा पाहिल्या आहेत. समाजाला दाखवण्यासाठी ते एकत्र राहतात; पण त्यांचा संसार होत नाही. त्यापेक्षा एकमेकांबद्दल जे वाटतंय ते मोकळेपणानं बोलणं झालं, तर त्या क्षणी थोडं वाईट वाटलं तरी मनात साठून राहणार नाही."

"वैशाली, खरंय तुझं म्हणणं; परंतु, बऱ्याच वेळेला स्त्रियांना कधी काय आणि किती बोलायचं याचं तारतम्य नसतं. ऑफिसमधून थकूनभागून आलेल्या नवऱ्याला तो आल्याबरोबर, नको त्या तक्रारी करणं सुरू होतं. पुरुषही जेवायला बसल्यावर स्वयंपाकावरून उणंदुणं बोलणं, कामाच्या वेळेतच काही तरी चिडचिड करतात. त्यातून वाद होतात. खरं तर आपले ताणतणाव आपल्याच माणसांवर आपण काढतो. पण थोडं तारतम्य ठेवलं, न आवडलेली गोष्ट केव्हा कधी बोलायची याचं भान ठेवलं, तर वादाची वेळ येणार नाही. दोघांमध्ये खऱ्या अर्थानं संवाद घडतील. त्यासाठीच अधूनमधून असं पर्यटनही काम करून जातं. खरंय की नाही?"

"हो बाई, पटलं मला. सहजीवनासाठी संवाद हवाच आणि तो घडवून आणण्यासाठी प्रयत्नही करायला हवा..."

जोडीदाराला नात्याचा विश्वास द्या

"मानसी... काय झालंय? तुझा चेहरा का उतरलाय? ऑफिसमध्ये काही घडलं का?"

"काही नाही रे!"

"तुझा मूड ठीक नाहीय... काय झालंय सांग बरं."

"काही विशेष नाही."

"तुला आता सांगायचं नसेल, तर नको सांगूस; पण तुझं काहीतरी बिनसलंय एवढं खरं. नंतर सांगशील सगळं."

"तुला कसं कळलं?"

"मानसी... अग आपलं लग्न होऊन एक तप झालं... तुझा चेहरा वाचता येतो मला... हालचालीतील फरक मला कळतो. त्यासाठी काही वेगळं निरीक्षण करण्याची गरज नसते."

"अरे, तूही तुझ्या ऑफिसच्या कटकटीत असतोच. तुला टेन्शन्स कमी आहेत का? तुला अजून कशाला त्रास द्यायचा?"

"ए वेडाबाई... त्यात त्रास कसला? नवरा-बायकोनं एकमेकांशी शेअरिंग केल्यानं त्रास वाढत नाही, कमी होतो. मन मोकळं होतं आणि त्यातून काहीतरी मार्ग निघतो."

"खरं तर मलाही सवयच लागलीय... प्रत्येक गोष्ट तुझ्याशी शेअर करण्याची. तुझ्यापासून मी कोणतीच गोष्ट लपवून ठेवू शकत नाही- अगदी तुला न सांगता काही करायचं, तुझ्या नकळत एखादी गोष्ट करायची आणि तुला आश्चर्याचा धक्का द्यायचा... असं किती वेळा ठरवलं. पण कधीच घडलं नाही कारण... तुला सांगितल्याशिवाय मला चैनच पडत नाही. माझ्या मैत्रिणी म्हणतात, 'सगळ्या गोष्टी नवऱ्याला सांगायच्या नसतात...' एखाद्या क्षणी तोच मुद्दा धरून तो आपल्याशी वाद घालतो. आपले सगळे

पत्ते असे उघड करायचे नसतात.''

''वेड्या आहेत त्या. अग त्यांना 'लग्न' या शब्दाचा अर्थच कळला नाही. लग्न हा काही व्यवहार नाही आणि राजकारण नाही. एकमेकांवर कुरघोडी करून, आपले महत्त्वाचे पत्ते लपवून ऐन वेळेस उघड करणं आणि डाव जिंकणं, असे व्यवहार लग्नामध्ये नसतात. लग्न म्हणजे एकमेकांना समजून घेणं. न सांगताही एकमेकांच्या मनातलं ओळखता येणं. खऱ्या अर्थानं शारीरिक आणि मानसिक मनोमीलन एकमेकांना जाणून घेणं. एकमेकांचा खऱ्या अर्थानं स्वीकार करणं.''

''खरंच आहे तुझं! माझ्या मैत्रिणींना काहीही म्हणू देत; पण तुला माझ्या मनातलं सांगितलं की मगच मला हलकं वाटतं. अरे, आज की नाही ऑफिसमध्ये माझं प्रेझेन्टेशन होतं आणि मग...''

मानसी आणि मिलिंदमधील हे संवाद नेहमीचेच. ऑफिसमधल्या, मित्र-मैत्रिणींमधल्या आणि इतर घडामोडी मिलिंदला सांगितल्याशिवाय तिला चैन पडत नाही. तोही तिचे सगळे ऐकून घेतो. तिच्या चुकाही तिला सांगतो. कुठे कसे वागले पाहिजे याबाबत चर्चा होते... मार्गदर्शन मिळतं ''डोन्ट वरी! आय विल ऑलवेज बी देअर फॉर यू!'' या त्याच्या शब्दांनी तिला फार मोठे बळ मिळते. मिलिंदलाही कोणत्या गोष्टी केव्हा हव्या असतात, तो केव्हा खूश असतो, आणि केव्हा त्याचा ताल जातो, हे मानसी बरोबर ओळखते आणि त्यानुसार त्याच्याशी कसे वागायचे हे ठरवते. प्रत्येक पती-पत्नीमध्ये या दोघांसारखे सामंजस्य, एकमेकांना ओळखण्याचे कौशल्य असेल, तर वादाचे क्षण कमी येतात आणि सहजीवनाचा आनंद दोघांना खऱ्या अर्थानं घेता येतो.

लग्न ठरवतानाच इतर कोणत्याही अपेक्षा असल्या तरी एक मात्र सगळ्यांच्याच बाबतीत कॉमन अपेक्षा असते ते म्हणजे- मला समजून घेणारा, अडीअडचणीत आणि प्रत्येक प्रसंगात साथ देणारा जोडीदार हवा. परंतु प्रत्यक्षात मात्र हा विचार फक्त स्वतः पुरता मर्यादित राहतो. जोडीदाराने मला समजून घ्यावे; पण मी त्याला किती समजावून घेतलं, मी त्याच्याशी किंवा तिच्याशी कसे वागतो, याचा विचार केला जात नाही आणि मग 'मी एवढं करूनही त्याला माझी किंमत नाही, असे वाटत राहते.'

'माझ्या कष्टांची तिला जाणीव नाही' असे विचार दोघांच्या मनात यायला लागतात. खरे तर प्रत्येकाने स्वतःचे वागणे आधी तपासून पाहायला हवे. प्रामाणिकपणे आत्मपरीक्षण केले, तर स्वतः मधील दोष ओळखता येणे सोपे जाईल. प्रेम असे मिळत नाही, ते मिळवावे लागते. प्रेम, आदर, विश्वास या गोष्टी आधी स्वतःकडून दिल्या गेल्या, तर

त्या आपोआप परत मिळतात.

असे म्हटले आहे, की 'स्त्री एका क्षणाची पत्नी आणि अनंत काळची माता असते.' पतीच्या प्रत्येक प्रसंगात त्याच्या पाठीशी उभे राहून त्याला साथ देणे... दिलासा देणे हे तिला संसारात करावे लागते. आणि 'तुझ्यावर कोणताही प्रसंग आला तरी मी तुझ्या सोबत आहे. मैं हूँ ना!' हा विश्वास आणि आधार नवऱ्यानं द्यावा लागतो. 'आपला जोडीदार आपल्या सोबत आहे' या विचारानंच निर्धास्त वाटत असते. घरात येणारी आर्थिक अडचण, आजारपण, नैसर्गिक आपत्ती, नातेसंबंधातील तणाव इ. कोणत्याही छोट्या/किरकोळ अडचणींपासून मोठ्या अडचणींपर्यंत जोडीदाराची साथ आणि आधार असेल तर त्या प्रसंगातून सहज निभावून जाता येते.

जोडीदाराचं प्रेम आणि आधार हा विषय निघाला की नेहमी मला दोन वेगवेगळी जोडपी आठवतात.

कुंदाचा नवरा सफाई कामगार होता आणि ती रस्त्यावर भाजी विकण्याचे काम करत असे कुंदाच्या केसांमध्ये जटा झाल्या होत्या. ते जाड आणि राठ केस तिला संभाळता येत नव्हते. केसांमध्ये जट होणं म्हणजे देवाचं काहीतरी आहे. तिला देवाला सोडून द्यायला हवं असं नातेवाईक म्हणत होते. कमी शिक्षण आणि अंधश्रद्धा त्यांच्या समाजात होती; परंतु या प्रसंगात तिचा नवरा ठामपणे तिच्यासोबत उभा राहिला. ब्यूटी पार्लरमध्येही तिच्या केसांना कोणीही हात लावत नव्हतं. त्यानं स्वतः घरीच तिचे केस कापले. तिच्यावर वैद्यकीय उपचार केले तरी त्याचा आधार तिला होता आणि म्हणूनच या प्रसंगातून ती बाहेर पडू शकली. अशिक्षित असूनही बायकोचं मन जाणण्याचा सुशिक्षितपणा त्याच्याकडे होता.

याच्या अगदी विरुद्ध उदाहरण रजनीचं. बंगला, गाडी, दिमतीला नोकरचाकर.... काही म्हणजे काहीही कमी नाव्हते. रजनीला घरात काहीही काम करावे लागत नव्हतं. हातात भरपूर पैसा... कोणीही अडवणार नव्हते. परंतु तरीही ती सुखी नव्हती. सतत खंगलेली... आजारी दिसायची. तिच्या मैत्रिणी म्हणायच्या- 'हिला काहीही कमी नाही तरी निराश असते. कारण तिला सुख खुपतंय.'

तिला दुखावणारा खरा मुद्दा वेगळाच होता. तिला पैसा-ऐषाराम यापेक्षा नवऱ्याची सोबत, आधार हवा होता. आजारी पडली तर महागड्या औषधोपचारांपेक्षा डोक्यावरून हात फिरवणारा, आपुलकीचा स्पर्श देणारा आणि तिच्यासोबत राहणारा जोडीदार तिला हवा होता. तिचा नवरा रजनीकांत सतत स्वतःच्या कामात गर्क असे. 'माझे हे काम... मला हे करायचेय', सतत मी मी... आणि मी ! बायकोच्या हातात भरपूर पैसा...

दाराशी गाडी... नोकरचाकर दिले की यांचे कर्तव्य संपले. पण तिला हे काहीही नको होते. तिला हवा होता सहवास... त्याचे प्रेमाचे शब्द, जोडीदाराचा आधार, दिलासा... रजनीकांत उच्चशिक्षित असूनही आपल्या पत्नीला नक्की काय हवं आहे, याबाबत मात्र तो अशिक्षित होता.

पती-पत्नीला एकमेकांच्या आधाराची मानसिक गरज असते. दोघांचे विचार, मते कितीही वेगळी असली... काही बाबतीत दोघांच्यात वादविवाद असले, तरीही जेव्हा एखाद्या बऱ्यावाईट प्रसंगाला सामोरे जाण्याची वेळ येईल, तेव्हा एकमेकांच्या पाठीशी भक्कमपणे उभे राहणे आवश्यक असते. एखादा अतिशय आनंदाचा प्रसंग असेल किंवा काही अचानक अडचणी आल्या असतील, तर सर्वांत पहिल्यांदा जोडीदाराची आठवण यावी, एवढा विश्वास आणि भरवसा एकमेकांवर असेल तर पती-पत्नीमधील नाते बहरत जाते. लग्नाच्या वेळेस सप्तपदीचा विधी करताना 'प्रत्येक क्षणी मी तुझ्यासोबत राहीन, तुला 'जन्मजन्मांतरीची साथ' देईन' असे वचन एकमेकांना दिलेले असते. हे वचन खऱ्या अर्थानं निभावलं गेले तर लग्न खऱ्या अर्थानं यशस्वी होईल.

■■■

वादाचं कारण शोधा ; उपाय सापडेल

‘‘अनघा... काय झालंय? इतक्या तातडीनं का भेटायला आलीस? काही प्रॉब्लेम आहे का?’’

‘‘तसंच कारण आहे म्हणूनच मी आले आहे.’’

‘‘अनघा... बस जरा. हे पाणी घे बरं. अग किती घाम आलाय तुला? थोडी रिलॅक्स हो आणि मग बोल माझ्याशी.’’

‘‘मॅडम... तुमच्यापाशी बोलल्याशिवाय मी रिलॅक्स होणार नाही. माझ्या लग्नाला पाच वर्षं झाली; पण संसारात मी सुखी नाही. आमच्या दोघांचं पटत नाही. सारखेच वाद होतात आणि आम्हा दोघांतील वादाचं मूळ कारण असतं ते म्हणजे माझ्या सासूबाई आणि नणंद. माझ्या संसारामध्ये मला काही अस्तित्वच नाही.’’

‘‘अनघा... म्हणजे तुमचं एकत्र कुटुंब आहे का?’’

‘‘नाही मॅडम... आम्ही दोघं पुण्याला असतो. माझा नवरा, आनंद एका आयटी कंपनीत नोकरी करतोय म्हणून आम्ही इकडं आलो आहोत, माझं सासर नाशिकचं आहे. तिथं आमचं मोठं घर आहे. सासूसासरे, दीर-जाऊ आणि दोन नणंदा. त्यांची लग्न झालेली आहेत.’’

‘‘अग... तुझी सासरची सर्व मंडळी नाशिकला आहेत आणि नणंदाचंही लग्न झालेलं आहे. मग त्यांच्यामुळं तुमच्या दोघांत वाद कसे होतात?’’

‘‘ते वेगळे राहत असले तरी त्यांचा आमच्या घरात खूप हस्तक्षेप आहे. फोनवरून ते आनंदशी सतत संपर्कात असतात आणि त्यांचा फोन येऊन गेला की आमच्यात वाद सुरू होतात.’’

‘‘असं का?’’

‘‘त्यांचा फोन येऊन गेला, की आनंदच्या वागण्यात फरक पडतो. तो माझ्याशी

काहीच बोलत नाही. त्यांचे काय बोलणं झाले हे विचारण्याचा मी प्रयत्न करते, तर तो मला काहीच सांगत नाही. मग त्याची आई कशी आहे, लग्न झाल्यानंतर पहिल्या वर्षभरात ती माझ्याशी कशी वागली हे मला आठवतं आणि मी बडबड करत राहते मग आनंदही मला बोलायला लागतो. नणंदेच्या आजारपणात मी तिची इतकी सेवा केली होती; पण ते कोणाच्या लक्षात राहत नाही. मात्र तिच्या मुलाच्या बारशाला मला साडी घेतली नाही म्हणून मी तिच्याशी वाद घातला आणि बारशाच्या दिवशीच भांडणे झाली ते मात्र सर्वांच्या लक्षात राहते.

''आनंदला वाटते, मी त्याच्या आईवडिलांचा, बहिणींचा आदर करत नाही. त्यांना सारखी बोलत असते; पण त्यांचे वागणे आनंदला दिसत नाही. मी कितीही काम केले तरी सासूबाई कधीच माझे कौतुक करत नाहीत; पण नणंदेनं थोडंजरी काम केले तर तिचं सारखे कौतुक करत राहतात. मी पुण्याला आल्यावर आजारी पडले, तर त्या माझ्याकडे आल्या नाहीत आणि नणंदेच्या घरी अडचण होती म्हणून तिला मदत करण्यासाठी महिनाभर तिच्या घरी जाऊन राहिल्या. मी काही बोलायला गेले तर म्हणतात,'मी माझ्या मुलीला मदत करते तशी तुझ्या आईने तुला मदत करायला पाहिजे.' आनंद दोन महिन्यांच्या प्रशिक्षणासाठी बाहेरगावी गेला होता, तेव्हाही मी त्यांना माझ्या सोबतीला बोलावलं; पण त्या येणार नाही म्हणाल्या. शेवटी मी खूप विनंती केल्यानंतर सासऱ्यांना इकडं पाठवलं. शिवाय म्हणाल्या,'हे खरं तर आमचं काम नाही, अशा वेळी तुझ्या आईवडिलांनी मदतीला यायला हवं.'

''मॅडम... तुम्हीच सांगा... आता लग्न झाल्यानंतर माझ्या अडचणीच्या वेळी मला मदत करण्याचं काम माझ्या सासरच्या लोकांचं आहे की नाही; पण ते नेहमीच माझ्याकडे दुर्लक्ष करतात आणि हे आनंदला सांगायला गेले, तर तो माझी बाजू ऐकूनच घेत नाही. माझ्यावरच चिडचिड करतो. परवा अशाच गोष्टीवरून आमच्यात खूप वाद झाले आणि 'आता आपण एकत्र राहायलाच नको... घटस्फोट घेऊन वेगळं होऊ,' असे तो म्हणायला लागला. म्हणून तुमचं मार्गदर्शन घेण्यासाठी मी आले आहे... मला संसार मोडायचा नाही... पण सासरच्या लोकांचं वागणं आणि आनंदचं माझ्याशी भांडणं हे मला आता सहन होत नाही.

''कधी कधी वाटतं, काय आपल्या जगण्यात अर्थ आहे. माझा नवरा सगळ्या गोष्टी त्याच्या आईवडिलांना, बहिणींना विचारून करतो. बायको म्हणून त्यानं कधीही मला कोणती गोष्ट सांगितली नाही की मला विचारून एखादा निर्णय घेतला नाही. मी काय करावं हेच मला समजत नाही. मी घटस्फोट दिलाच नाही... त्या कागदपत्रांवर सही केली

नाही, तरी त्याला घटस्फोट घेता येतो का हेच मला विचारायचं होतं.''

''अनघा, अग तुमच्या दोघांमधलं भांडण हे घटस्फोटापर्यंत जाण्यासारखं नाहीच, ही तर 'घर-घर की कहानी' आहे.''

''मॅडम... तुम्ही म्हणताय ते बरोबर आहे; पण अशा वेळी कसं वागायला हवं? आणि आनंदने एकत्र रहायला नकारच दिला, तर काय करायचं? माझी सर्व व्यथा लिहून आणली आहे हे मी, तुम्ही वाचा.''

''अनघा... तुमच्या या वादाबाबत तुझ्या आईवडिलांना तू कधी सांगितलं आहेस का?''

''त्यांना मी अनेक वेळा सांगितलं आहे; पण त्यांना माझ्याकडं लक्ष द्यायला वेळ कुठं आहे? ते दोघेही नोकरी करतात. भाऊ मेडिकल कॉलेजमध्ये शिक्षण घेत आहे. त्याच्या शिक्षणासाठी खूप खर्च होत असल्यामुळे वडील खासगी शिकवण्या घेतात. ते प्राध्यापक आहेत. सकाळी कॉलेज आणि संध्याकाळी ५ ते रात्री १० वाजेपर्यंत त्यांचे क्लासेस चालू असतात. आई बँकेत नोकरी करते.

''त्यांना माझ्याकडे यायला वेळच नसतो. मी कधी माहेरी गेले तरी आईला सुट्टी मिळत नाही. वडिलांनाही बोलायला वेळ नसतो. मी एकटीच घरी असते. माझ्या सासूबाई त्यांच्या लेकीच्या जसं पुढंपुढं करतात. लेकीच्या प्रत्येक अडचणीला धावून जातात; तसं माझ्या आईवडिलांचं नाही. ते त्यांच्या व्यापात मग्न असतात. खरं तर मला कोणीच समजून घेत नाही. ना माझे आईवडील, ना माझे सासूसासरे, ना माझा हक्काचा नवरा... मी एकटी आहे... खरोखरच मी एकटी आहे. आपलं म्हणावं असं एकही नाही.''

''अनघा... रडू नकोस... तुझ्या समस्येचं मूळ कारण शोधण्याचा प्रयत्न कर. हे वाद का होतात? नक्की कोणाचं कुठं चुकतंय हे विचारात घ्यायला हवं. लग्नाला पाच वर्षं झाली आहेत; पण तुम्ही मुलासंदर्भात प्राधान्याने विचार केलेला नाही. नोकरीत स्थिर झाल्याशिवाय मूल नको असे आनंदचे म्हणणे आहे; पण तुझे वय २८ आणि आनंदचे ३२ वर्षं त्यामुळे तुम्ही खरे तर त्या गोष्टीचा आधी विचार करायला हवा. तू पदवीधर आहेस; पण शिक्षणाचा आणि इतर कौशल्याचा तू काहीच उपयोग करत नाहीस. दिवसभर घरकाम आणि टीव्ही सिरियल्स याव्यतिरिक्त तू काहीच करत नाहीस. 'खाली दिमाग... शैतान का घर' असं म्हणतात, त्यामुळं तुझ्या डोक्यात तेच तेच विचार पुन्हा येत राहतात. छोट्या-छोट्या गोष्टींचा तू उगाचच जास्त विचार करत राहतेस.

''तुझं पुढचं शिक्षण तू घेऊ शकतेस. तुझ्या शिक्षण आणि कौशल्यानुसार नोकरी शोधू शकतेस. तुला संगणकाचं चांगलं ज्ञान आहे. घरात बसून तू काम मिळवू शकतेस, त्यामुळे तू कामात मग्न राहशील, बाहेरच्या जगातील प्रश्न तुला समजतील, तुला मित्रमैत्रिणी मिळतील आणि चार भिंतीच्या आतील वाद तुला आठवणार नाहीत. त्याच त्याच गोष्टींचा विचार करून तू स्वत:लाच त्रास करून घेत असतेस, त्यामुळे चिडचिड होते. तुला काय हवंय हे तू आनंदला सांगत नाहीस. त्यानंच तुला समजून घ्यावं अशी तुझी अपेक्षा असते. मनात दाबून ठेवलं की स्प्रिंगसारखं कधीतरी ते उसळी मारून बाहेर येतंच.

''त्यापेक्षा मोकळेपणाने शांतपणे त्याला सांगशील, तर तोही तुझं ऐकू न घेईल. चार वर्षांपूर्वी सासू माझ्याशी असं वागली, नणंद मला असं बोलली हे आठवून आता काहीच उपयोग नाही. त्याच वेळेला मन मोक ळं के लं असतंस तर ते असे का वागले हे तुला समजलं असतं आणि गैरसमज वाढत गेले नसते. आनंदशी मी बोलणार आहेच; पण त्यापूर्वी तू आत्मपरीक्षण कर आणि वागण्यात बदल करण्याचा प्रयत्न कर. स्वत:ला बिझी ठेवण्याचा प्रयत्न केलास, तर नको त्या गोष्टीत अडकणं होणार नाही.''

दुसऱ्याच दिवशी अनघा आनंदला घेऊन माझ्याकडे आली. त्याची बाजू ऐकून घेतली. त्यालाही लग्न मोडायचे नव्हते; पण आहे या परिस्थितीत लग्न टिकवणे त्यालाही मुश्कील झाले होते.

तो म्हणाला,''मॅडम... अनघा खूप चांगली आहे. पूर्वी ती तशी नव्हती; पण आता ती इतकी चिडचिड का करते तेच समजत नाही. कोणत्याच कामात तिला उत्साह नसतो. छोट्या छोट्या गोष्टींवरून भांडण उकरून काढते आणि त्याचा शेवट माझ्या आई-वडील-बहिणींपर्यंत येऊ न ठेपतो. रोजच्या या भांडणाला मी वैतागलो आहे. कधी कधी तर घरी येऊच नये असं वाटत. घरात आल्यावर मी तिच्याशी बोलणं टाळतो. एका घरात राहूनही आम्ही एकमेकांशी अनोळखी असल्यासारखे वागत राहतो आणि एकमेकांशी बोलायचे असेल, तर भांडणाशिवाय दुसरे काही घडतच नाही. मी कसं वागायला पाहिजे हे तुम्हीच मला सांगा.''

''आनंद... तू ज्या वातावरणात आणि संस्कृतीत वाढला आहेस त्यापेक्षा अतिशय भिन्न वातावरणात अनघा वाढली आहे. तुझी आई नोकरी करत नव्हती, गृहिणी असल्यामुळे ती तुम्हा मुलांकडे अधिक लक्ष देऊ शकत होती. तुझे वडील सरकारी नोकरीत असल्यामुळे ठराविक वेळेत घरी यायचे; परंतु अनघाचे आईवडील दोघेही

नोकरीत. ठराविक वेळेची नोकरी नसल्यामुळं त्यांना मुलांना फार वेळ देता आला नाही. मुलांनी स्वावलंबी होऊन स्वत:चे निर्णय स्वत: घ्यावेत अशी त्यांची अपेक्षा असायची. याउलट तुम्हा भावंडांच्या प्रत्येक निर्णयात तुमचे आई आणि वडीलही सहभागी असायचे.

''लग्न झाल्यानंतर अनघा जेव्हा तुमच्या घरी आली, तेव्हा तुझी आई मुलांच्या किती गोष्टीत लक्ष घालते, त्यांना किती वेळ देते हे तिने पाहिले, त्यामुळे नकळत तिच्या मनात तुलना होऊ लागली. तो राग कुठेतरी बाहेर येऊ लागला. अनघा तुझ्या आईवर आणि बहिणीवर चिडते, रागावते त्याचे कारण हेच आहे. तिला समजून घेण्याचा प्रयत्न कर. तुझ्या बहिणीच्या लग्नानंतरही तुझी आई तिला मदत करण्यास सदैव तत्पर असते; पण अनघाच्या बाबतीत तिची आई तिला मदत करू शकत नाही. तिला वेळ देऊ शकत नाही. याबद्दल त्यांनाही विशेष वाटत नाही. कारण त्यांच्या घरची संस्कृती, या गोष्टींकडे पाहण्याचे विचार वेगळे आहेत. मात्र, या सगळ्यात अनघाचा भावनिक कोंडमारा होतो.

''आणि त्याच वेळी तूही तिला समजून न घेता तिच्यावर चिडचिड करतोस. यामुळे तिला एकटेपणा जाणवू लागला आहे आणि ती नैराश्याकडे ओढली जाऊलागली आहे. अशा परिस्थितीत तिला तिच्या गुणदोषांसहित तू स्वीकारलं पाहिजेस. काही वेळेस ती अशी वागणारच अशी मनाची तयारी करून घे म्हणजे तुला तिच्या वागण्याचा त्रास होणार नाही..''

''मॅडम, मी अनघाला समजून घेण्याचा नक्की प्रयत्न करेन.''

''आनंद... तिचा चांगला नवरा होण्याआधी तू तिचा चांगला मित्र हो... तिच्या सर्व सुखदु:खात प्रत्येक क्षणी तू तिच्याबरोबर आहेस हा विश्वास तिला दे, तरच तिला नैराश्यापासून तू वाचवू शकशील.''

अनघा आणि आनंद दोघेही सुखावले.

''धन्यवाद मॅडम... आमच्यातील नात्यांची वेगळी ओळख आज तुम्ही आम्हाला करून दिलीत. आमच्यातील मैत्र वाढवण्याचा आम्ही प्रयत्न करू आणि चांगली बातमी घेऊनच तुमच्याकडे येऊ.''

■■■

हे करावे

- पती-पत्नीने एकमेकांना प्रत्येक गोष्ट सांगून मन मोकळे करावे.
- जोडीदाराच्या वागण्यातील बदल, बोलताना आवाजातील चढ-उतार, चेहऱ्यावरील हावभाव ओळखण्याचे कसब आत्मसात करावे.
- पैसा किंवा भेटवस्तू यांपेक्षाही तुमचा वेळ, कौतुकाचे शब्द आणि आधार जोडीदाराला हवा असल्याची जाणीव ठेवावी.
- प्रसंगानुरूप आपले प्राधान्यक्रम ठरवा, परंतु यात जोडीदाराला सहभागी करून घेणे महत्त्वाचे असते.
- एकमेकांचा आत्मसन्मान जपा.

हे टाळावे

- आपल्या जोडीदाराच्या व्यंगाची, पराभवाची चेष्टा करणे.
- एकमेकांशी मोकळेपणाने न बोलता अबोला धरून राहणे.
- एकमेकांना पुरेसा वेळ न देणे.
- आपल्याच आवडीच्या गोष्टींमध्ये गुंतून पडणे. जोडीदाराकडे दुर्लक्ष करणे.
- जोडीदाराला गृहीत धरणे.

नाती टिकवताना

कौटुंबिक नाती टिकवताना
नेमक कारायचं काय?
प्रत्येक प्रश्नाचं उत्तर नसतंच
साच्यात बसवावं असं काहीच नसतं
सारं काही आपल्यालाच ठरवावं लागतं
एकमेकांजवळ मोकळं व्हावं लागतं
अनुभवाचं शेअरिंग करावं लागतं
साऱ्यांनाच सामावून घ्यावं लागतं
केव्हा समजावून सांगायचं,
केव्हा रागवायचं,
केव्हा रुसायचं आणि केव्हा हसायचं
सारं काही आपल्यालाच ठरवावं लागतं
कुटुंबात सारं काही
आपल्या मनासारखं कधीच घडणार नाही
तरीही सगळं स्वीकारावं लागतं
बदलांना सामोर जावं लागतं
आपली भूमिका आपणच ठरवायची
आपली नाती आपणच जपायची

४

संसारवेलीवरची फुलं... मुलं

'लग्न झाल्यानंतर काही दिवसांतच आता गुड न्यूज केव्हा?' असा प्रश्न विचारला जातो. लग्न झालं.... एखादं मूल झालं की संसार मार्गी लागला असं म्हटलं जातं. लग्नाची परिपूर्ती म्हणजे मूल होणं असा समज अजूनही आहे. लग्न झाल्यानंतर मूल केव्हा हवं? याचा विचार मात्र दोघांनी मिळून करायला हवा. दोघांची मनापासून तयारी असेल, त्यानंतर निर्माण होणाऱ्या जबाबदाऱ्या पेलण्याची क्षमता असेल तेव्हाच हा निर्णय घेणं योग्य ठरतं.

स्त्रिया आता शिकल्या आर्थिकदृष्ट्याही स्वतंत्र झाल्या आहेत. त्यांना केवळ नोकरी नाही तर करिअरही करायचं आहे त्यामुळे मुलांच्या संगोपनाची, पालकत्वाची जबाबदारी पती-पत्नी दोघांनाही पेलावी लागते. आई-बाबांनी पालकत्वाची संयुक्त जबाबदारी घेणं... तरी परस्परांच्या साथीनं पार पाडणं मूलही शिकत असतं. पती-पत्नीच्या नात्यातील भूमिकाही बदलते. कारण ते आई-बाबांच्या भूमिकेत जात असतात. त्यामुळे अनेक वेळा पालकत्वाच्या भूमिकेला अधिक प्राधान्य दिलं जातं आणि काही वेळा त्याचा अतिरेक होतो. त्यामुळेही 'माझ्याकडे लक्ष देत नाही', म्हणूनही दोघांमधले वाद वाढतात. खरं तर मुलाच्या माध्यमातून दोघांचे वाद मिटवले जाऊ शकतात. मूल दोघांच्या नात्यामधील एक दुवा असतं.

मुलांची मानसिकता लक्षात घेतली तर मुलं अनुकरणप्रिय असतात. पालक जसे वागतात तसे वागण्याचा मुलं प्रयत्न करत असतात म्हणूनच आईवडिलांची जबाबदारी अधिक वाढते. आपल्याकडून चुकीच्या गोष्टी होऊ नयेत, मुलांवर वाईट संस्कार होऊ नयेत म्हणून काळजीही घ्यावी लागते. मुलांच्या समोर पती-पत्नींनी एकमेकांशी

वाद न घालता त्याला योग्य पोषक वातावरण मिळेल यादृष्टीने प्रयत्न करावे लागतात. त्यांना प्रेम जिव्हाळा मिळेल याकडे लक्ष द्यावं लागतं. मूल थोडं मोठं झाल्यानंतर त्याचे विचार त्याचं म्हणणंही समजून घ्यावं लागतं... त्याला पुरेसा वेळ द्यावा लागतो. मुलांच्या वाढीच्या काळात मुलांना भावनिकदृष्ट्या कधी आईची अधिक गरज असते; तर कधी वडिलांची. त्यांच्या वाढत्या वयानुसार त्यांच्या गरजाही बदलत असतात. अपेक्षा बदलत असतात त्यामुळे मुलांच्या वाढीच्या प्रत्येक टप्प्यावर आवश्यक असणारं पालकत्वही वेगळं असतं. मुलांचं बालपण सुखात... चांगल्या वातावरणात गेलं तर त्यांचं व्यक्तिमत्त्व चांगलं घडतं त्यामुळ त्यांचं बालपण हरवणार नाही याची प्रामुख्याने काळजी घ्यावी लागते.

आजच्या स्पर्धेच्या वातावरणात मुलांवरील ताण प्रचंड वाढले आहेत. त्यामुळेच त्यांच्यातील आक्रमकता, अस्वस्थता, एकटेपणा, न्यूनगंड इत्यादी वाढताना दिसत आहेत. हे ताण सोसण्याचं बळं मुलांना द्यायचं असेल तर कुटुंबातील वातावरण चांगलं असावं लागतं. आईवडील दोघांमधील नातेसंबंध चांगले असावे लागतात. मुलांना सुरक्षितता, आधार कुटुंबातून मिळावा लागतो. पती-पत्नी नात्याचं सुसंस्कृत रूप यासारखा उत्तम संस्कार नाही. म्हणूनच मुलांसाठी तरी स्वतःमध्ये बदल घडवून आणण्याची दोघांचीही तयारी असावी. उमलत्या पिढीला समजून घेताना बदलत्या परिस्थितीचाही विचार व्हायला हवा. मुलांवर विश्वास ठेवायला हवा. मुलांचे प्रश्न हाताळताना संयम ठेवायला हवा. आपले विचार आपण मुलांवर न लादता त्यांना योग्य मार्गदर्शन करून मार्ग दाखवणं एवढंच आपल्या हातात असतं. आपल्या अपुऱ्या इच्छा पूर्ण करण्यासाठी मुलं आहेत, असा विचार पालकांनी कधीही करू नये. मुलं दहावी-बारावीच्या परीक्षेत मेरिट लिस्टमध्ये आलं म्हणजे आपल्या जीवनाचं सार्थक झालं असं समजणारे पालक अधिक संख्येने दिसतात. परंतु केवळ परीक्षेमध्ये गुण मिळवण्यापेक्षा जीवनातही त्यानं अधिक गुणवंत व्हावे याकडे लक्ष पुरवणे अधिक गरजेचे आहे.

लग्नानंतरचे प्लॅनिंग

"अनू लग्नाला एक वर्ष झालं, आता गुड न्यूज कधी देतेस?"

"कसली गुड न्यूज?"

"उगाचच वेड घेऊन पेडगावला जाऊ नकोस. मी कशाबद्दल विचारते ते तुला चांगलं माहिती आहे."

"अनघा... तू सुद्धा? सासू-सासरे... आई-बाबा... आमचे ज्येष्ठ नातेवाईक यांच्याबद्दल मी समजू शकते; पण तुझ्याकडून ही अपेक्षा नव्हती."

"अनू, अग सगळ्या गोष्टी वेळेत झालेल्या बऱ्या असतात."

"तुझ्या लग्नाच्या पहिल्या वाढदिवसाला तुमचा पिंटू तुमच्यासोबत होता आणि तुला तुझा जॉब सोडावा लागला. तुझ्या सासूबाई मुलाची जबाबदारी घेणार होत्या; पण त्याच आजारी पडल्या. शेवटी तुलाच सगळं करावं लागलं. पुढच्या शिक्षणाला राम राम ठोकावा लागला. आता घर एके घर करते आहेस. लग्नानंतर लगेच दिवस गेल्यामुळे तुझं फिरण्याचं, मजा करण्याचं स्वप्न राहून गेलं. स्वतःया सगळ्यामध्ये अडकलीस आणि मलाही अडकायला सांगतेय?"

"अनू... किती बोलशील? माझ्याकडे काही चॉइस होता का? माझं झालं ते झालं, पण आता एक वर्ष झालं ना तुमच्या लग्नाला आणि तुझ्या आणि अभिषेकच्या वयाचा विचार करता मुलाचा विचार करता मुलाचा विचार लांबणीवर टाकणं फार योग्य नाही."

"हो... तुझं म्हणणं योग्य असलं तरीही मूलं हवं हे मनापासून वाटायला हं. त्यासाठी दोघांनी परिपूर्ण नियोजन करायला हवं. जबाबदारी स्वीकारण्यापूर्वी पालकत्वाच्या भूमिका समजून घ्यायला हव्यात. डोळसपणे पुढचा विचार करायला हवा. नुसतं सासूबाईंना नातवाचं तोंड बघायचं आहे म्हणून, घराण्याला वंशाचा दिवा हवा म्हणून, लग्नाची परिपूर्णता व्हावी म्हणून मूल जन्माला घालणं मला पटत नाही."

अनुचे बोलणे अनघालाही पटत होते. मूल केव्हा हवे, हा विचार दोघांनी केलाच नव्हता. सासरघरी रुळण्याआधीच दिवस गेले आणि मग जबाबदारी स्वीकारण्याशिवाय पर्याय नव्हता. घर, मूल आणि सासूबाईंचे आजारपण ही सगळी जबाबदारी पार पाडताना खूपच ॲडजस्टमेंट करावी लागली. नोकरी आणि पुढच्या शिक्षणाला तर तिलांजलीच द्यावी लागली. खूप इच्छा मनातच राहिल्या. घरात बाळ आल्याचा आनंद असला, तरी काही महत्त्वाच्या गोष्टी निसटून गेल्याची टोचणी जाणवतच राहिली.

लग्नानंतर मूल केव्हा हवे? याचा विचार खरोखरच डोळसपणे करण्याची गरज आहे. बदलत्या जीवनशैलीत पालकत्व स्वीकारण्यापूर्वी शरीराबरोबरच मनाचीही मशागत करणे महत्त्वाचे आहे. अगदी पूर्वीच्या काळी कुटुंब नियोजनाची साधने अस्तित्वात नव्हती. त्यानंतरच्या दशकांमध्ये याबाबत जागृती वाढली आणि त्यामुळेच मूल केव्हा होऊ द्यायचे याचे गणित निसर्गक्रमावर अवलंबून राहिले नाही, पण तरीही लग्नानंतर कूस उजवणे हे महत्त्वाचे होते. पहिल्या अपत्याच्या वेळी कुटुंबनियोजनाची साधने वापरायची नाहीत. एक मूल झाले, की संसार मार्गी लागला असे समजले जायचे. स्त्रियांच्या शिक्षणाबाबत जागृती झाली असली, तरी स्त्रियांच्या करिअरबाबत जागृती नव्हती. त्यामुळेच लग्न झाल्यानंतर मुलीचे पुढील शिक्षण किंवा नोकरी हे सासरच्या मंडळीवर अवलंबून असायचे. काही ठिकाणी अजूनही असेच दिसून येते, परंतु तरीही बदलत्या कुटुंबशैलीचा विचार करता मुलांच्या लग्नाची वयोमर्यादाही वाढली आहे. कायद्याने लग्नाकरता मुलीसाठी १८ आणि मुलासाठी २१ अशी वयोमर्यादा केली असली, तरी शैक्षणिक जागृतीमुळे मुली पदवीधर झाल्यानंतर म्हणजे २३ ते २५च्या दरम्यान आणि मुले शिक्षण पूर्ण होऊन आर्थिकदृष्ट्या स्वतंत्र झाल्यानंतर म्हणजेच २५ ते २८च्या दरम्यान लग्न करतात. या वयोमर्यादेमध्ये त्यांचे स्वतःचे असे स्वतंत्र विचार तयार झालेले असतात. म्हणूनच स्वतःच्या जबाबदारीचा आणि भूमिकेचा परिपूर्ण विचार करून पालकत्व केव्हा स्वीकारायचे हे ठरवायला हवे. मूल झाल्यानंतर स्वतःच्या इच्छाआकांक्षा बाजूला ठेवाव्या लागतात. काही गोष्टींचा त्याग करावा लागतो. आपल्या आईवडिलांना जे जमले ते आता आपल्याला जमण्यासारखे नाही. करिअरिस्ट स्त्री कुटुंबसंस्था, लग्नबंधन मानत असली, तरी व्यक्तिस्वातंत्र्यही मानणारी आहे. त्यामुळे पालकत्व स्वीकारायचे म्हणून करिअरवर पाणी सोडणे हे तिला झेपण्यासारखेच नाही.

मूल सांभाळणे ही जबबादारी आता केवळ स्त्रियांची राहिलेली नाही. पुरुषांनाही ही जबाबदारी बरोबरीने स्वीकारावी लागते. त्यामुळेच याबाबतीतले नियोजन त्यालाही करावे लागणार आहे. आर्थिक जबाबदारीमध्ये स्त्रिया सहभागी होत असल्यामुळे

कौटुंबिक आणि पालकत्व निभावण्याची जबाबदारी दोघांचीही असणार आहे. त्यामुळेच आता लग्नानंतर पहिले मूल होऊ देण्यापूर्वी दोघांचे करिअर, आर्थिक नियोजन, मुलांचे संगोपन, दोघांचे आरोग्य इतर जबाबदाऱ्या याबाबतीत नियोजन करणे महत्त्वाचे आहे. एकत्र कुटुंब असेल, तर मुलांना सांभाळण्याबाबतचे घरातील ज्येष्ठ व्यक्तींचे मत काय आहे? त्यांच्याशी बोलून त्यांचेही विचार आणि मार्गदर्शन घ्यायला हवे. त्यांना गृहीत धरून चालणार नाही. आयुष्यभर संसार करताना त्यांच्याही काही गोष्टी करण्याचे राहून गेले असते. अशा वेळी मूल सांभाळण्याची जबाबदारी त्यांच्यावर टाकली, तर त्यांच्या कार्यात अडथळे येतात. त्यांची चिडचिड होते. मूल सांभाळणे हे कोणालाही ओझे वाटायला नको, तर त्यातील आनंद घेता यायला हवा. त्यामुळे त्यांची क्षमता, आवड आणि वेळ याचाही विचार करायला हवा.

मूल वाढवण्याच्या बाबतीत सासरच्या आणि माहेरच्या पद्धतींचा समन्वय साधायला हवा. आईवडील आणि सासू-सासरे यांच्यावरचा विश्वास आणि आदर सारखा ठेवायला हवा. याची तयारीही आधीपासूनच करायला हवी; कारण घरातील व्यक्तींमध्ये समन्वय असणे हे फार महत्त्वाचे आहे.

लहान मूल घरात येणे ही खूप आनंददायी घटना आहे. त्याचा स्वीकार कुटुंबीयांनी मनापासून केला, तर घरात एक आनंद सोहळा होत असतो. मात्र, एकाची इच्छा नसताना दुसऱ्याने पालकत्व लादणे म्हणजे ती निव्वळ तडजोड असते. वैद्यकशास्त्रात खूप प्रगती झाली असल्यामुळे गर्भसंस्कारामध्ये मुलाचा विचार करण्यापूर्वी शारीरिक आणि मानसिक आरोग्याबाबतचे मार्गदर्शन केले जाते. दिवस गेल्यानंतर प्रत्येक महिन्याची तपासणी, आहार, व्यायाम याचेही मार्गदर्शन केले जाते. बऱ्याच वेळा जुन्या पिढीतील लोकांना या गोष्टी पटत नाहीत. पहिल्या महिन्यापासून तपासण्या, औषधे, सोनोग्राफी हे फॅड आहे असे बऱ्याच जणांचे म्हणणे असते, परंतु त्याची बदलत्या जीवनशैलीत काय गरज आहे, हे तरुणांनी त्यांना पटवून द्यायला हवे. त्यांच्या विचारांचा आदर जरून करावा; पण बदलांचा स्वीकार करण्यासाठी त्यांची मानसिक तयारीही करून घ्यायला हवी. घरातील मोठ्यांना या सर्व गोष्टींची कल्पना दिली आणि त्यांचेही विचार जाणून घेतले. त्यांच्या भूतकाळात त्यांनी केलेला त्याग आणि त्यांची शल्य जाणून घेतली, तर लग्न झाल्यानंतर लगेच 'आता पेढे किंवा बर्फी लवकर हवी, पुरे झाले तुमचे प्लॅनिंग' असे न म्हणता घरातील वयस्कर मंडळीही म्हणतील, 'करिअर करा, सुखे अनुभवा आणि मगच मुलांचा विचार करा.

'टेक युवर ओन टाईम.'

सुख अनुभवायला हवं

"सहजीवनाची सुरुवात करताना प्रत्येक नवपरिणीत जोडप्यांसारखं मीही स्वप्न पाहिलं होतं... एकमेकांच्या साथीनं संसार करायचा, आयुष्य फुलवायचं. प्रत्येक क्षण एकमेकांसोबत आनंदानं घालवायचा. मोठ्या उमेदीनं संसार थाटला; पण माझी जोडीदार असा विचार करणारी नाही. ती अतिशय स्वार्थी आहे. स्वतःमध्ये रमणारी, फक्त स्वतःचा आणि स्वतःचाच विचार करणारी. स्वतःपुढे कोणाचीच किंमत नाही... दुसऱ्याच्या विचारांचा आदर नाही. स्वतःचा अहंकार जपण्याव्यतिरिक्त तिनं आतापर्यंत काहीच केलं नाही. माझी आता घुसमट होते आहे. मला हे नातं नकोच आहे. मोकळं व्हायचंय मला! मला लवकरात लवकर कसा घटस्फोट मिळेल ते सांगा."

"अनुराग... अरे, लगेच अशी घटस्फोटाची भाषा का करतोस? तुमचा प्रेमविवाह आहे. घरच्यांची संमती नसतानाही तुम्ही दोघांनी जीवनभर एकमेकांना अखंड सोबत करण्याची वचनं देऊन एकमेकांसोबत लग्न केलंत आणि तुम्हाला हवंहवंसं वाटणारं नातं आता शिळं का झालं? तिच्यासाठी काहीही करायला तयार असणारा तू आता नातं संपवण्याची भाषा करतोस?

"तुझ्या आईवडिलांनी लग्नापूर्वीच तुला माझ्याकडे मार्गदर्शन घेण्यास पाठवलं होतं. लग्नापूर्वी पूर्ण विचार कर, हे मीच तुला सांगितलं होतं. तेव्हा तर तू तिच्या प्रेमात स्वतःला झोकून दिलं होतंस... मग आता ही वेळ का आली?

"काय रे तुम्ही मुलं!... तुम्हाला लग्न करण्याचीही घाई आणि जमलं नाही तर मोडण्याची घाईच. सगळं इतकं सहज सोपं वाटतं का तुम्हाला? थोडंसं मनाविरुद्ध झालं, की चालवून घेता येत नाही. लग्नामध्ये 'तडजोड' अपेक्षित असतेच."

"मॅडम... तडजोड करायलाही काही मर्यादा असतातच ना. रमणीसाठी मी माझ्या

आईवडिलांचा वाईटपणा घेतला... स्वतंत्र संसार मांडला. तिचं शिक्षण, तिचं करिअर याला नेहमीच साथ देत आलो. तिला तिच्या आईवडिलांना आर्थिक मदत करायची असल्यानं तिच्या उत्पन्नातील एकही पैसा घरात घेतला नाही. तिच्या वागण्याबोलण्याचे कटू घोट तर मी नेहमीच गिळत आलो आहे. तडजोड ही एकाच बाजूनं झाली तर त्याचा उपयोग काय? मी स्वतःला पार संपवून प्रत्येक वेळी तिचंच ऐकत आलो; पण किमान काही गोष्टी तरी तिनं माझ्यासाठी करायला हव्यात.''

''अनुराग... अशा कोणत्या गोष्टी आहेत, की ज्या बाबतीत तू तडजोड करू शकत नाहीस? आणि तिच्याकडून तुझ्या अपेक्षा तरी काय आहेत?''

''मॅडम... मी एका सर्वसामान्य कुटुंबात वाढलेला. कष्टांतून वर आलेला. कुटुंबातील अनेक चढउतार पाहिलेला मुलगा आहे. लग्न झाल्यानंतर माझ्या पत्नीकडून मी अगदी सर्वसाधारण अपेक्षा ठेवलेल्या आहेत. मागील तीन वर्षं माझ्या अपेक्षा रमणीकडून पूर्ण व्हाव्यात, याचा मी प्रयत्न करतो आहे. इतर पती-पत्नी जगतात तसं छान आयुष्य जगावं, संसार फुलवावा आणि किमान एक तरी मूल असावं, असं मला वाटतं. लग्न झाल्यानंतर पत्नीकडून ही अपेक्षा ठेवणं काहीच चुकीचं नाही, अशी माझी धारणा आहे. आम्ही दोघांनी शिक्षण पूर्ण केल्यानंतर, करिअरमध्ये सक्षम झाल्यानंतर लग्न केलं. माझं वय आता ३५ वर्षं आणि रमणीचं ३३ वर्षं. आता मूल होण्यासाठी अजून वाट बघायला नको, एवढंच माझं म्हणणं आहे.''

''अरे बरोबर आहे तुझं म्हणणं. काही गोष्टी वेळेतच होणं अपेक्षित असतं. याचा दोघांनी मिळून विचार करा. त्यात घटस्फोटापर्यंत येण्यासारखं काय आहे?

''माझं हे म्हणणं तिला मान्य नाही. मुळात 'तिला मूल होऊ देणं' हेच मान्य नाही. मी तिला पुष्कळ समजावून सांगण्याचा प्रयत्न केला, पण ती ऐकायला तयार होत नाही. मला आमचं मूल हवंय. तिची मी तीन वर्षं वाट पाहिली. सुरुवातीला मी ही गोष्ट गंभीरपणे घेतली नाही. तिच्या विचारात बदल होईल असं वाटलं; पण आता ती 'मूल' या विषयावर बोलायचंच नाही असं म्हणते. मी आता वैतागलो आहे. म्हणूनच मला लवकरात लवकर घटस्फोट हवा आहे.''

''अनुराग, मी एकदा रमणीशी बोलते. तिच्या काय अडचणी आहेत आणि त्या बाबतीत काय विचार आहे, हे समजून घेते आणि त्यानंतरच तुझ्याशी बोलेन.''

''ठीक आहे मॅडम...''

अनुरागला मी तात्पुरतं शांत करून पाठवलं; पण रमणीचे काय विचार आहेत, हे

समजून घेण्याची मला उत्सुकता होती. रमणीला मी बोलावून घेतलं.

''रमणी, अगं हे काय? तुमच्यातील वाद एवढ्या टोकाला कसे गेले?''

''मॅडम, अनुराग एवढा शिकलेला असला तरीही तो सुशिक्षित नाही, कारण त्याचे विचार मागासलेलेच आहेत. जग कुठं चाललंय...? आपण त्याच डबक्यात राहून चालणार आहे का? मी मूल होऊ देण्यास नकार देते म्हणून हा घटस्फोट घ्यायला निघाला आहे. तुम्हीच सांगा, या कारणामुळे घटस्फोट मिळतो का?''

''अग, पण मूल होऊ देण्यास तुझा का नकार आहे? तुला भीती वाटते का?''

''मॅडम... तसं नाही. या बाबतीत माझे विचार वेगळे आहेत. आमच्या दोघांमध्ये पूर्ण सामंजस्य असेल, दोघांना एकमेकांबद्दल पूर्ण विश्वास आणि खात्री वाटली, तरच मुलाचा विचार करावा, अशा मताची मी आहे.''

''रमणी, तुमचा प्रेमविवाह. लग्नाअगोदर दोन वर्षं तुम्ही एकमेकांना ओळखत होतात... लग्न होऊन आता तीन वर्षं झाली. अजूनही तुमच्या दोघांमध्ये विश्वास नाही?''

''अजूनही आमच्यात वादविवाद होत असतात. खटके उडत असतातच. लग्नाअगोदरची ओळख वेगळी असते, तेव्हा दोघं एकत्र राहत नसतो. लग्न झाल्यानंतर इतर नात्यांशीही आम्हाला बरंच स्ट्रगल करावं लागलं. एकमेकांचे कधीही वाद होणार नाहीत, याची पूर्ण खात्री झाल्यानंतरच मुलाचा विचार व्हावा असं माझं म्हणणं होतं.''

''रमणी, कोणत्याही पती-पत्नीला आमच्यात वाद होणारच नाहीत, ही खात्री कधीच देता येत नाही. दोन भिन्न व्यक्तिमत्त्वं लग्न या संस्थेत एकत्र येत असतात. त्यांचे विचार, जीवनशैली यांच्यात फरक असतोच, त्यामुळे वादविवाद होणं हे साहजिक आहे आणि ते नैसर्गिक आहे; पण त्याची भीती बाळगून मूलच होऊ द्यायचं नाही हा विचार योग्य नाही. किती दिवस वाट बघणार तुम्ही? तुमच्या वयाचाही विचार करायला हवा. याच वयात मूल होणं नैसर्गिकदृष्ट्या, वैज्ञानिकदृष्ट्या योग्य आहे. तुम्ही निवृत्त होण्यापूर्वी मुलानं आर्थिकदृष्ट्या सक्षम होणं गरजेचं असतं.''

''मॅडम, मूल कशासाठी होऊ द्यायचं? उतारवयात आपल्याला कोणाचा तरी आधार असावा म्हणूनच ना? आता माझाच भाऊ बघा... परदेशात शिक्षणासाठी म्हणून गेला. तिथंच नोकरी लागली. आता आईवडिलांना भेटायला यायलाही त्याला वेळ नाही. एखाद्या अनाथ मुलाला वाढवण्याचं पुण्य तरी मिळेल, असं मी अनुरागला म्हटलं आहे; पण त्याचं आपलं एकच, 'आपल्याला स्वतःचंच मूल हवं.' शेवटी मी आता 'मूल

होऊच देणार नाही,' असाच निर्णय घेतला. रोज उठून 'केव्हा विचार करायचा? हेच त्यांच पालुपद.''

''रमणी, तुझ्या भावाचे तुझ्या आईवडिलांना आलेले अनुभव कटू असले तरीही तू त्यांना किती आधार देतेस! एक मुलगा करणार नाही एवढी जबाबदारी तू घेतली आहेस. आज तू आहेस म्हणून त्यांना केवढा आधार आहे! सगळी मुलं तशीच वागतात असं नाही. आणि फक्त उतारवयात आधार हवा म्हणूनच मुलांचा विचार करतात असं नाही ग. मूल दत्तक घेऊन त्याला वाढवणं वाटतं तितकं सोपं नाही. संस्थेकडून मूल दत्तक घेतल्यानंतर कागदपत्रांची पूर्तता, मुलाची वाढ योग्य रीतीनं होते आहे की नाही या बाबतीत संस्थेला वेळोवेळी अहवाल सादर करणं इत्यादी बाबतीत स्वतःच्या मुलापेक्षा अधिक जागरूकपणे लक्ष घालावं लागतं.

''रमणी, अनुराग हा मागासलेल्या विचारांचा आहे, बदलत्या जीवनशैलीप्रमाणे तो बदलत नाही, असं तुझं म्हणणं आहे. आता नवीन येऊ घातलेल्या डिन्क (Doble income no kids) संस्कृतीचा तो निश्चितच नाही. तो एक टिपिकल गृहस्थाश्रमी पुरुष आहे आणि 'स्वतःचं मूल असावं' असा त्याचा सर्वसामान्य विचार आहे; परंतु स्वतःचा विचार करण्याचं स्वातंत्र्य त्याला आहेच ना? 'त्याचे विचार मागासलेलेच आहेत' असं सारखं हिणवण्यापेक्षा कधीतरी त्याच्याही विचारांचा आदर कर. दोघांचीही प्रामाणिक इच्छा असल्याशिवाय मुलाचा जन्म होऊ देऊ नये, हे तुझं म्हणणं खरं असलं तरीही त्याला टाकून बोलण्यापेक्षा तुझे असे विचार का आहेत, हे त्याला पटवून देणं, त्याच्याशी शेअर करणं अधिक महत्त्वाचं आहे.

''रमणी, पती-पत्नीच्या नात्यात भांडणं, रुसवेफुगवे, अबोले हे होत राहणारच आहेत. ते कधीच संपत नाहीत; पण याचा विचार करून 'मुलावर परिणाम होऊ नये म्हणून मूलच नको,' हा विचार अति टोकाचा आहे. आपल्यावर पूर्ण विश्वास टाकून आपल्या कुशीत झोपणारं, लटके हट्ट करणारं, गळ्यात मिठी घालणारं आणि 'आई' म्हणून हाक मारणारं मूल तुझ्या कल्पनेत आणून बघ... सगळ्याचा विसर पडेल तुला.''

''मॅडम, तुम्ही सांगताय ते पटतंय मला. ही सगळी स्वप्नं अनुरागनं पाहिली आहेत; पण त्याच्या मनाचा विचार न करता मी माझेच विचार त्याच्यावर लादत राहिले. तो किती दुखावला जात असेल, याचा विचार मी केला नाही. उलट तो घटस्फोटाची भाषा करायला लागला म्हणून मला त्याचा भयंकर राग आला होता. त्यानं माझ्यासाठी खूप

समर्पण केलं आहे, हेही मी विसरून गेले होते. त्यालाच दोष देत राहिले. पण तुम्ही सांगितलेल्या गोष्टींचा मी नक्की विचार करेन. अनुरागचे विचारही समजून घेईन. आई होण्यातला आनंद मलाही अनुभवायचा आहे. पण मी चुकीच्या दिशेनं विचार करत होते. काही कटू अनुभव, जवळच्या नातेवाईक, मित्रमैत्रिणी यांच्यावर आलेले प्रसंग इत्यादीचा संबंध माझ्याही आयुष्याशी जोडून मी नकारात्मक विचार करत होते; पण तुम्ही मला योग्य मार्गदर्शन केलंत, मला माझा संसार वाचवायचा आहे. अनुरागसोबत अखेरच्या श्वासापर्यंत साथ निभावायची आहे. त्यामुळे त्याच्या स्वप्नांचा आणि त्याच्या विचारांचा मी नक्कीच विचार करेन.''

''रमणी, ईश्वर तुला सुबुद्धी देवो हीच प्रार्थना. आता पुढच्या वेळी गोड बातमी घेऊन भेट.''

''यस मॅम. आय विल मीट यू अगेन विथ अ गुड न्यूज!''

■■■

नात्यांतील संवेदनशीलता

"अग... ऐकलंस का? केव्हाचा सांगतोय; मला भूक लागली आहे, जेवायला वाढतेस ना?"

"थोडं थांबा... पिंटूंच झालं की तुम्हाला वाढतेच. आज त्याचा स्पोर्टस डे होता. तो शाळेतून दमून आलाय. त्याला गरम गरम बटाट्याचे पराठे आवडतात. त्याला करून वाढते आणि नंतर तुमचं बघते."

"अग तो दमलाय आणि मी दमलो नाही का? ४० किलोमीटर प्रवास होतो ऑफिसचा... दिवसभर काम करून डोक्याचा नुसता भुगा होतो. आज तर डबा खायलाही वेळ नाही झाला. घरी आल्यावर लगेच जेवायला वाढशील असं वाटलं, तर तुझं पुत्रप्रेम आडवं आलं. अग तुझ्या पोराशिवाय इतरही माणसं घरात आहेत याचं तरी भान ठेव."

"अहो... हे काय? तुम्ही काय लहान आहात का आता तुमच्या मागे मागे करायला? एवढीच भूक लागली असेल तर हातानं वाढून घ्या. स्वयंपाक तयार आहे."

"मलाही बटाट्याचे गरम पराठे आवडतात. पिंटूबरोबर मलाही वाढ. आमच्या लहानपणी आई, आमच्या वडिलांना सर्वांत आधी जेवायला वाढायची. त्यांचं झाल्यावर मग आम्हा मुलांना वाढायची. नवऱ्याची केवढी आदब आणि आदर होता; आणि आता मुलापुढे नवऱ्याची काही किंमतच नाही. पिंटू घरात असला की तू अजिबात माझ्याकडे लक्ष देत नाहीस. सारखी त्याच्या मागे मागे असतेस."

"तुमचं आपलं काहीतरीच असतं. पिंटू लहान आहे, त्याला माझी जास्त गरज आहे. त्याची शाळा, त्याचा अभ्यास, त्याचं खेळणं सगळीकडेच मला लक्ष द्यावं लागतं. तुमची घरात मला काडीचीही मदत होत नाही आणि त्याच्या नादात तुमच्याकडे थोडं जरी दुर्लक्ष झालं तरी तुम्हाला राग येतो."

"काहीही म्हण; पण मुलगा झाल्यानंतर तुझं माझ्यावरचं प्रेम कमीच झालं आहे.

नवऱ्याच्याही काही आवडी आहेत, याचाच तुला विसर पडला आहे.''

''तुम्ही ना, अगदी लहान मुलासारखे वागता... तुम्ही बाबा झाला आहात हे तरी लक्षात घ्या... उगीच मलाच दोष देत बसू नका.''

हे संवाद ओळखीचे वाटतात ना? प्रत्येकाच्या घरात असे संवाद कधी ना कधी घडलेले असतात.

लग्न झाल्यानंतर सुरुवातीच्या काळात पती-पत्नी सतत एकमेकांसोबत असतात. थोडासा विरहसुद्धा त्यांना सहन होत नाही. नवीन आयुष्याची सुरुवात झालेली असते. त्या घरात रुळण्यासाठी आणि त्याच्या मनात आपले स्थान निर्माण करण्यासाठी ती सतत त्याच्याच आवडीनिवडीचा विचार करते. तोही कितीही महत्त्वाची कामे असली तरी ती बाजूला ठेवून प्राधान्य तिलाच देतो. परंतु काही दिवसांनी 'कुणीतरी येणार' असल्याची चाहूल लागते. सुरुवातीचे कौतुकाचे दिवस सरतात आणि मग येऊ घातलेल्या त्या जीवाला जपण्यासाठी सगळे प्रयत्न सुरू होतात. त्याच्याकडे तिचं दुर्लक्ष होऊ लागतं. प्राधान्यक्रम बदलला जातो. बाळंतपणासाठी ती माहेरी जाते. त्याला विरह सहन करावा लागतो. बाळ आल्यानंतर तर त्याच्या संगोपनात ती गुरफटून जाते आणि त्याच्याबरोबर फिरायला जाणं, सिनेमाला जाणं, गप्पाटप्पा करत बसणं तिला शक्य होत नाही. मुलं थोडी मोठी झाली तरीही त्यांच्या शाळा, इतर उपक्रम यांच्यात ती अडकून जाते. मातृत्वाच्या कर्तव्यात ती इतकी समरस होते, की त्यामुळे 'पत्नी'च्या कर्तव्याचाही विसर पडू लागतो.

ती हे सगळं जाणूनबुजून करते असं नाही. पतीबद्दलचं प्रेम कमी होतं, असंही नाही. पण चोवीस तास फक्त मुलांचा आणि मुलांचाच विचार करताना पती-पत्नीच्या नात्याची पकड ढिली होत जाते. तो नकळत दुखावला जातो. मुलाचा विचार लवकर करून आपण फार मोठी चूक केली, असंही कधी कधी त्याला वाटू लागतं. अशा वेळेस कदाचित तो भरकटला जाण्याची, कुठे तरी गुंतण्याचीही शक्यता असते. ज्या घरात करिअरिस्ट स्त्रिया असतात, त्यांना स्वतःचं करिअर सांभाळून मुलांकडे जेवढं लक्ष देता येईल, त्या दृष्टीनं त्या सातत्यानं प्रयत्न करत असतात. मुलांना घरी सोडून आपण नोकरीसाठी बाहेर पडतो, त्यामुळे घरी आल्यानंतर त्यांना पूर्ण वेळ द्यायला हवा, या विचारानं ती मुलांभोवतीच राहते आणि तो एकटा पडतो. आपल्या पत्नीनं आपल्याकडेही लक्ष द्यावं, पूर्वीसारखी विचारपूस करावी, आवडीनिवडीचा विचार करावा, अशी त्याची अपेक्षा असते. या अपेक्षा पूर्ण झाल्या नाहीत, तर त्यासाठी आपल्याच मुलांशी त्याला स्पर्धा

करावी लागते. परंतु काही वेळा याचा अतिरेक होतो. पती-पत्नीच्या प्रेमाच्या आड येणारा हा खलनायक आहे, असे विचार काही पुरुषांच्या मनात येऊ लागतात. मुलांच्या कारणावरून पती-पत्नीमध्ये वाद सुरू होतात. मुलांच्या वर्तनात काही चुका झाल्यास 'तुझ्या लाडामुळे तो बिघडलाय' असं म्हणून पती पत्नीशी वाद घालतो, तर 'तुमचं लक्ष नसतं, तुम्ही वेळ देत नाही म्हणून तो बिघडत चाललाय' असा पत्नी पतीशी वाद घालीत राहते. घरातील असे वादविवाद टाळण्यासाठी तिनं 'पत्नी आणि आई' या भूमिका आणि त्यानं 'पती आणि पिता' या भूमिका पार पाडताना काही सीमारेषा ठरवून घ्याव्यात आणि त्या ओलांडल्या जाऊ नयेत याची काळजी घ्यावी. या दोन्ही भूमिकांची सरमिसळ होणार नाही याची दक्षता घ्यावी.

त्याला जाणून घेताना

आई होणे हा अनुभव प्रत्येक स्त्रीच्या आयुष्यात अतिशय आनंददायी आणि कृतार्थ करणारा असतो. तिला एक नवीन दृष्टी मिळते आणि आयुष्याला नवीन वळण मिळतं. बऱ्याच स्त्रिया अशा वेळी स्वकेंद्रित होतात आणि केवळ स्वत:चाच विचार करतात. स्वत:च्या आरोग्याचा विचार करणं आवश्यक असलं तरी फक्त स्वत:मध्ये रमू नये. आपल्या मनातील सर्व भावना पतीशी शेअर कराव्यात आणि त्यात त्यालाही सहभागी करून घ्यावं. त्याचे विचार, त्याच्या भावना समजून घ्याव्यात. तो एकटा पडणार नाही, याची काळजी घ्यावी. पुरुषांचा स्वभाव असाच असतो. घरातील प्रत्येक गोष्ट माझा विचार करून व्हावी असं त्यांना वाटत असतं. हा त्यांचा नैसर्गिक स्वभाव आहे. (काही अपवाद असतात) हे लक्षात घेऊन सुज्ञपणे बोलण्याची कला अवगत करून घ्यावी.

मुलांची काळजी घेताना, त्यांचं संगोपन करताना ही जबाबदारी फक्त आपलीच आहे, हे आईनंच करायला हवं, असा विचार करून सर्व जबाबदारी स्वत:कडेच घेऊ नये; काही गोष्टी दोघांनी मिळून कराव्यात. तोही मुलाची काळजी घेऊ शकतो, यावर विश्वास ठेवावा. मुलांना जशी आईची गरज आहे, तशीच पतीलाही पत्नीची गरज असते, तिच्या सहवासाची गरज असते. त्यामुळे त्याच्या भावना, त्याच्या मनातील आवर्त-प्रत्यावर्त समजून घ्यायला हवीत. त्याला जाणून घेऊन त्याचं मन राखण्याचा प्रयत्न करावा. मूल झालं म्हणजे संसार झाला; आता इतर गोष्टींची गरज नाही, अशी विरक्ती येऊ देऊ नये.

तिला समजून घेताना

आपल्या कुटुंबात एका नवीन व्यक्तीची भर पडणार आहे, आणि आपल्या

जबाबदाऱ्या आता वाढणार आहेत, याचं भान त्यानं ठेवणं महत्त्वाचं असतं. बाळाची चाहूल लागल्यानंतर आपल्या पत्नीच्या शरीरात आणि मनात काही महत्त्वपूर्ण बदल घडणार आहेत. या परिस्थितीत तिला सांभाळायला हवं, तिच्या संवेदना समजावून घ्यायला हव्यात. याचे भान त्याने राखले पाहिजे. पूर्वी ती आपली जेवढी काळजी घेत होती, जेवढं लक्ष देत होती, तेवढं ती करू शकणार नाही. कारण तिच्या 'प्रायॉरिटिज' बदलणार आहेत, याची जाणीव ठेवायला हवी. तिला तुमच्या मदतीची, आधाराची अधिक गरज लागणार आहे. मुलांचं संगोपन करताना त्यानं बरोबरीनं साथ दिली, तर तिला त्याच्याबद्दल अधिक जवळीक वाटते. 'तो मला समजून घेतो' यात ती अधिक समाधानी असते. ती नोकरी व्यवसाय करणारी असेल तर तिची तारेवरची कसरत चालू असते, हे समजून घेऊन तिनं सांगण्यापूर्वीच काही गोष्टी आवर्जून तिच्यासाठी कराव्यात. तिचं लक्ष मुलाकडे अधिक असणं साहजिकच असते. याचा स्वीकार करावा.

मूल हा तुमच्या दोघांमधील दुवा आहे आणि तुम्हाला अधिकाधिक एकत्र आणण्याचं निमित्त असत, यावर विश्वास ठेवावा. काही वेळेस ती तुम्हाला वेळ देऊ शकली नाही तरी तुमच्यावर तिचं प्रेम नाही... ती दुर्लक्षच करते, असे नकारात्मक विचार मनात आणू नयेत आणि घरातील प्रत्येक बदलाचा सकारात्मक विचार करून त्या क्षणाचा आनंद उपभोगण्याचा प्रयत्न करावा. नवीन जबाबदाऱ्या स्वीकारताना स्वभावात बदल करावा लागेल. जुने हट्ट सोडून द्यावे लागतील... मनाला मुरड घालावी लागेल. काही गोष्टी मनाविरुद्धही होतील; पण जमवून घ्यावं लागेल. हे सर्व समजून घेतलं तर एकटेपणा जाणवणार नाही. याउलट मुलाला वाढवण्याचा प्रत्येक क्षण तुम्ही आनंदानं मनात साठवून ठेवाल. ज्या गोष्टी अजिबात पटत नाहीत, त्या मोकळेपणानं पत्नीशी शेअर कराव्यात. मनात साठवून ठेवून उद्रेक होण्याची वाट पाहू नये.

मुलांसोबत सहजीवनाचा आनंद घेताना

मुलाला जन्म देताना अपत्यप्राप्तीचा आनंद उपभोगण्यासाठी दोघांची मानसिक तयारी होणं महत्त्वाचं असतं. दोघांपैकी एकाला मूल नको असेल तरी नंतर वादाचे प्रसंग निर्माण होऊ शकतात. मुलाला वाढवणं, सांभाळणं, त्याच्यावर योग्य संस्कार करणं, ही दोघांची सारखीच जबाबदारी आहे, हे लक्षात ठेवावं. आयुष्याच्या या टप्प्यावर पुढे जाताना परस्परांना समजून घेणं, मनातलं जाणणं महत्त्वाचं असतं. या वेळी एकमेकांना

आश्वासक आधार दिला, तर सहजीवनाचे संदर्भ बदलतात. पती-पत्नी या भूमिकेतून दोघं माता-पिता या भूमिकेत दोघांचेही स्थित्यंतर होत असते. त्यामधल्या प्रत्येक वळणावर एकमेकांना समजून घ्यायला हवं.

मूल लहान असताना दोघांना एकत्र बाहेर पडणं, प्रवास करणं शक्य होतंच, असं नाही. कारण मुलांच्या प्रकृतीची काळजी घेणं अधिक आवश्यक असतं. अशा वेळेस एकमेकांना पुरेशी स्पेस देऊन मित्रमैत्रिणींसोबत बाहेर पडणं, एकट्यानं काही कार्यक्रम ठरवणं... पार पाडणं, एकट्यानं काही समारंभांत सहभागी होणं, करावं लागतं; पण तरीही एकमेकांच्या सहवासाचे क्षण शोधत राहणंही आवश्यक आहे. मुलं झाल्यानंतर प्राधान्यक्रम बदललेला असला तरी दोघांनाही एकमेकांच्या सहवासाची गरज असते. सुदृढ कौटुंबिक वातावरणासाठी त्याची गरज आहे, याचं भान ठेवणं महत्त्वाचं असते.

एकमेकांना दूषणं न देता मानसिक आधार दिलात, एकमेकांची मनं जाणून घेण्याची संवेदनशीलता दाखवली, तर पती-पत्नीमधील नातं अधिक जवळीकतेचं होईल आणि आनंदी आई-बाबांच्या सहवासात मुलांची वाढही अधिक चांगल्या प्रकारे होईल.

मुलांची समस्या सोडवताना घाई नको...

"अस्मिता, अग आज अचानक कशी आलीस? तुझा चेहरा का उतरलाय? काही घडलंय का? अमित भेटला का पुन्हा तुला?"

"नाही मॅडम... अमित मला वर्षभरात भेटलेलाच नाही, मुलींच्या संदर्भात काही बोलायचं असेल तर आम्ही फोनवरच बोलतो."

"ठीक आहे... म्हणजे तुमच्या दोघांत वाद नाहीत. घटस्फोट होऊन पती-पत्नींमधले वाद मिटले, तरी मुलांच्या भेटी आणि त्यांचे प्रश्न यावरून वाद चालूच राहतात."

"मॅडम... तसे कोणतेच वाद आता आमच्यात राहिले नाहीत. अमितशी घटस्फोट झाल्यानंतर एकटं राहणं आणि मुलींना एकटीनं वाढवणं मी स्वीकारलं आहे. मुलींना काहीही कमी पडू द्यायचं नाही... त्यासाठी कितीही कष्ट करायला लागले तरी चालेल, हे मी ठरवलेलंच आहे. आज मी वेगळ्याच कारणासाठी तुमच्याकडे आलेली आहे."

"काही गंभीर नाही ना?"

"माझी समस्या गंभीर आहे की नाही हे मलाच समजत नाही. मॅडम... माझी मोठी मुलगी अर्पिता १६ वर्षांची आणि छोटी आनंदिता १२ वर्षांची आहे. अर्पिता सध्या दहावीत आहे. तिला मी खासगी शिकवणीही लावली आहे. तिनं चांगले मार्क मिळवावेत आणि पुढच्या करिअरच्या दृष्टीनं आत्तापासून प्रयत्न करावेत, असं मला वाटतं."

"अस्मिता, अग चांगला विचार करते आहेस तू. मग काळजी कसली करतेयस?"

"मॅडम... माझी समस्या पुढेच आहे. अर्पिता जिथं शिकवणीला जाते, तिथं एक मुलगा आहे. तो तिच्या शाळेतला नाही; पण शिकवणीच्या वर्गात ते एकत्र आहेत. तो मुलगा तिच्याकडे नेहमी पाहत राहतो आणि तिच्याशी बोलण्याचा प्रयत्न करत असतो. मला दोन-तीन वेळा तिनं ही गोष्ट सांगितली; परंतु 'तू दुर्लक्ष कर... तुझ्या अभ्यासाकडे लक्ष दे,' असं मी तिला सांगितलं होतं. त्यानंतर पुन्हा मागील तीन-चार महिने हा विषय

निघाला नाही; पण काल मी ऑफीसमधून आले तेव्हा तिच्या सायकलच्या कॅरिअरला एक पाकीट लावलेलं दिसलं. ती अभ्यासाचं काहीतरी विसरली असेल असं समजून मी ते काढून घेतलं आणि सहज पाहिलं तर त्यामध्ये एक पत्र मला सापडलं. ते पत्र वाचून मला खूपच टेन्शन आलं आहे. आता मी कोणती भूमिका घ्यावी, तेच मला समजत नाही. ते पत्र मी तुम्हाला दाखवण्यासाठी आणलं आहे.''

''प्रिय... प्रिय... प्रिय... अर्पिता...

तुझ्याशी बोलण्याचा किती प्रयत्न करतोय; पण तू माझ्याशी बोलत नाहीस म्हणून माझ्या भावना तुझ्यापर्यंत पोहचवण्यासाठी मी तुला हे पत्र लिहित आहे. जानू... नववीपासून आपण दोघं एका क्लासमध्ये आहोत. तेव्हापासून मी तुला पाहतो आहे. तुला पाहताक्षणीच तू मला खूप आवडलीस. तुझ्या जवळच्या बेंचवर बसायला मिळावं म्हणून मी खूप धडपड करायचो.

तू नववीला आपल्या क्लासमध्ये टॉपर होतीस म्हणून तुझा सत्कार केला, त्या दिवशी तर तू इतकी छान दिसत होतीस, की मी तुझ्या प्रेमात पडलो. तू तो पर्पल कलरचा अनारकली ड्रेस घातलास की तुझ्याकडे बघतच राहावंसं वाटतं. तुझ्या डोळ्यांवर येणारी केसांची बट तू हलकेच बाजूला करतेस, तेव्हा तर तू खूपच छान दिसतेस. मी सारखा तुला न्याहाळत राहतो. टिचर काय शिकवतात याकडे माझं लक्षच नसतं.

एखादे दिवशी क्लासमध्ये तू आली नाहीस तर मलाही क्लासमध्ये बसावं असं वाटत नाही. मला तुझ्याशिवाय अजिबात करमत नाही. मी घरी गेलो तरी तू माझ्या नजरेसमोरून जात नाहीस. तुला काय सांगू, प्रत्येक क्षणी तू माझ्यासोबत आहेस असं सध्या मला वाटतं. 'तुझे कैसे समझावू, तू मेरी धडकन में रहती हो' आणि मला माहिती आहे... तूही माझ्यावर तेवढंच प्रेम करतेस; पण बोलत नाहीस. तुझी अबोल नजर मला सारं काही सांगत असते. वर्गातून बाहेर पडताना तू माझ्याकडे बघत असतेस. तुझे काही संकेत मला कळतात. मग माझ्याशी बोलत का नाहीस?

जानू... मी तुझ्यासाठी काहीही करायला तयार आहे. तुझ्याशिवाय मला काही सुचतच नाही. मी माझ्या मनाला समजावण्याचा खूप प्रयत्न करतो; पण काय करू, 'बतमीज दिल माने ना' असं मला म्हणावं लागतं. प्लीज मला भेट. मला तुझ्याशी खूप खूप बोलायचं आहे. क्लास संपल्यानंतर सगळी मुलं निघून गेली की सायकल स्टॅन्डजवळ मी थांबेन. प्लीज, प्लीज, प्लीज... माझ्याशी बोलायला थांब. तू माझ्याशी आता बोलली नाहीस तर मी काय करेन ते मी सांगू शकत नाही. मी वाट पाहीन... तुझ्या येण्याची ...

तुझाच... सागर!''

ते पत्र वाचून मी बंद करून ठेवलं आणि अस्मिताकडे बघितलं. ती खूपच तणावात आहे हे दिसत होतं. खूप मोठं ओझं डोक्यावर घेऊन चालली आहे, असं तिच्याकडे बघून वाटत होतं.

"मॅडम... वाचलं ना! मला खूप टेन्शन आलंय... काय करावं तेच कळत नाही."

"अस्मिता... तुला नक्की कशाचं टेन्शन आलंय? त्या मुलानं असं पत्र का लिहिलं? आपल्या मुलीचं कुठं चुकतं आहे का? तिच्या शिक्षणाचं काय होणार? तिला कसं समजवायचं? मुलीला वाढवण्यात आपण कुठं कमी पडतोय का? या समस्येला कसं सामोरं जायचं? हेच, की यापेक्षा वेगळं काही?"

"खरं सांगू का? तुम्ही मनकवड्या आहात. समोर बसलेल्या माणसाच्या चेहऱ्याकडे बघूनच तुम्ही सारं काही ओळखता... मी वेगळं काय सांगू?"

"अग, असं काही नाही माझ्याकडं येणाऱ्या मंडळींच्या आजपर्यंतच्या समस्या ऐकून त्या अनुभवातून मी हे बोलतेय. बरं ठीक आहे आपण त्या प्रत्येक प्रश्नाचाच विचार करू. आता मला एक सांग- हे पत्र तू तुझ्या मुलीला वाचायला दिलंस का?"

"नाही... मी अजून तरी तिला ते दिलेलं नाही. काल संध्याकाळी मला ते मिळालं आणि आज लगेचंच तुमच्याकडे ते घेऊन आले."

"अस्मिता... तुझा तुझ्या मुलीवर विश्वास आहे?"

"अर्पितावर माझ्या विश्वास नाही असं नाही, पण तिच्या वागण्यातला बदल सध्या मला असह्य करतोय. तिच्या प्रत्येक निर्णयासाठी माझ्यावर अवलंबून असलेली अर्पिता स्वत:चे निर्णय आता स्वत: घेऊ लागली आहे. तिच्या मैत्रिणी वाढल्या आहेत. मोबाईल, नेट, व्हॉटस् अप या तिच्या जगात तिला माझ्याशी बोलायलाच वेळ नसतो. आमचे संवाद कमी झाले आहेत. मी ऑफिसमधून आले की मी स्वयंपाकाच्या कामात मग्न असते; ती तिचा अभ्यास आणि मोबाईल यामध्ये बिझी असते. कारणापुरतंच आमचं बोलणं होतं. बोलणं झालंच तर तिचा अभ्यास, तिचं मला न आवडणारं वागणं यावर माझी लेक्चरबाजी सुरू असते. तिला ते पटत नाही आणि मग आमचे वादच होतात.

"वाढत्या वयाबरोबर तिला तिच्या स्वतंत्र मतांची, हट्टी आणि आग्रही शिंगं फुटू लागली आहेत. आई म्हणजे जुन्या विचारांची... तिला नवीन जगाची काहीच माहिती नाही, असं तिला वाटायला लागतं. तिच्या काही गोष्टींमध्ये मी लक्ष घालायला लागले की तिला आजिबात आवडत नाही. या वयात मुलांना त्यांची स्पेस हवी असते, असं मलाच सुनावते; म्हणूनच मला कधी कधी भीती वाटते. माझा जीव धास्तावतो.

"तिच्या इतर मैत्रिणींचे दोन्ही पालक (आई-बाबा) त्यांच्या घरी आहेत. एकानं

रागावलं की एकानं जवळ घ्यायचं, या गोष्टी शिस्त लावण्यासाठी करता येतात; पण या मुलींची जबाबदारी माझ्या एकटीवरच आहे. त्यांनी काही चांगलं केलं तर आईचे कष्ट फळाला आले असं कोणीही म्हणणार नाही; पण जरा कुठं वाकडं पाऊल पडलं तर सगळे जण मलाच दोषी ठरवतील. आता या प्रकरणात तिला स्वतःला त्या मुलाबद्दल खरंच काय वाटतंय, ते मला माहिती नाही; पण तिच्या मनात काहीही नसेल आणि तरीही तो मुलगा तिच्यावर एकतर्फी प्रेम करत असेल तर...? रिंकू पाटील सारखी अनेक प्रकरणं डोळ्यांसमोर येतात आणि भीती वाटायला लागते.''

''अस्मिता... एवढं घाबरण्याचं काहीच कारण नाही. हा एक असाच काळ असतो... इटस् जस्ट अ फेज! मुलं मोठी होत राहतात. त्यांना त्यांचं स्वतंत्र विश्व असतं आणि त्यात कोणीही लुडबूड केलेली चालत नाही. परंतु अत्यंत नाजुक वयाच्या निसरड्या टप्प्यावर मुलांना सांभाळून घेणं... त्यांच्यावर विश्वास टाकणं... हे महत्त्वाचं ठरतं. मुलांच्या प्रत्येक वागण्याचा वेगळा अर्थ काढून त्यांना टोकत राहिलं, तर मुलं तुमच्याशी कधीही खरं बोलणार नाहीत. मुलं आणि पालक यांच्यातील संबंधात प्रामाणिकपणा येण्यासाठी पालकांनीच कसोशीनं प्रयत्न करायला हवेत. त्यासाठी मुलांना त्यांची पुरेशी स्पेस आणि स्वातंत्र्य हवं असतं. ते द्यावं लागतं. प्रत्येक वेळी संशय घेऊन त्यांच्या प्रत्येक हालचालीवर बारीक नजर ठेवण्यापेक्षा त्या काळातील धोक्याची त्यांना जाणीव करून द्यायला हवी. मुलांना समजावून घेताना आपला तोल सुटायला नको, याची काळजी घ्यायला हवी.''

''मॅडम... तुम्ही सांगताय ते सगळं पटतंय मला; तरीही मुलीच्या बाबतीत जरा जास्तच सजग असणाऱ्या माझ्यामधल्या 'आई'ची समजूत मलाच घालता येत नाही. मुलीच्या आयुष्याची घडी थोडीसुद्धा विस्कटू नये यासाठी मी सतत प्रयत्न करत राहते. म्हणूनच या पत्र प्रकरणामुळे मी अस्वस्थ झाले आहे. त्या मुलाला भेटून जाब विचारू की अर्पिताशी बोलून तिच्या मनात काय आहे ते विचारू; ट्यूशन टिचरशी बोलू की सरळ त्या मुलाच्या आईवडिलांना गाठून त्यांच्या कानावर ही गोष्ट घालू; का हे सगळं करत बसण्यापेक्षा अर्पिताचा क्लास बदलून टाकू, असे असंख्य विचार माझ्या मनात फेर धरून उभे राहतात. अशा प्रसंगात आता आपण एकटेच आहोत, कोणीही जोडीदार नाही. आपल्याला कोणाचाच आधार नाही, या विचाराने अधिकच निराश व्हायला होतं.''

''अस्मिता, अग निराश होऊन कसं चालेल? तुझ्यातली 'आई' मी समजू शकते; पण अर्पिता आणि आनंदिताची तू केवळ आई नाहीस तर आई आणि बाबा या दोन्हीही भूमिका तू पार पाडते आहेस. त्यामुळेच केवळ भावनाशील होऊन चालणार नाही. ही परिस्थिती तू स्वीकारायला हवीस आणि हा प्रश्न कौशल्यानं हाताळायला हवास. हे

पत्र तू अर्पिताला लगेच दाखवलं नाहीस, हे चांगलंच केलंस. कारण या वयात आपलं कोणीतरी कौतुक करावं, आपल्याला चांगलं म्हणावं... आपल्यावर कुणीतरी प्रेम करावं अशा भावना मुलींच्या मनात नैसर्गिकरीत्या निर्माण होत असतात. त्यामुळे कदाचित त्या मुलाबद्दल तिच्या मनात तशा काही भावना नसतील तरीही त्या निर्माण होऊ शकतात. हा विषय वेगळ्या पद्धतीनं काढून तू तिच्या मनातलं सगळं जाणून घे. यातून मार्ग काढण्यासाठी अर्पिताचा क्लास बदलून, तिच्या टिचरच्या कानावर घालून, त्या मुलाच्या आईवडिलांना बोलावून घेऊन त्यांच्याही कानावर या गोष्टी घालून कोणतेही वादविवाद न करता शांतपणे मार्ग काढ.

''मुलांना समजावून सांगून त्यांचं आत्ताचं वय हे प्रेमात पडण्याचं नसून अभ्यासाचं, पुढील करिअरचा विचार करण्याचं आहे, हे दोघांनाही समजावून सांगायला हवं. आयुष्यात सर्व गोष्टी मिळत असतात; पण घाईघाईनं त्या ओरबाडून घेऊ नका, हे त्यांना समजावून सांगायला हवं. त्यांच्या मनातील वादळं समजून घ्यायला हवीत. काही निर्णय नाईलाजानं घ्यायला लागतात; पण ते शहाणपणाचे असतात. रुसवे-फुगवे धरून, आदळआपट करून कोणतेही प्रश्न सुटणार नाहीत; म्हणूनच आता ज्या गोष्टी बदलताच येणार नाहीत त्याचा शांत आणि समंजस स्वीकार करणं महत्त्वाचं आहे. या वयामध्ये न संपलेलं बालपण आणि येऊ घातलेलं तारुण्य यांचा मेळ घालणं आणि हा टप्पा सुरक्षितपणे पार पाडणं महत्त्वाचं आहे, एवढंच त्यांना समजावून सांगायला हवं.

''तुझी अर्पिता अतिशय सालस आणि गोड मुलगी आहे. तुमच्या घटस्फोटामुळे ती प्रगल्भ आणि स्वतंत्र विचारांची झाली आहे. थोडंसं अकाली प्रौढपण तिला आलेलं आहे. तुझ्या आधाराला मुलींशिवाय कोणीही नाही याचीही तिला जाणीव आहे. ती चुकणार नाही. फक्त तिच्यावर विश्वास ठेव. जेव्हा तिला तुझ्या मदतीची, मार्गदर्शनाची गरज लागणार आहे तेव्हा आई आपल्यासोबत आहे, हा विश्वास तिलाही वाटायला हवा. सगळं व्यवस्थित होईल... जस्ट चिल!''

''मॅडम... माझ्या अनेक प्रश्नांची आणि शंकांची उत्तरं मला मिळाली. मी ही परिस्थिती योग्य रीतीनं हाताळेनच; पण यापुढंही अर्पितावर उगाचच शंका न घेता तिला समजावून घेण्याचा प्रयत्न करेन आणि माझ्यातली 'आई' पुन्हा पुन्हा डोकावू लागली तरी तिला समजावेन.'जस्ट चिल' अस्मिता!''

आणि आम्ही दोघीही खळाळून हसलो...

खरंच... जस्ट चिल!

हे करावे

- पहिले मूल केव्हा? याचा दोघांनी मिळून विचार करा.
- मुलाचा विचार करण्यापूर्वी दोघांनी आपापल्या शारीरिक तपासण्या करून घ्या.
- अपत्यप्राप्तीसाठी मुलीचे वय २५ ते ३० च्या दरम्यान असेल, तर उत्तम गर्भधारणा होते, असे वैद्यकशास्त्र सांगते. त्याहून अधिक वयात गर्भधारणा आणि अर्भकाची योग्य वाढ होणे यांमध्ये अडचणी निर्माण होऊ शकतात. त्यामुळे करिअरचा विचार करताना वयाचा विचारही करा.
- पालकत्व स्वीकारण्यापूर्वी मानसिक, शारीरिक आणि आर्थिक नियोजन करा.
- पालकत्व स्वीकारताना ज्या गोष्टींचा त्याग करावा लागणार आहे, त्या गोष्टींचा आनंदाने स्वीकार करा. उदा. आहार, विहार यांवरील बंधने.
- घरातील सर्व व्यक्तींना तुमच्या आनंदात सहभागी करून घ्या. त्यांचे मार्गदर्शन घ्या. तुमच्या मानसिक शांततेसाठी कुटुंबात शांतता असणे आवश्यक आहे.
- करिअरिस्ट असाल, तर किती दिवस रजा मिळणार, नंतर मुलाला कोण सांभाळणार, दोघांनी वेळेचे नियोजन कसे करावे या सर्व गोष्टींचा विचार करा.

हे टाळावे

- आपले विचार जोडीदारावर लादणे.
- पती-पत्नी आणि माता-पिता या भूमिका पार पाडताना नात्यांची गल्लत करणे. प्रत्येक नात्याच्या सीमारेषा न ओळखणे.
- परस्परांविषयीची संवेदनशीलता कमी होत जाणे.
- मुलांच्या संगोपनात, शिस्त लावण्यात दोघांचा समान सहभाग नसणे.
- पत्नीला घरकामात अजिबातच मदत न करणे.
- मुलांच्या अभ्यासाकडे लक्ष न देता फक्त पत्नीवरच त्याचा भार सोपवणे.
- मुलांसमोर वाद घालणे आणि भांडणे करणे.
- पालकत्वाच्या जबाबदाऱ्या पेलताना चिडचिड, त्रासिकपणा करणे.

तुझ्यावर प्रेम होतं म्हणूनच...

माझी मोठी मुलगी आता मोठी होईल
आई-बाबा असे का वागतात हे तिला समजेल,
तेव्हा मी तिला सांगेन,
तू कुठं जातेस, कोणाबरोबर जातेस
कोणाचा फोन आला, कोणाला मेसेज पाठवलास
तुझ्या फेसबुकवर कोण आहे. व्हॉटस ॲप वर काय आहे
असे प्रश्न सारखे विचारून, मी तुला जो त्रास दिला
ते तुझ्यावर प्रेम होत म्हणूनच!

छोट्या भावाशी वाद घालत असताना
तुझी बाजू बरोबर आहे, हे माहिती असताना
तुझ्या मनाची तयारी व्हावी म्हणून गप्प बसले,
तुलाच समजावून सांगितलं
ते तुझ्यावर प्रेम होतं म्हणूनच!

तुझ्या अभ्यासाच्या वेळेत येणाऱ्या फोनला
मनात नसतानाही कठोर बोलत राहिले
तुझ्यावर विश्वास असतानाही
मित्रांसोबतच्या पार्ट्यांना जायला 'नाही' म्हणाले,
ते तुझ्यावर प्रेम होतं म्हणूनच

बाळा... बाबा आणि मी, नेहमीच सत्त्वपरीक्षा द्यायचो
जेव्हा तू आमच्यावर रागावशील, रूसून बसशील
कधी कधी तर आमचा तिरस्कारही करशील
हे सर्व माहिती असूनही,
तुझ्या वेगळ्या हट्टांना
निग्रहाने 'नाही' म्हणायचे, तुला अडवायचो
ते तुझ्यावर प्रेम होतं म्हणूनच

बेटा... तुझ्या गुणदोषांसहित... हट्टांसहित
तू जशी आहेत तशी आम्हांला आवडतेस
पण... तू मोट्ठं व्हावंस... यशस्वी व्हावंस
जगण्याला लायक व्हावंस
अनुभवांनी शहाणं व्हावंस
म्हणूनच तुला रागवत राहिलो
ते तुझ्यावर प्रेम होतं म्हणूनच...!

५

लग्न.... पालकांचा सहभाग

मुलं लग्नाच्या वयात आल्यानंतर पालकांना त्यांचे 'दोनाचे चार' करण्याची अधिक घाई असते. मुलांची वेळेवर लग्नं झाली म्हणजे आपली जबाबदारी संपली असं त्यांना वाटत असतं. मुलांसाठी जोडीदार शोधताना मुलांचा निर्णय अंतिम असला तरी त्यावर पालकांच्या विचारांचा पगडा नक्कीच असतो, म्हणूनच मुला-मुलींनी स्वतः निवडलेल्या जोडीदाराचा स्वीकार पालकांकडून सहजपणे होत नाही. मुलीने जातीबाहेर पालकांच्या नकळत, त्यांचा विरोध पत्करूनही लग्न केलं तर 'ऑनर किलींग' सारखे प्रकार अजूनही घडतात. मुलीने किंवा मुलाने निवडलेला जोडीदार योग्य असला तरीही समाज काय म्हणेल? या विचाराने त्याचा स्वीकार केला जात नाही तसेच स्वतःचा अहंकार दुखावला गेला, आपल्या मनाविरुद्ध घडलं म्हणूनही त्याचा स्वीकार केला जात नाही. अशा वेळी मुलं-मुली आनंदात असतील तर पालकांनीही आपला रोष सोडून द्यायला हवा. अडीअडचणींच्यावेळी त्यांना मानसिक आधार द्यायला हवा.

पालकांच्या मर्जीने मुलांनी ठरवून विवाह केलेला असला किंवा मुलांनी निवडलेला जोडीदार स्वीकारलेला असला तरीही लग्न झाल्यानंतर आपली जबाबदारी संपली असे लग्नापूर्वी म्हणणारे पालक मुलांच्या जबाबदारीतून निवृत्त होत नाहीत. उलट आता लग्न झाल्यानंतर मुलगा आपल्याला विसरेल.... बायकोचंच ऐकायला लागेल किंवा मुलगी तिच्याच संसारात रमेल आणि आपल्याला विसरून जाईल. अशी एक अदृश्य भीती मनात असल्याने मुलांमध्ये पालक आपली गुंतवणूक कायम ठेवतात. मुलाची बायको नीट वागली नाही तर मुलाच्या आईला अधिक त्रास होतो. तसेच मुलीचा नवरा किंवा तिचे कुटुंबीय तिच्याशी नीट वागले नाहीत तर मुलीच्या आईवडिलांनाच अधिक त्रास होतो त्यामुळे मुलांच्या संसारात कळत नकळतपणे

त्यांचा सहभाग असतोच. मुलीला तिच्या सासरी तिचं करिअर करायला मिळालं नाही, तिच्या इच्छेप्रमाणे वागता आलं नाही, तिला विचारलं गेलं नाही तर मुलीचे आईवडील तिच्या संसारात लक्ष घालू लागतात. लाडाकोडात वाढवलेल्या आपल्या मुलीला सासरी त्रास होतो याचं दुःख त्यांना जास्त होत. प्रेमापोटी स्वतःच्या मुलीला आपल्याच घरी ठेवून घेण्याचा निर्णयही काही जण घेतात. तर आपल्या मुलाला योग्य मुलगी मिळाली नाही. त्याच्या अपेक्षा पूर्ण झाल्या नाहीत त्यामुळे 'पत्नीला घटस्फोट देऊन मोकळं हो', असं मुलाचे पालक आपल्या मुलाला सांगत असतात. खरं तर मुलाच्या आणि मुलीच्याही पालकांनी त्यांच्या संसारातील आपला हस्तक्षेप टाळायला हवा. संसारात अनेक चढउतार येतच असतात. आपणही त्यातून गेलेलो आहोत, आपल्याही सगळ्या अपेक्षा पूर्ण झाल्या नाहीत तरीही आपण नाती टिकवली आहेत हे लक्षात घेऊन पालकांनी आपलेच अनुभव मुलांना सांगायला हवेत. दोघांचे एकमेकांमबद्दलचे मत चांगलेच राहील आणि दोघांतील वाद सामंजस्याने मिटतील असे प्रयत्न करायला हवेत.

लग्न संस्थेत फक्त पती-पत्नी एकत्र येत नाहीत, तर दोन कुटुंब एकत्र येत असतात. त्यामुळे कुटुंबातील प्रत्येक सदस्याने पती-पत्नीचं नातं टिकून राहावं आणि कुटुंबात आनंद निर्माण व्हावा असे प्रयत्न करणं गरजेचं असतं. त्यांची वाट चुकली तर त्यांना पुन्हा मार्गावर आणणं महत्त्वाचं असतं. अशा वेळी मोठेपणा दाखवून त्यांना सहकार्य केलं तर सगळीच नाती अभंग राहतील.

स्वार्थी प्रेमाचा अट्टाहास नको

"ताई, तुम्ही तरी यांना समजावून सांगा. मुलं चुकतात, पण मोठ्या माणसांनी त्यांना माफ करायला नको का?"

"काय माफ करायचं? माफ करण्यासारखी चूक नअसेल तर माफी करणाराही मूर्ख ठरतो."

"माझ्या मुलीनं काही दरोडा घातला नाही, की कुणाचा खून केलेला नाही. स्वतःच्या आवडीच्या मुलाशी लग्न केलं, हीच तिची चूक आहे ना?"

"अहो, तिनं माझ्या भावनांचा खून केला आहे. माझ्या मनातील पित्याच्या भावनाच मरून गेल्या आहेत."

सविताताई आणि सुरेशराव एकमेकांशीच वाद घालत होते.

शेवटी त्यांना मध्येच थांबवून मी विचारलं,"सविताताई, तुमचं काय म्हणणं आहे हे मला सांगा बरं."

सविताताईंनी आता सुरेशरावांशी वाद घालणं थांबवलं आणि त्या माझ्याशी बोलू लागल्या, "अहो ताई, आमची मुलगी नंदिता हिनं प्रेमविवाह केला आहे. तिच्या लग्नाला पाच वर्षं झाली. ती तिच्या घरीच असते; परंतु आता तिला मूल झाल्याची बातमी मला परवाच समजली. तिच्याशी आम्ही कोणतेही संबंध ठेवलेले नाहीत. पण आता ती एकटी पडली आहे. तिच्या मदतीला कोणीही नाही. तिची तब्येतही बरी नाही हे तिच्या मैत्रिणीकडून आम्हाला समजलं. मागच्या सर्व गोष्टी विसरून जाऊन बाळंतपणात तिची काळजी घेण्यासाठी तिला आपण घरी घेऊन येऊ, असं मी यांना म्हटलं तर ते कोणतीच गोष्ट ऐकून घेत नाहीत. माझ्याशीच भांडण करत आहेत."

"सविता, तुला किती वेळा सांगितलं होतं, तिचा विषय माझ्या घरात नको. माझ्या दृष्टीनं ती मेलेली आहे. ज्या मुलीनं कुटुंबाचा विचार केलाच नाही तिला कुटुंबात स्थान

द्यायचंच कशासाठी? तुझ्या लाडामुळंच ती बिघडली होती, आणि आता या बाबतीत मी तुझं अजिबात ऐकणार नाही.''

''अहो, काय सांगता माझ्या लाडानं ती बिघडली? माझ्यापेक्षा ती तुमची जास्त लाडकी होती. तिच्या कोणत्याही गोष्टीला तुम्ही कधी नकार दिला नाही. तिला उच्च शिक्षण घेण्यासाठी तुम्हीच पाठिंबा दिलात. शाळेपासून प्रत्येक कार्यक्रमात सहभागी व्हावं म्हणून तुम्हीच तिला प्रोत्साहन द्यायचात. घरकामात मला तिची मदत होत नाही म्हणून मी चिडचिड करायचे तेव्हा तुम्हीच मला गप्प बसवायचात. 'मुला-मुलींमध्ये कोणताही भेद करायचा नाही, तिला जे शिक्षण घ्यायचं असेल ते घेऊ देत. तिला पुढं जाऊ देत. तिच्या करिअरच्या आड आपण यायचं नाही,' असं तुम्हीच मला समजावून सांगितलंत आणि आता तुम्ही मलाच नावं ठेवता? तिनं स्वतःच्या पायावर उभं राहावं, स्वतःचे निर्णय स्वतः घ्यावेत यासाठी तुम्ही नेहमीच प्रयत्न करायचात आणि स्वतःच्या लग्नाचा निर्णय तिनं स्वतः घेतला म्हणून तुम्हाला ती मेली, असं तुम्ही म्हणता?''

''सविता, तिनं आपला समाज सोडून दुसऱ्या समाजातील मुलाशी लग्न केलं तेव्हाच आपण ठरवलं होतं, की तिच्याशी आपल्या घरातील कोणीही कधीही संबंध ठेवायचे नाहीत. एवढे दिवस तू माझं ऐकलंस आणि आता तूच तिला घरात घेऊन येण्याची भाषा करतेस? तुला माझं ऐकायचंच नसेल तर मीच या घरातून निघून जातो, म्हणजे तुम्हाला तुमचे निर्णय घेता येतील.''

दोघांतील वाद वाढू लागल्यामुळं मी पुन्हा त्यांचं बोलणं थांबवलं आणि सुरेशरावांना समजावून सांगण्याचा प्रयत्न केला, ''दादा, तुम्ही एवढं रागावू नका. आतापर्यंत सविताताई तुमचं ऐकतच आल्या आहेत, यापुढेही ऐकतील; पण निदान त्यांचं म्हणणं तर तुम्ही समजून घ्या.''

''ताई, तिला मी कोणत्याही गोष्टीत आतापर्यंत कमी पडू दिलेलं नाही आणि यापुढंही काही कमी पडू देणार नाही. पण या बाबतीत मी तिचं काहीही ऐकणार नाही.''

सविताताईंच्या डोळ्यांतले अश्रू आता अनावर झाले.

''ताई, माझ्या संसारात आतापर्यंत त्यांनी कधीच काही कमी पडू दिलं नाही, मला सहकार्यच केलं हे खरं आहे; पण ते माझ्यातील 'आई' ओळखू शकत नाहीत. माझ्या नंदिताने जेव्हा समाजाबाहेरील मुलाशी प्रेमविवाह केला तेव्हा आम्ही सर्व जण खूप दुखावलो गेलो. तेव्हाच तिच्याशी कोणताही संपर्क ठेवायचा नाही हे आम्ही ठरवलं होतं. तिच्या मैत्रिणींकडून व संबंधितांकडून तिच्याबद्दल समजायचं. तिचा नवरा खूप समजूतदार आहे. आमच्या समाजातील तो नसला तरीही आमच्या समाजातील प्रथा,

परंपरा याचा त्याने अवलंब केला आहे. समाजातील कार्यक्रमांमध्येही तो असतो हे समजायचं; पण मी दुरून डोंगर साजरे ठेवले. मध्यंतरी एकदा ती गाडीवरून पडली, तेव्हा तिला भेटून यावं असं वाटलं; पण माझ्या मनाला मी आवर घातला. तिला दिवस गेल्याचं समजलं तेव्हाही तिला भेटून यावं असं वाटलं; पण तेव्हाही मनाला आवर घातला. ती आता 'आई' झाली आहे. ती आजारी आहे. बाळाचं ती करू शकत नाही. तिच्या मदतीला कोणीही नाही, हे ऐकल्यावर माझ्यातील 'आई' बंड करून उठली. आता तिला माझी गरज आहे. म्हणूनच काही दिवस तिला आपल्या घरी घेऊन येऊ, असा मी हट्ट धरला आहे; पण तेच आता घरातून निघून जाण्याची भाषा करतात. कसं वागावं हेच मला समजत नाही.''

सविताताईंचं ऐकल्यानंतर सुरेशरावांना समजावून सांगण्याचा मी प्रयत्न करू लागल,''दादा, सविताताई म्हणतायत ते बरोबर आहे. या दिवसांत नंदिताला आईची खरी गरज आहे. नंदिताच्या लग्नाला पाच वर्षं झाली आहेत. तिनं निवडलेला जोडीदार हा तुमच्या समाजातला नसला तरी तो तिच्यासाठी योग्य आहे आणि तो तुमच्या समाजातील प्रथा-परंपराही पाळतो. तुमच्याच समाजातील अशी किती तरी मुलं आहेत, की ती धर्म-संस्कार उधळून लावतात; स्वतःच्या मर्जीप्रमाणं वागतात. मग ज्या समाजात जन्म घेतला त्या धर्माच्या संस्काराचं पालन केलं नाही तरी केवळ समाजात जन्म घेतला म्हणून तो श्रेष्ठ ठरतो का? समाजात जन्म न घेताही समाजाच्या धर्म-संस्कारांचं आचरण करणारा त्या समाज-धर्माचा होत नाही? या बदलत्या समाजरचनेत आपण आपले विचार बदलायला हवेत, असं तुम्हाला वाटत नाही का? मानवता ही जात आणि माणुसकी हा धर्म आपण विचारात घ्यायला हवा की नाही? आपण शेजारीपाजारी, रस्त्यावरचा अनोळखी माणूस यालाही वेळप्रसंगी मदत करतो. मग ही तर तुमची मुलगी आहे. तिच्या वेळेला तिला मदत करणं हे आपलं कर्तव्य नाही का?''

''अहो ताई, ज्या मुलीनं स्वतःची कर्तव्यं कधी पाळली नाहीत तिच्यासाठी काय करायचं आहे? तिला मी मदतीचा हात देणार नाही.''

''दादा, तुमच्या मुलीला तुम्ही शिक्षण दिलं, सक्षम बनवलं, स्वतःचे निर्णय घेण्यास समर्थ केले. जोपर्यंत ती तुमच्या मतांप्रमाणे वागत होती तेव्हा ती योग्य होती; पण तुमच्या मनाविरुद्ध तिने स्वतःच्या विवाहाचा निर्णय घेतला म्हणून ती तुम्हाला परकी झाली? पालकमुलांवर स्वार्थी प्रेम करतात असं नाही का तुम्हाला वाटत? नंदितानं स्वतःच्या विवाहाबाबत, जोडीदाराबाबत स्वतः निर्णय घेतला असला तरी तो निर्णय त्या परिस्थितीत तिला योग्य वाटला होता आणि तिच्या जोडीदारानंही तिला योग्य साथ दिली

आहे. पैशापेक्षा, समाजातील जाती-धर्मांपेक्षा प्रेम करणारा, तिला समजावून घेणारा, तिच्या भावना जाणणारा जोडीदार तिला मिळाला आहे. या बाबतीत ती समाधानी आहे. लग्न करण्याचा त्यांचा निर्णय योग्य असला तरी मार्ग चुकलेला होता, हे निश्चित आहे; परंतु तुम्ही तरी किती वर्षं हा राग मनात धरणार?

"यामुळे तुम्हालाही त्रास होतो. मनातील राग निघून जात नाही. मग शरीरावरही परिणाम होतो. तुम्ही तिच्या चुका पदरात घालून तिला माफ करावं आणि सविताताईंच्या म्हणण्याप्रमाणे तिला काही दिवस तिची आणि बाळाची तब्येत चांगली होईपर्यंत तुमच्या घरी ठेवावं असं मलाही वाटतं."

"तिचा जोडीदार तिची आयुष्यभर काळजी घेणार आहे ना, मग त्यानंच तिची सर्व व्यवस्था पाहावी."

"अहो, तो तिच्यासोबत आहेच; पण अशा वेळी तो तिला हवी ती मदत करू शकणार नाही. तिथं आईच्या अनुभवाची आणि आईच्या प्रेमाची गरज आहे."

"ताई, या सर्व गोष्टींचाही तिनं आधीच विचार करायला हवा होता. तिनं माझ्या मनाला खूप दुखावलं आहे. आपल्या मुलीचं चांगलं व्हावं, तिला चांगलं शिक्षण द्यावं म्हणून मी तिला सतत प्रोत्साहन देत गेलो. स्वतःच्या गरजा कमी करून तिची शैक्षणिक फी भरली. या समाजात कणखरपणे जगता यावं म्हणून मी तिला तयार करीत राहिलो. या सर्वांवर पाणी ओतून आमच्याकडे पाठ फिरवून स्वतःच्या प्रेमासाठी ती घरातून निघून गेली? सतत आई, आई करणारी, एकदिवससुद्धा आईशिवाय न झोपणारी नंदिता आईच्या, बापाच्या, भावा-बहिणीच्या प्रेमाचा अपमान करून घरातून निघून गेली. ताई, तुम्हीच सांगा, तो प्रसंग मी कसा पेलला असेल? मला भयंकर चीड आली. किती तरी दिवस मला झोप येत नव्हती. ते दुःख पचवत मी कसा तरी जगत आहे आणि आता तुम्ही म्हणताय... सविता म्हणतेये... तिला पुन्हा घरी आणायचं? कसं शक्य आहे?"

"दादा, तुम्ही तुमच्या जागी योग्य आहात. कोणत्याही पित्याला मुलगी न सांगता घरातून निघून गेल्यावर जे दुःख होतं ते तुम्ही अनुभवलं आहे. तुमचा रागही योग्य आहे. दादा, दुःख, वेदना हा आयुष्याचा अपरिहार्य भाग असतो; पण त्याहीपलीकडे काही असतं. जगण्याच्या बाजारात सगळीच नाणी खोटी नसतात. तुमच्या विश्वासाला तडा गेल्यामुळे आणि अचानक हे दुःख सामोरं आल्यामुळे तुम्ही खचलात... रागावलात. पण यामागेही तुमचं प्रेम होतं. माझ्या मुलीला कोणीही फसवू नये अशी तुमची मनातील इच्छा होतीच. नाती इतकी विषारी नसतात... फक्त नात्यांना काही वेळा हादरे बसतात आणि त्यामुळे अनपेक्षित आव्हानांशी टक्कर द्यावी लागते. समाज काय म्हणेल, माझी

जीवनमूल्यं काय आहेत, अशा विचारात नैतिक हट्टांमध्ये तुम्ही ठाम आग्रही बनून राहिलात आणि त्यामुळेच तिच्या जोडीदाराबरोबर ती सुखी आहे हे माहिती झाल्यावरही तुम्ही तुमचा राग विसरायला तयार होत नाही.''

''माझ्या मुलीला मी घरात घेतलं आणि सर्व नातेसंबंध चांगले केले तर समाजाबाहेर आणि आईवडिलांच्या मनाविरुद्ध लग्न केलं तरीही काही दिवसांनी ते विसरून आपल्याला स्वीकारतील, हा संदेश नवीन पिढीला जाईल आणि त्यातून अनेक बापांना माझ्यासारखा त्रास सहन करावा लागेल. ते दुःख कोणाच्याही वाट्याला येऊ नये असं मला वाटतं.''

''दादा, तुम्ही समाजाचा इतका विचार केला तर समाज तुम्हाला धडपणे जगू देणार नाही. तुम्ही मुलीला घरात घेतलं, तिला माफ केलं तरी समाज नावं ठेवणार आहेच; परंतु आता मुलीच्या अडचणीच्या वेळी, तिला मानसिकआधाराची गरज असताना तुम्ही तिला आधार दिला नाहीत तरीही हा समाज तुम्हाला नावंच ठेवणार आहे. योग्य त्याच गोष्टीला साथ देण्याचा तुमचा आदर्श तुम्ही समाजात निर्माण करू शकता. तुम्ही तुमचा हट्ट धरून बसलात तर तुम्ही स्वतःही दुःखी व्हाल. आतल्या आत झुरत, धुमसत राहून, रागावून प्रश्न सुटत नसतात. यामुळे तुम्ही स्वतःलाही छळत आहात. त्यापेक्षा यातून बाहेर पडण्याचा प्रयत्न करा. तुम्हाला जे वाटतंय ते बोलून मनावरचं ओझं हलकं करा.

''तुमच्या पत्नीला समजावून घेताना तिचं मन, तिच्यातील 'आई' ओळखण्याचा प्रयत्न करा. मुलांवरील प्रेमापुढे आपला राग आणि अहंकार आपोआप जळून जातोच. त्याला उगाचच पकडून ठेवण्याचा अट्टाहास करून नका.

''नंदितालाही तुमच्याशी बोलायचंय... तुम्हाला दुखावल्याची माफी मागायची आहे. स्वतःच्या प्रगतीबद्दल, स्वतःच्या संसाराबद्दल आणि आता नवीन आलेल्या छोट्याबद्दल तुमच्याशी बोलायचं आहे. तुम्ही त्या छोट्याला पाहाल तर सर्व राग विसरून जाल. या नवीन जगात त्याला सर्वांचंच प्रेम मिळायला हवंय. त्या निरागस, निष्पाप बाळाला पाहाल तर तुमच्या मनातील गुंत्याची गाठ आपोआप उकलली जाईल.''

सुरेशराव माझ्या बोलण्याने निःशब्द झाले. काहीतरी चांगलं नक्कीच घडेल अशी मला खात्री वाटली.

■■■

संसाराचं कोडं स्वतःच सोडवावं

"मुलीला लग्न करून सासरी पाठवली म्हणजे तिनं माहेरचे सर्व बंध तोडून सासरी तोंड दाबून बुक्क्यांचा मार सहन करावा. स्वतःचं स्वतंत्र अस्तित्व विसरून सासरच्या घरातच रममाण व्हावं. हा जमाना राहिलाय का आता? आजच्या एकविसाव्या शतकात नवीन पिढीकडून अशी अपेक्षा ठेवणं मूर्खपणाचं होणार नाही का?"

"पुष्पाताई... अहो असं झालंय तरी काय? तुम्ही आज एवढ्या का रागावला आहात?"

"मॅडम... अहो माझ्या लेकीवर खूप अन्याय होतोय. तिचा त्रास आता मला पाहवत नाही. इतकी लाडात वाढलेली माझी लेक, सासरी अगदी कोमेजून गेली आहे. माझी मुग्धा लहानपणापासून हुशार, शाळेत पहिल्या पाचांत तिचा नंबर असायचा. बी. टेक. झाल्यानंतर तिला नोकरीची संधीही मिळाली आणि नामवंत कंपनीत ती नोकरीही करू लागली. मिलिंदचं स्थळ आमच्या घरी चालून आलं. मिलिंद इंजिनिअर आहे. आयटी क्षेत्रात नोकरी करतो. एकुलता एक आहे. स्वतःचं घर, चारचाकी गाडी, कोणत्याही इतर जबाबदाऱ्या नाहीत. आम्हालाही स्थळ चांगलं वाटलं म्हणूनच लगेच लग्नाची घाई केली. मुलीला चांगलं घर मिळालं, म्हणून आम्हीही खुशीत होतो; पण आमचा हा आनंद फार काळ टिकला नाही.

"मिलिंद अगदीच श्रावणबाळ. घरातील प्रत्येक निर्णय आईवडिलांवर अवलंबून. ते म्हणतील तसंच सगळं व्हायला हवं. मिलिंदच्या आईवडिलांना त्याचं लग्न झाल्यानंतर लवकर मूल झालं नाही, दहा वर्षांनी मिलिंद झाला, म्हणून आता तुम्हाला लवकर मूल होऊदे, हा निर्णय त्यांनी घेतला आणि लग्न झाल्यानंतर सहा महिन्यांतच मुग्धाला दिवस राहिले. या परिस्थितीत तिनं नोकरी सोडावी हा निर्णयही त्यांनीच घेतला.

"मुग्धा नावाप्रमाणे शांत, अबोल. तिनं मूकपणाने समंती दिली. आम्हालाही

तिनं नंतर सांगितलं. आमच्या घरातील खाण्यापिण्याच्या पद्धती, स्वयंपाकाच्या पद्धती आणि त्यांच्या घरातील पद्धती फारच वेगळ्या आहेत; पण तरीही तिनं सर्व शिकून घेतलं. स्वत:मध्ये बदल केला. खरं तर तिचं शिक्षण आणि पुढे नोकरी, करिअर यामुळे तिला स्वयंपाकघरात यायलाही वेळ नसायचा आणि स्वत: सगळं करण्याची वेळही तिच्यावर आली नाही; परंतु तरीही तिनं सासरी गेल्यानंतर सगळं शिकून घेतलं.

''एवढं करूनही आमच्यासारखं हिला जमत नाही, म्हणून सासू-सासरे नाराजच असतात. तिनं माहेरी आलेलं त्यांना आवडत नाही. आमच्या घरी देवधर्म, आध्यात्मिक गोष्टी अधिक आहेत. रोज झोपताना रामरक्षा म्हणण्याची सवय मी लहानपणापासून मुलांना लावली आहे. जप, ग्रंथवाचन, पारायण या गोष्टी आमच्या घरात नित्याच्या आहेत; पण या गोष्टी त्यांच्या घरी आजिबात नाहीत आणि माझ्या मुलीनं त्या केलेल्या त्यांना आवडत नाहीत.

''मुग्धाला आता दीड वर्षाचा मुलगा आहे. मुलाकडे बघणं... घरातलं स्वयंपाक पाणी... सासू-सासऱ्यांचा दवाखाना, औषधपाणी... हे सगळं माझी मुलगी करते. घराबाहेर पडणं... स्वत:च्या नोकरीचा... करिअरचा विचार करणं... या सर्व गोष्टी तिला सोडून द्याव्या लागल्या आहेत. आणि मिलिंदला... बायकोला समजून घेण्याचं माहितीच नाही. तिलाही मन आहे, तिच्याही काही इच्छा असतील, असा विचार त्याच्या मनात कधी येतच नाही. मी आणि माझे आईवडील याशिवाय त्याला दुसरं विश्वच नाही. या सर्वांत माझी मुग्धा पूर्ण अडकून गेली आहे. स्वत:चा विचार ती करूच शकत नाही. एवढं शिक्षण घेऊन त्याचा उपयोग काय?

''मुग्धाला थोडंसं कुठं बाहेर जायचं असेल आणि तेवढा वेळ तरी मुलाकडं बघा असं सासू-सासऱ्यांना सांगितलं तरी त्यांना ते आवडत नाही. कधीतरी स्वत:चा विरंगुळा म्हणून नातवाशी खेळणं एवढंच त्यांना माहिती आहे. त्याची कोणतीही जबाबदारी ते घेत नाहीत. एवढं करूनही कौतुकाचा शब्द नाहीच; पण मुलगा कुठं पडला... काही लागलं तर 'तुझं बाळाकडं लक्ष नाही, घरात लक्ष नाही, तू स्वच्छता करत नाहीस' असे टोमणे सतत चालू असतात. आता तर तिचा नवराही तिच्यावर चिडचिड करू लागला आहे. 'तुला जमत नसेल तर कयमची माहेरी निघून जा,' अशा धमक्या देतो. ती सतत तणावात असते. स्वत:ची निर्णयक्षमताच ती हरवून बसली आहे. मला माझ्या लेकराची फार काळजी वाटते हो. मी आयुष्यभर एवढं देवाधर्माचं केलं तरी माझ्या लेकीला असं घर

का मिळालं? त्यांचा बंगला, गाडी आणि चैनीच्या वस्तू असून उपयोग काय? मुलीला समजून घेणारी माणसं त्या घरात नाहीत. तिचा विचार करून माझं ब्लडप्रेशर वाढतं. माझंही कोणत्या कामात लक्ष लागत नाही. माझ्या मुलीच्या चेहऱ्यावर मला हसू बघायचं आहे. पूर्वीसारखं तिला उत्साही बघायची आहे. काय करावं? खरचंच तिला कायमचं माहेरी घेऊन येऊ का?''

''पुष्पाताई, किती त्रास करून घेताय तुम्ही, मुग्धा तुमची लाडकी लेक आहे आणि तिला घरात त्रास होतोय याचं टेन्शन तुम्ही घेतलंय; पण तुम्हीच धीर सोडून बसलात तर तिला आधार कसा देणार तुम्ही? तिला माहेरी आणून ती सुखी होईल, असं तुम्हाला वाटतं का? काही दिवस तुम्हाला आणि तिलाही बरं वाटेल; पण नंतर पश्चात्ताप करण्याची वेळ येईल. तिला एक मुलगा आहे. त्याला आईवडिलांच्या प्रेमाची गरज आहे. तुम्ही तुमच्या मुलीला पैशानं काहीही कमी करणार नाही, तिला हवं तसं वागण्याचं स्वातंत्र्यही तिला मिळेल; पण सगळी सुखं पैशानं विकत घेता येत नाहीत. दुसरं म्हणजे, तुम्ही पती-पत्नी हयात आहात तोपर्यंत तुम्ही तिला आधार द्याल; त्यानंतर काय? तुमच्या मुलाचं अजून लग्न व्हायचं आहे. तोपर्यंत तो बहिणीकडे लक्ष देऊ शकेल. त्याचं लग्न झालं की त्याला स्वत:च्या संसाराकडे बघायला लागेल. आर्थिक दृष्ट्या तुमची मुलगी कोणावरही अवलंबून असणार नाही असं असलं, तरीही भावाच्या संसारात तिची अडचणच होणार आहे. तिनं एकटीनं स्वतंत्र राहायचं असं ठरवलं, तरी समाजाकडून एकट्या राहणाऱ्या स्त्रीला अजूनही त्रास होतोच. त्यामुळे तिला कायमस्वरूपी माहेरी आणण्याचा विचार तुम्ही आजिबात करू नये, असं मला वाटतं.

''याचा अर्थ तिनं मुकाट्यानं सर्व सहन करत राहावं आणि तडजोडीच्या नावाखाली स्वत:चं अस्तित्व संपवावं, असं तुम्हाला म्हणायचंय का?''

''पुष्पाताई... तुम्ही गैरसमज करून घेताय. तिला माहेरी आणून तिचे प्रश्न संपणार नाहीत, एवढंच मला म्हणायचं आहे. आपण इतर पर्याय काय आहेत, याचा विचार करू शकतो.''

''मॅडम... मुग्धाच्या सासूसासऱ्यांना आणि नवऱ्याला समजावून सांगण्याचा आम्ही खूप प्रयत्न केला आहे; परंतु त्यांच्यात काहीच बदल नाही, म्हणूनच या विचारापर्यंत आम्ही आलो आहोत.''

''पुष्पाताई... तुम्ही आई आहात आणि लेकीचा संसार वाचवण्यासाठी तुम्ही नक्कीच प्रयत्न केला असणार यात शंका नाही; परंतु तुम्ही त्यांच्या घरातील सर्व परिस्थितीचा पूर्ण विचार करावा, असं माझं म्हणणं आहे. एखादा माणूस असा का

वागतो, याचं मूळ कारण शोधण्याचा प्रयत्न आधी करावा. मिलिंदच्या आईवडिलांना लग्न झाल्यानंतर दहा वर्षांनी मूल झालं, त्यामुळे तो अतिशय लाडात वाढलेला असणार. तसंच एकुलता एक मुलगा आपल्यापासून दूर जाऊ नये, यासाठी घरातील सर्व निर्णय आपल्या हाती ठेवण्याची सवय त्यांनी ठेवली आहे. आपल्याला लवकर मूल झालं नाही म्हणून मुलाला तरी लवकर मूल व्हावं या दृष्टीनं त्यांनी मिलिंदची मानसिक तयारी आधीच केलेली होती, म्हणून कोणतंही नियोजन न करता लगेच मूल होऊ देण्याचा निर्णय मिलिंदनं घेतला. तो एकुलता एक असल्यामुळे आपल्याशिवाय आईवडिलांना कोणीही नाही, त्यांना सुख देणं हे माझं कर्तव्य आहे, या विचारात तो वाढल्यामुळे साहजिकच वयस्कर आईवडिलांकडे त्याचं लक्ष अधिक आहे.

"हे सर्व करताना त्यानं आपल्या पत्नीला गृहीत धरलं आहे. तिच्या मनाचा वेध घेण्याचा कोणताही प्रयत्न केलेला नाही. खरं तर या गोष्टी सामंजस्यानं दोघांच्याही विचारानं व्हायला हव्यात. मुग्धाच्या बाबतीत विचार केला, तर तीसुद्धा लाडात वाढलेली. जबाबदाऱ्या स्वीकारण्याची कोणतीही वेळ तिच्यावर कधी आली नव्हती; परंतु लग्न झाल्यानंतर मात्र तिच्यावर घराची जबाबदारी आहे. स्वयंपाकपाणी, सासू-सासऱ्यांचं पथ्य, स्वच्छता, मुलाची देखभाल या सर्व गोष्टींत ती दमून जाते. हा ताण तिला पेलवत नाही, कारण सर्वांचा ताळमेळ घालणं तिला अवघड होऊन जातंय. अर्थात, काही गोष्टींची बंधनं जास्त आहेत आणि तिला मनाविरुद्ध या गोष्टी कराव्या लागतात. मनात असताना काही गोष्टी करता येत नाहीत, हे अगदी खरं आहे; परंतु मला सांगा पुष्पाताई, तुम्ही लग्न होऊन सासरी आल्यानंतर तुमच्या मनाप्रमाणे तरी सर्व गोष्टी होत्या का?"

"छे हो...! मी तर केवढा सासुरवास सहन केला आहे. माझ्या जागी दुसरी कोणी बाई असती तर केव्हाच घर सोडून पळून गेली असती."

"पुष्पाताई... तुम्हाला खरं सांगू का, प्रत्येक बाईला असंच वाटत असतं; कारण प्रत्येकीनं आपापल्या परीनं या प्रसंगांना तोंड दिलेलं असतं. आपल्या क्षमतेप्रमाणे तडजोडही केलेली असते. अशीच तडजोड आणि ही वेळ मुग्धाला सांभाळावी लागत आहे. कोणत्याही लग्नात पहिली काही वर्षं एकमेकांशी जुळवून-जमवून घेण्यात जातात आणि नंतर एकमेकांची ओळख पटायला लागते. सुरुवातीला काही गोष्टी खटकतात.... वाद होतात, एकमेकांचे अवगुणही दाखवले जातात, आरोप-प्रत्यारोप होतात; पण त्यानंतर एकमेकांच्या गुणदोषांसहित एकमेकांना स्वीकारणं होतं. पुष्पाताई, तुम्हीही किती वेळा नवऱ्याचा ताल सांभाळला असेल, राग आला तरी गिळला असेल; पण आज या वयात तुम्ही दोघं एकमेकांची किती काळजी घेता! संसार यशस्वी करण्यासाठी लांबचा

पल्ला गाठावा लागतो. रस्ता खडतर असतो; परंतु तो मध्येच सोडून द्यायचा नसतो.

''मुग्धाच्या बाबतीतला निर्णय तिचा तिला घेऊ देत. थोडा त्रास सहन करावा लागला तरी चालेल; पण तिचा विचार तिला मांडता येऊ देत. या बाबतीत तुम्ही फार मध्यस्थी करू नका. तिचा स्वभाव अबोल असल्यानं ती स्वतःचा विचार मांडत नाही. घरातील जबाबदाऱ्या स्वीकारून ती सध्या पार्टटाईम नोकरी करू शकेल. सासू-सासऱ्यांना छोट्या मुलाला सांभाळणं शक्य नसलं तरी पाळणाघराचा पर्याय तिला स्वीकारता येईल. बाहेर जायचं नसेल तरीही घरात बसून कॉम्प्युटरच्या साह्यानं तिला इतर कामंही करता येतील. मार्ग तिनं शोधायचा आहे. आपण तिला हवी तेव्हाच मदत करायची. तुमच्या घरातील पद्धती, रीतिरिवाज तिच्या घरात नाहीत. त्यामुळे तेथील गोष्टी तिनं शिकणं तिच्यासाठी योग्यच आहे. तरीही प्रत्येक वेळी तिच्या मनाविरुद्ध होत असेल, तर तिनं ठामपणे काही गोष्टी तिच्या नवऱ्याकडे सांगायला हव्यात. ही कला तिनं आत्मसात करायला हवी.

''स्वतःचे विचार न मांडता सहन करत राहणं, हे योग्य नाही; परंतु 'काही तुझं, काही माझं' असा विचार करून आपल्याही गोष्टी साध्य करून घ्याव्यात. तिचा नवरा काहीच समजून घेत नसेल, तर त्याला समुपदेशनाच्या माध्यमातून काही गोष्टी सांगता येतील. ते तुम्ही सांगायला गेलात तर 'सासू आमच्या घरात हस्तक्षेप करते,' असं त्याला वाटायला लागेल. मुग्धाच्या मानसिक गरजांचा विचार होत नाही, तेवढा तिच्या नवऱ्यानं आणि सासू-सासऱ्यांनी करावा, असे प्रयत्न करायला हवेत. आपलं कर्तृत्व आणि आपल्या इच्छाआकांक्षा यांचा ताळमेळ कसा घालायचा, हे मुग्धाला समजून सांगा, हळूहळू सर्व परिस्थितीत बदल होईल; फक्त तुम्ही स्वतःच ताण घेऊन तुमच्या तब्येतीवर परिणाम करून घेऊ नका.''

''मॅडम... तुम्ही म्हणताय ते बरोबर आहे. भावनेच्या आहारी जाऊन मुलीला कायमस्वरूपी माहेरी आणण्याचा वेडेपणा मी करणार होते... पण आहे त्या परिस्थितीला कसं सामोर जायचं, हे अनुभवाचं बाळकडू मी तिला देण्याचा प्रयत्न करते आणि स्वतःला सिद्ध करण्यासाठी तिला समर्थ करण्याचा प्रयत्न करते.''

''पुष्पाताई, तुमचाच अनुभव तिला खूप काही शिकवून जाईल.''

संसार टिकवण्याचा प्रयत्न व्हावा

''विमलाताई, बसा थोडा वेळ. किती दम लागलाय तुम्हाला! पाणी घेताय का थोडं?''

''नको नको. मला अजिबात वेळ नाहीये. वरदानं तुम्हाला भेटायला सांगितलं म्हणून मी आले. लिफ्ट बंद होती, जिने चढत आले, म्हणून दम लागलाय मला. माझी नात शाळेतून घरी यायच्या आत मला घरी पोहचायचं आहे. वरदाच्या बाबतीत आम्ही घेतलेला निर्णय पक्का आहे, आणि तिला लग्नबंधनातून मुक्त व्हायचं आहे, एवढंच मी तुम्हाला सांगायला आले आहे. मी तुमच्याकडे हात जोडून विनंती करे, की तिला या त्रासातून सोडवा आणि घटस्फोटाचा आदेश लवकर कसा मिळेल, या दृष्टीने मदत करा. तुमचे फार उपकार होतील माझ्यावर!''

विमलाताई अतिशय अस्वस्थ होत्या. मी कसेतरी त्यांना शांत केले आणि खुर्चीत बसवले.

''विमलाताई, मी वरदाशी सगळं बोलले आहे. तिला सासरी किती त्रास झाला, नवरा तिच्याशी कसा वागला, हे सगळं तिनं मला सांगितलं आहे. त्या दोघांमध्ये कशामुळे भांडणं व्हायची हेही मी समजून घेतलं आहे. परंतु घर म्हटलं की भांड्याला भांडं लागणारच. पिढीतल्या अंतरामुळे सासूचं आणि तिचं नाही पटलं. विनायकनेही आईला कधीही न दुखवता प्रत्येक वेळी बायकोनेच आईला कधीही न दुखवता प्रत्येक वेळी बायकोनेच समजून घ्यावं अशी भूमिका घेतली होती, त्यामुळे दोघांमधील वाढत गेले आणि प्रकरण आता घटस्फोटापर्यंत येऊन पोहचलं.

''परंतु विनायकला मी काही गोष्टी समजावून सांगितल्या आहेत, त्याचं कुठं चुकलं हेही त्याला पटलं आहे. तो स्वतःमध्ये सुधारणा करण्यास तयार आहे. आणि पुन्हा एकत्र येण्याची त्याची इच्छा आहे. वरदाची मानसिक तयारी असून होत नाही,

पण तिला तुम्ही समजावून सांगावं याकरिताच मी तुम्हाला बोलावलं आहे. या तरुण वयात मुलं स्वतःच्या निर्णयाशी ठाम असतात. राग विसरत नाहीत. घरातील मोठ्या व्यक्तींनीच त्यांना समजावून सांगायला हवं. संसारात असे वाद होतच राहतात. पण त्यातून मार्ग काढायला हवा, पुन्हा एकत्र येण्यासाठी प्रयत्न करायला हवा, याच गोष्टी तुम्ही तिला समजावून सांगाव्यात.''

''मॅडम, माझ्या मुलीला पुन्हा त्या घरात मला अजिबात पाठवायचं नाही. तिचे किती हाल झाले हे मी पाहिलं आहे. एवढी इंजिनिअर झालेली माझी मुलगी त्यांच्या घरात मोलकरीण झाली होती. नोकरी करून पैसा कमवूनही त्या घरात तिला स्थान नव्हतं. घरातलं सगळं सांभाळून ती नोकरी करायची, तरीही तिची सासू छोट्या छोट्या चुका काढून तिला सतत टोकत राहायची. त्या दोघांनी एकमेकांशी बोललेलं, बाहेर फिरायला गेलेलंही तिला आवडायचं नाही, काहीतरी सांगून मुलाचे कान भरायची आणि दोघांमध्ये भांडण लावून द्यायची. आईला वेळेवर जेवण मिळालं नाही, म्हणून त्याने माझ्या मुलीच्या कानशिलामागे एवढ्या जोरात मारलं होतं, की अजूनही तिचा कान दुखतो. त्याने फक्त स्वतःचे नातेवाईक आणि स्वतःचाच विचार केला आहे. बायकोलाही काही मन असतं, कधीतरी तिच्याही मनाप्रमाणे वागायला हवं, हा विचारच केलेला नाही. त्यामुळे पुन्हा त्या घरी न गेलेलंच बंर. तुम्ही सांगता तसा विचार करून आतापर्यंत तिलाच समजावून सांगून मी दोन-तीन वेळा परत त्याच्या घरी पाठवलं होतं; पण त्याच्या वागण्यात काहीच सुधारणा होत नाही. आता मी तिला पुन्हा पुन्हा त्याच नरकात पाठवणार नाही. तिने घटस्फोट घेऊन मोकळं व्हावं असंच मलाही वाटतं.''

''अहो विमलाताई, वरदा आता एकटी नाही. चार वर्षांची एक मुलगीही आहे. तिला आई-वडील, दोघांच्याही प्रेमाची गरज आहे. वरदाच्या निर्णयावार तिच्या मुलीचंही भविष्य अवलंबून आहे.''

''मुलीची ओढ त्यालाही असायला हवी ना. अहो, गेलं दीड वर्षं मुलगी आमच्याकडे आहे. एकदा तरी भेटायला आला का? अरे, बायकोचा राग आला होता हे ठीक आहे, पण त्या लहान लेकराने काय केलं होतं? तिच्यासाठी तरी त्याने आमच्याकडे यायला हवं होतं. मॅडम आम्ही पुण्यातले नाही. धुळ्याजवळ आमचं गाव आहे. वरदाचे वडील जिल्हा परिषद शाळेत मुख्याध्यापक होते. ते निवृत्त झाले आहेत. आम्ही आमचं गाव, घर सोडून लेकीसाठी, तिला आधार देण्यासाठी पुण्यात येऊन राहिलो आहोत. वरदा आणि जावई यामध्ये आता शेवटी जी भांडणं

झाली तेव्हा त्यांनी तिला अक्षरशः घराबाहेर काढलं आहे. तिची नोकरी चालू राहावी, मुलीला सांभळता यावं म्हणून आम्ही पुण्याला भाड्याने फ्लॅट घेतला. आमच्या गावकडचं मोठं घर बंद ठेवून येते येऊन राहिलो. त्याला मुलीची काळजी होती तर तो एकदाही आमच्याकडे का आला नाही? मुलीला भेटण्यासाठी त्याला कोणीही अडवलेलं नव्हतं.''

''विमलाताई, त्याला मुलीची ओढ नव्हती असं नाही, पण दोन्ही कुटुंबातही एवढे वाद झाले म्हणून तो तुमच्या घरी आला नसेल. वरदाला त्याने अनेक वेळा मुलीला भेटण्यासाठी बाहेर घेऊन ये, असं कळवलं होतं; पण तिनेही कधी बाहेर नेऊन मुलाला भेटवलं नाही.''

''तिचं बरोबरच आहे. 'तुला पटत नसेल तर या घरातून चालती हो', असं तो म्हणाला, म्हणून तिने घर सोडलं. तेव्हा मुलीचा विचार त्याच्या डोक्यात आला नाही, आणि नंतर कशाला प्रेम दाखावयचं? मॅडम माझी वरदा इतकी गुणी आणि हुशार मुलगी आहे, पण त्याने कधीही तिची किंमत केली नाही. ती दहावी आणि बारावी दोन्ही परीक्षांत बोर्डात आलेली मुलगी आहे. इंजिनिअरिंगलाही तिने उत्तम गुण मिळवले आणि मेरिटमध्ये आली. तिची डिग्री पूर्ण होण्याअगोदरच कॅम्पस इंटरव्ह्यूमध्ये तिची निवड झाली आणि चांगल्या पगाराची नोकरी तिला मिळाली. हॉस्टेलमध्ये राहून तिने शिक्षण पूर्ण केलं. तिला सर्व गोष्टी नशिबाने आणि तिच्या हुशारीने मिळत गेल्या. सर्व ठिकाणी यश संपादन करणारी माझी गुणी मुलगी संसारात मात्र अयशस्वी झाली. तिला पाखणारा, तिला समजून घेणारा नवरा तिला मिळावा, एवढीच अपेक्षा होती. पण तिथं मात्र आम्ही फसलो. आता पुन्हा तिच्या सासरी पाठवून विषाची परीक्षा आम्हाला घ्यायची नाही. आम्ही आमच्या मुलीला आणि नातीलाही सांभाळू, ती नोकरी करते. आर्थिकदृष्ट्या सक्षम आहे. त्यामुळे ती स्वतःच भविष्य घडवू शकते.''

''विमलाताई, तुमची वरदा खूप गुणी मुलगी आहे हे मान्य आहे. ती सगळ्या परीक्षांत यशस्वी झाली असली तरी संसाराच्या परीक्षेत ती कमी पडते आहे. तुमची ती एकुलती एक मुलगी असल्यामुळे, तुम्ही तिला कोणत्याही गोष्टीची कमतरता पडू दिली नाही. पण घरात भावंड नसल्यामुळे तिला शेअरिंगची सवय लागली नाही. लहान वयात भावंडांतील छोटीमोठी भांडणं, वादविवाद यामुळे नात्यातील ताणतणाव पचवायची जी सवय लागते ती सवय वरदाला नव्हती. इंजिनिअरिंगचं शिक्षण हॉस्टेलमध्ये राहून पूर्ण केल्यामुळे घरातील स्वंयपाकपाणी करण्याची तिला सवय नव्हती. लग्नानंतर या जबाबदाऱ्या पूर्ण करण्यात ती कमी पडू लागली.

“सासूबाई जुन्या विचारांच्या असल्यामुळे त्यांना तिचं वागणं खटकायला लागलं. नणंद, सासू, नवरा या सर्वांशी कसं वागावं हे तिला समजलं नाही. त्यामुळे घरातील वाद वाढले. तिच्या मानसिकतेचाही विचार तिच्या घरात झाला नाही. म्हणून वेगळं होण्याची वेळ आली. परंतु अजूनही त्या दोघांचा संसार आपल्याला वाचवता येईल. दोघांनीही काही गोष्टी बदलायच्या ठरवल्या तर एकमेकांसोबत राहण, समजून घेणं सोपं होईल.”

“मॅडम, अहो तो माणूस कधीच बदलणार नाही. तो एवढा अहंकारी आहे. त्यांचं पुन्हा एकत्र जमेल असं वाटत नाही. कारण आमचा त्याच्यावर विश्वासच नाही. आमची मुलगी सध्या आमच्या डोळ्यांसमोर आहे. सुखात आहे. तिचा जीव दुःखात टाकायचा नाही. घटस्फोट देऊन तिला मोकळं करा.”

“तुमची मुलगी नवऱ्याला सोडून खरंच सुखात आहे का? वर वर ती सुखात आहे असं दाखवत असली तरीही इतर मैत्रिणींचे संसार पाहून तिच्या मनात कुठेतरी दुखत असेलच की नाही? तर छोटी मुलं आईवडिलांसोबत बाहेर फिरायला जातात आणि वरदाला एकटीलाच आपल्या मुलीला फिरवून आणावं लागतं तेव्हा तिला काय वाटत असेल? तुमचा आधार तिला असला, तरी तुमचे हात-पाय चालतात, तब्येत चांगली आहे, तोपर्यंत ठीक आहे; पण तुमच्यानंतर तिला कोणाचा आधार असेल? घटस्फोट झाल्यानंतर पुनर्विवाह करणं आणि योग्य साथीदार मिळणंही अवघडच असतं.”

“माझ्या मुलीचं वय जास्त नाही. तिला दुसरा चांगला जोडीदारही मिळू शकतो. तिचं चांगलं होणारच नाही असं नाही.”

“तिला दुसरा जोडीदार मिळेल, पण मुलीला बाप मिळेलच असं नाही. जन्मदाता बाप मुलीला जे प्रेम देईल, जी काळजी घेईल ते तिचा दुसरा नवरा बाप म्हणून करू शकेल की नाही, हे आपण ठामपणे सांगू विमलाताई, तुमचं तुमच्या मुलीवर जिवापाड प्रेम आहे. तुम्ही सतत तिची काळजी करत असता, पण तिच्या भल्यासाठी शकत नाही. तिचे निर्णय तिला घेऊ देत. कशात सुख आहे आणि कशात नाही, हे तिला ठरवून देत. तुमच्या विचाराप्रमाणेच तिने वागावं असं तुम्हाला वाटत असेल तर ते चुकीचं आहे.”

“मॅडम, मी आई आहे हो तिची. तिचं सुख तेच माझं सुख. तिला त्रास होऊ नये, ती आनंदात सुखात असावी एवढंच माझं म्हणणं आहे. तिचे नवऱ्याकडे झालेले हाल मी पाहिले आहेत, म्हणून तिने त्याच्यापासून वेगळं व्हावं असं माझं म्हणणं होतं.”

“तुम्ही तिच्याशी बोला; तिचे विचार समजून घ्या. त्या दोघा पती-पत्नीमध्ये

वैचारिक मतभिन्नता असली तरीही दोघांची एकमेकांबाबतची ओढ अजूनही आहे. मतभेद प्रत्येक पती-पत्नीमध्ये असतातच; पण एकमेकांसोबत राहताना काही हट्ट मागे टाकावे लागतात आणि थोडंसं मोल्ड व्हावं लागतं. दोघं पुन्हा एकत्र आल्यानंतर ते आपोआप होईल. एकमेकांशी कसं वागायचं, कोणी कोणत्या गोष्टी सोडून द्यायच्या आणि कोणत्या गोष्टींचा अवलंब करायचा, याबाबत मी त्यांना मार्गदर्शन करेन. तुम्ही थोडी काळजी कमी करा. तुमची तब्येत सांभाळा. तिचे निर्णय तिनेच घेण्यासाठी तिला सक्षम करा.''

''माझं चुकतही असेल, माझ्या जावयाने माझाही अपमान केला आहे, म्हणून मला त्याची चीडही असेल. माझ्या अहंकारामुळे मी तिला अडवत असेन, असं तुम्हाला वाटत असेल तर मी त्या दोघांच्या मध्ये येणार नाही. तिला त्याच्यासोबत राहण्याची इच्छा असेल तर मी तिच्या निर्णयाच्या आड येणार नाही.''

''विमलाताई, तुमच्या इच्छेप्रमाणे होईल. आपण प्रयत्न तर करू. बदलण्यासाठी त्यांना संधी तर देऊ. फक्त तुम्ही सकारात्मक विचार करा आणि तो विचार मुलीच्या मना रुजवा. मन शुद्ध ठेवलं, विचार चांगले ठेवले तर कोणत्याही नकारात्मक विचारांचा व्हायरस तुमच्या जीवनात येणार नाही. तिच्या सासूशी आणि पतीशी बोलून पत्नीला बरोबरीची वागणूक देण्याचा सल्ला मी त्याला देईन.''

''मॅडम, तुम्ही सांगताय ते मला पटतंय, मी शांतच राहीन, आणि कोणताही निर्णय तिनेच घ्यावा, याचा मी आग्रह धरेन.

''तुम्ही या विचारापर्यंत आलात, हेही तसे थोडके. आता मी वरदा आणि विनायकशीही बोलून घेईल. बाहेरचे नकारात्मक विचार येणं बंद झालं, की अंतर्मनात जाऊन विचार करणं सोपं जातं आणि मग योग्य निर्णय घेता येतो.''

''मॅडम, माझी मुलगी सुखी होईल, आनंदी राहील, यासाठी मी काहीही करायला तयार आहे.''

''मग वरदाच्या बाबतीत चांगलंच होईल. आपण त्यासाठी नक्कीच प्रयत्न करू.''

नात्यांची किंमत कळायलाच हवी

"लग्न झाल्यानंतर मला एकही दिवस सुख मिळालं नाही. विक्रांतची आई आमच्या दोघांना एकांतही लाभू द्यायची नाही. 'तू या गोष्टी अशाच केल्या पाहिजेत', 'तुला हे जमतच नाही', 'तुला हे येतच नाही' अशी कटकट सतत करत राहायच्या. 'सहा महिन्यांत तुझा संसार मोडेल' असा शाप त्यांनी मला दिला होता. आमचा संसार चांगला चालावा असं त्यांना कधी वाटलंच नाही. म्हणूनच मला त्याच्या आईवडिलांबरोबर राहायचं नाही. मला संसार करायचा आहे, परंतु त्याने स्वतंत्र घर करावं, अशी माझी इच्छा आहे..."

"वृंदा, अग विक्रांत हा त्याच्या आईवडिलांचा एकुलता एक मुलगा आहे. त्याच्या वडिलांना कॅन्सर झाल्याचं निदान झालं आहे. आईलासुद्धा हाय बी.पी.चा त्रास आहे. त्याला आईवडिलांना सोडून तुझ्यासोबत स्वतंत्र संसार करणं जमणार नाही, असं त्याने सांगितलं आहे. ते तुझ्याशी चांगले वागतील असे आपण प्रयत्न करू; पण 'वेगळंच राहिलं पाहिजे' हा तुझा हट्ट तू सोडून दे, असे तो म्हणत आहे ना?"

"मॅडम, अहो ते लोक माझ्याशी कधीही चांगलं वागणार नाहीत. कारण त्यांना फक्त त्यांच मुलगाच हवा आहे. सून नको आहे. नातंही नको आहे."

"तुझ्या मनात सासूबाईंबद्दल एवढा राग का आहे, हे मला समजत नाही. अग, सासू-सुनांचे वाद फक्त तुमच्याच घरात आहेत असं नाही. पिढीतील अंतर आणि विचारांतील तफावत यामुळे प्रत्येक घरात थोड्याफार फरकाने हे वाद असतातच. पण तू त्याचा फारच बाऊ करून घेतला आहेस असं मला वाटतं."

"एखाद्या परक्या माणसासारखी वागणूक मला त्यांच्या घरात मिळाली आहे."

"तुला त्यांच्या घरात नक्की काय त्रास होत होता, याची काही उदाहरणं सांगशील मला?"

"मॅडम, आमचं लग्न झालं तेव्हा आम्ही हनिमूनला महाबळेश्वरऐवजी माथेरानला जावं, हा निर्णय त्यांनीच घेतला. इथपर्यंतही मी सहन केलं असतं; परंतु कुटुंबनियोजनाची साधनं कोणती वापरावीत, ती त्याने वापरावीत की मी वापरावीत, हे त्यांनी मला सांगावं? मला त्यांचं बोलणं अजिबात आवडलं नाही. आम्ही दोघं सोफ्यावर बसून टीव्ही बघत असलो, की त्या येऊन आमच्या मध्येच बसायच्या. आम्हा दोघांना जवळही बसू द्यायच्या नाहीत. स्वतःच्या मुलाशिवाय त्या कोणाचाही विचार करत नाहीत. विक्रांतही त्यांना काही बोलत नाही. त्या घरात माझं काही अस्तित्वातच नाही. माझी खूप घुसमट होते. म्हणूनच मला एकत्र कुटुंबात राहायचं नाही. विक्रांत, मी आणि सोनू असे तिघं जणच वेगळे राहू."

वृंदाला समजावून सांगण्याचा मी प्रयत्न केला; पण ती स्वतःच्या विचारावर ठाम होती. विक्रांतशी या विषयावर सविस्तर चर्चा करून कोणता मार्ग काढता येईल, याबाबत बोलण्याचं ठरवलं.

"विक्रांत, यांच्यातील वादामध्ये नक्की कोणाचं चुकतंय? "

"मॅडम, आई वृंदाशी परक्यासारखं वागते हे वृंदाचे केवळ गैरसमज आहेत. मी एकुलता एक असल्यामुळे मी तिच्या केंद्रस्थानी असणार, हे मान्य आहे. ती गृहिणी असल्यामुळे घरातील काम आणि मुलगा याशिवाय तिचं काही विश्वच नव्हतं. आमच्या दोघांमध्ये अतिशय मनमोकळ्या गप्पा असायच्या, शेअरिंग असायचं. मी सर्व गोष्टी तिला सांगायचो. आमच्यातील नातं केवळ मुलगा-आई असं नसून मैत्रीचंही नातं होतं. आईजवळ माझ्या मनातील काहीही बोलायला मला कधी संकोच वाटला नाही. तीसुद्धा माझ्याशी सर्व गोष्टी बोलायची. आमचं लग्न झाल्यानंतर आम्ही हनिमूनला जायचं ठरवत होतो. वृंदाला महाबळेश्वरला जाण्याची इच्छा होती; परंतु माझ्या काकांची मुंबई विभागात उच्च पदावर नियुक्ती झाल्याने माथेरानला ते आमची उत्तम व्यवस्था करून देणार होते. म्हणून माथेरानला जा, असं आईचं म्हणणं होतं. माझी आई जसं मोकळेपणे माझ्याशी बोलायची तशीच ती वृंदाशी बोलत होती. त्यामुळे मुलाचा विचार लगेच करू नका, तुम्ही दोघं एकमेकांना समजून घ्या, मॅरिड लाइफ एन्जॉय करा. हवं तर कुटुंब नियोजनाची कोणती साधनं वापरायची ते ठरवा, याबाबत तिने काही मार्गदर्शन केलं तर त्याला हस्तक्षेप म्हणायचा का?

"माझी आई गृहिणी असली, तरी ती सायन्सची पदवीधर आहे. घरातील जबाबदाऱ्या लक्षात घेऊन तिने स्वतःच्या करिअरला तिलांजली दिलेली आहे. पण वृंदा तिच्या बारीकसारीक गोष्टींवरून वेगळा अर्थ काढत राहते. सासू दुष्ट आहे, तिला परक्यासारखी

वागवते, असा तिचा गैरसमज झालेला आहे. वृंदा जोपर्यंत तिला 'आपलं माणूस' म्हणून स्वीकारत नाही तोपर्यंत तिला आई परकीच वाटत राहणार आहे. प्रत्येक वेळी वृंदाचीच चूक आहे आणि माझीच आई बरोबर असं माझं म्हणणं नाही. आईकडूनही कळत-नकळत चुका होत असतील; पण ती हेतुपूर्वक तसं काहीही करत नाही.

"आईने लहानपणापासून माझ्याकडे अधिक लक्ष दिलं आहे. माझ्या शिक्षणाच्या प्रत्येक टप्प्यावर मला मदत करताना माझ्यासाठी तिने मेहनत घेतली आहे. माझ्या लग्नानंतर तिने स्वतःची भूमिका बदलायला हवी होती, हे मान्य आहे; परंतु तिलाही ते जमलं नाही. त्यामुळेच वृंदाचे गैरसमजती वाढत गेल्या."

"विक्रांत, तू म्हणतोस ते बरोबर आहे. तुझ्या आईने कोणतीही गोष्ट मुद्दाम केलेली नाही; परंतु जे घडलं त्यातून गैरसमजुती आणि कटुता वाढत गेली. मुलाच्या आणि माझ्या प्रेमाच्या आड त्याची बायको येते आणि मुलाला आईपासून वेगळं करण्याचा प्रयत्न करते असं आईला वाटू लागलं, तर पती-पत्नीच्या नात्यामध्ये आई हस्तक्षेप करते असं वृंदाला वाटू लागलं."

"हो, अगदी असंच झालं आहे. पण आता यातून मार्ग कसा काढायचा?"

"अरे, मी त्यासाठीच प्रयत्न करते आहे. परंतु आईबरोबरच तुला वृंदाची बाजूही लक्षात घ्यायला हवी. लग्न झाल्यानंतर नवऱ्याबद्दल, स्वतःच्या संसाराबद्दल तिच्याही काही अपेक्षा होत्या. तिलाही स्वतःच्या इच्छेप्रमाणे काही गोष्टी घरात करायच्या होत्या; पण प्रत्येक गोष्ट आईला विचारून करायची तुझी सवय चांगली असली तरी बायकोला ती जाचक वाटू शकते, याचा विचार तू केलेला नाहीस. पती-पत्नीचे काही निर्णय त्यांनी स्वतःच घ्यावेत, त्यात खासगीपणा ठेवावा, प्रत्येक गोष्टीत आईला मध्ये घेऊ नये, हे तिचं वाटणं आणि या तिच्या अपेक्षा असणं हे नैसर्गिकच नाही का?

"मॅडम, जर दोघी बरोबर आहेत असं तुमचं म्हणणं असेल तर चुकतं कोणाचं?"

"विक्रांत, प्रत्येक जण आपल्या जागी योग्यच असतो. आईचं तुझ्याबद्दल प्रेम, काळजी योग्य असली तरी तुझं लग्न झाल्यानंतर आता आपली याबाबतची भूमिका संपली असून, ती जबाबदारी सुनेवर आहे, याचा तिने स्वीकार करणं गरजेचं आहे. तुमच्या दोघांतील निर्णयप्रक्रियेत सहभागी होणं तिने थांबवलं पाहिजे. आपल्या घरात आता आपला फक्त मुलगा नाही, तर त्याची जोडीदारही त्याच्यासोबत असणार आहे, याचं भान ठेवायला हवं. मुलाचं लग्न झाल्यानंतर आता तो फक्त आपला मुलगा नाही, तर कोणाचा तरी नवराही आहे आणि त्याला त्याच्या भूमिका आणि जबाबदाऱ्या पार पाडायच्या आहेत, याची जाणीव ठेवणं गरजेचं आहे."

"लग्न झाल्यानंतर ती मुलगी सून म्हणून घरी येते, त्यामुळे पत्नीबरोबरच सून म्हणूनही आपली काही कर्तव्यं आहेत, याची जाणीव तिनेही ठेवायला हवी. घरात आपण नव्याने समाविष्ट होत आहोत, त्यामुळे सर्व गोष्टी आपल्या मनाप्रमाणे होणार नाहीत, आपल्याला संयम ठेवावा लागणार आहे, याची मानसिक तयारी तिने ठेवायला हवी.

"विक्रांत, तुला दोघींना सांभाळायचं आहे, तर तुला समतोल साधावा लागेल. ही तुझी तारेवरची कसरत असणार आहे. कधी आईला सांभाळून घ्यावं लागेल, कधी बायकोला समजावून सांगावं लागेल. पण आईच्या खटकलेल्या गोष्टी बायकोला सांगायच्या नाहीत आणि बायकोच्या खटकलेल्या गोष्टी आईला सांगायच्या नाहीत. दोघींची एकमेकींबद्दलची मतं चांगली होण्यासाठी आईला बायकोच्या चांगल्याच गोष्टी सांगायच्या आणि बायकोलाही आईच्या चांगल्याच गोष्टी सांगायच्या. दोघींनाही तुझा आधार वाटेल असंच तुला वागावं लागेल."

"मॅडम, तुम्ही सांगताय ते बरोबर आहे. माझ्याही काही गोष्टी चुकल्याच. म्हणूनच या दोघींचे वाद वाढले आणि आता वृंदा या घरात यायलाच तयार नाही, एवढी वेळ आली आहे. आता यातून बाहेर पडण्याचा मार्ग मला सांगा."

"मी मार्ग दाखवण्याचा प्रयत्न करणार आहे, पण कोणता मार्ग निवडायचा हे तुलाच ठरवायला हवं. तू काही दिवस वृंदासोबत वेगळा राहिलास, तर ही नाती चांगली होतील का, याचा विचार करू..."

"मी माझ्या आईवडिलांना सोडून वेगळा राहणारच नाही."

"काही गोष्टी चांगल्यासाठीही कराव्या लागतात. अतिपरिचयात अवज्ञा असते. एकमेकांपासून थोडे वेगळे राहिलात तर त्या माणसाची किंमत कळते. दररोज सोबत राहिल्यामुळे आईवाचून आपलं काय अडतं हे वृंदाला समजणार नाही आणि आपण आपला प्रत्येक बाबतीतील पुढाकार थांबवत नाही, त्यामुळे मुलांना त्यांचा निर्णय घेता येत नाही, हे आईला समजणार नाही."

"पण तरीही आईवडिलांना सोडून राहणं मला पटणार नाही."

"विक्रांत, ही नात्यातील तेढ कमी होईपर्यंत तुला थोडं लवचीक राहावं लागेल. ते सर्वांसाठी चांगलं असेल. एकत्र राहून नात्यातील कटुता कायम राहिली, तर एकत्र राहूनही उपयोग नाही. परंतु स्वतंत्र राहून एकमेकांची किंमत कळली तर पुन्हा सामंजस्याने एकमेकांना जाणून घेऊन एकत्र येणं होईल. वृंदाला घरातील सर्व जबाबदाऱ्या एकटीला घ्याव्या लागतील. सोनूला पाळणाघरात ठेवावं लागेल. भाजीपाला, किराणामाल इत्यादी दैनंदिन गरजेच्या वस्तू स्वतः आणाव्या लागतील. टीव्ही, फ्रिज, ए.सी. घरात लगेच

येणार नाही. स्वतःची जीवनशैली बदलावी लागेल. हे सर्व तिला करू देत. घरात आईला मदत केली नसलीस तरी बायकोला मदत करावी लागते, हे तुलाही समजेल.

"स्वतंत्र राहिलात तरी दर रविवारी आणि सणासमारंभाला आईवडिलांकडे जायचं हे तू ठरवून घे. आईवडिलांना काही अडचण आली, तर तू ताबडतोब जायला हवंस आणि तुम्हाला अडचण आली तर आईवडिलांनी यायला हवं असे संबंध टिकवून ठेव आणि काय फरक पडतो हे तूच बघ. स्वतंत्र राहणं म्हणजे आईवडिलांची जबाबदारी टाळणं आणि बायकोचा हट्ट पूर्ण करणं असा होत नाही, तर नात्याची किंमत कळण्यासाठी अशा प्रकारची काही किंमत देणंही आवश्यक असतं. तूच सारासार विचार कर आणि योग्य निर्णय घे."

"धन्यवाद मॅडम! तुम्ही सांगितलेल्या गोष्टींवर मी पूर्ण विचार करेन. नाती चांगली होणार असतील, मला आईवडील आणि संसारही मिळणार असेल, तर मी स्वतंत्र राहण्याचाही सकारात्मक विचार करेन. आम्ही दोघे यावर चर्चा करू आणि तुम्हाला भेटायला येऊ."

❑❑❑

हे करावे

- आपल्या अनुभवांतून शिकलेले शहाणपणाचे बोल मुला-मुलीला आवश्यक तेव्हाच सांगा.
- त्यांच्या चुका सांगून त्यांना योग्य मार्ग दाखवा.
- तडजोड करणे महत्त्वाचे असल्याचे त्यांच्या मनावर बालपणापासूनच बिंबवा.
- मुला-मुलींचे त्यांच्या जोडीदारांशी असलेले वाद टोकाला जात असतील, तर त्यांना समजावून सांगा.
- फक्त आपल्याच मुलाचा किंवा मुलीचा विचार न करता त्याच्या जोडीदाराचे म्हणणेही ऐकून घ्या.

हे टाळावे

- मुलाच्या किंवा मुलीच्या संसारात सतत हस्तक्षेप करत राहणे.
- आपली मते त्यांच्यावर लादून त्याप्रमाणेच वागण्यासाठी त्यांच्यावर दबाव टाकणे.
- त्यांच्या जोडीदारांविषयी त्यांची मने कलुषित करणे.
- आपल्या मुलाचे किंवा मुलीचे चुकत असेल, तरी मायेपोटी त्यांचीच बाजू घेणे.
- समंजसपणाने वाद मिटवण्याऐवजी आपल्या मुलाची किंवा मुलीची बाजू घेऊन जोडीदारावर वाईटपणाचा, अवगुणांचा शिक्का मारणे.

विरक्ती

स्वर्गातच ब्रह्मदेवाने, मारल्या होत्या गाठी
आपण फक्त निमित्त, दोघांना एकत्र आणण्यासाठी
कशीही असली सून तरीही स्वीकारायचं
गुण-दोष मागे सारून, तिला आपलंसं करायचं
पद्धती, रीतिरिवाज, सारं समजावून सांगायचं
अपेक्षा न ठेवता, आपण निवृत्त व्हायचं.
लेकीचं लग्न झाल्यावर, प्रेम बाजूला ठेवायचं
संसारात तिने रमावं, म्हणून प्रयत्न करायचे
तुमचे अनुभव, संस्कार असू दे तिच्या गाठीशी
पण काही चुकलंच तर घालू नये पाठीशी
मुलगा असो वा मुलगी, त्यांचा संसार चांगला व्हावा
आशीर्वाद देऊन आपण, विरक्तीचा मार्ग धरावा.

६
संसारातील चढ-उतार

संसार म्हटला की भांड्याला भांडं लागणारच. पती-पत्नी दोघेही वेगवेगळ्या संस्कारात वाढलेले असतात त्यामुळे मतभेद हे अपरिहार्यच असतात. मतभेद वाढत गेले तर मग त्यांचं रूपांतर वादामध्ये... भांडणामध्ये होतं. अशा वादाची अनेक कारणं असतात. एक म्हणजे दोघांच्या घरातील सहजीवनाचे संस्कार वेगवेगळे असतात. आपले आईवडील एकमेकांशी कसे वागत होते याचा परिणाम मुलांवर होऊन लग्नाबाबतची एक मानसकिता त्यांच्या मनात निर्माण झालेली असते. ते विचार मनाशी पक्के असतात. त्यामुळे जोडीदाराबाबत अनेक पूर्वग्रहदूषित कल्पना त्यांनी मनाशी बाळगलेल्या असतात. वादाचे दुसरे कारण म्हणजे अपेक्षा. आपल्या जोडीदाराने आपल्यावर प्रेम करावं, आपली काळजी घ्यावी, आपला गुणदोषांसहित स्वीकार करावा अशी अपेक्षा दोघांचीही असते. परंतु जोडीदारानेही आपल्याकडून अपेक्षा ठेवलेल्या आहेत. याचा विसर पडतो. खरं तर कोणत्याही दोन व्यक्ती एकत्र येतात तेव्हा काही अपेक्षा ठेवूनच एकत्र येतात. साधी व्यावहारिक भेट असो किंवा सखोल, अर्थपूर्ण देवाणघेवाण असो; परंतु अपेक्षांची पूर्तता झाली नाही की समस्या उभी राहते आणि वाद निर्माण होतात.

पती-पत्नीच्या नात्यांमध्ये काही वाद किरकोळ स्वरूपाचे असतात; तर काही वाद गंभीर स्वरूप धारण करतात. नात्याला तडे जाण्यापर्यंतही वाद जातात परंतु हे वाद का निर्माण झाले याचा विचार शांततेनं करणं गरजेचं आहे. वादाचं मूळ कारण शोधून काढलं, संयम दाखवला तर ते मिटवण्यासाठी प्रयत्न करता येतात. संसारामध्ये सगळ्या गोष्टी आपल्या मनाप्रमाणे घडत नाहीतच त्यामुळे मग करावी लागते ती तडजोड. लग्न म्हणजे तडजोडच असते. खरं तर अशा वेळी समजुतीने आणि कौशल्याने परिस्थिती हाताळावी लागते.

अशा अनेक तडजोडी आपण करत असतो परंतु लग्नामध्ये मात्र या तडजोडी करण्याकडे कल कमी असतो. थोडंसं मनाविरुद्ध झालं की थेट लग्न मोडण्यापर्यंत मजल जाते. पण लग्न मोडणं हा पर्याय योग्य असतोच असं नाही कारण त्यानंतरही आयुष्यात अनेक तडजोडी कराव्या लागतात. त्यामुळे लग्न टिकवून राहून तडतोड करणं योग्य की लग्न मोडून तडजोड करणं योग्य हे ज्याला त्यालाच ठरवावं लागतं. संसारामध्ये अनेक चढउतार असतातच. काही गोष्टी खूप आनंद देणाऱ्या असतात तर काही गोष्टी मनस्ताप देणाऱ्याही असतात. ज्या वेळी आपल्या मनाविरुद्ध गोष्टी घडतात तेव्हा मनाला मुरड घालून आहे त्या परिस्थितीचा स्वीकार करावा लागतो. जोडीदाराच्या वर्तनामागची कारणं शोधून काढावी लागतात. खरं तर जो तो आपल्या जागेवर योग्यच असतो पण दुसऱ्याला त्याच्या वागण्याचा त्रास होत असतो. म्हणूनच स्वतःची तत्त्वं घट्ट धरून न ठेवता परिस्थितीप्रमाणे बदलण्याची तयारी दाखवली, एक पाऊल स्वतःहून पुढं टाकलं तर जोडीदाराचं पाऊलही आपल्याबरोबर पडतं आणि संसाराची गाडी रुळावर येते.

स्पर्धा... जोडीदाराशी?

"योगेश, तू माझ्या ऑफिसमध्ये फोन करून माझ्या सहकाऱ्याला जे काही विचारलंस, ते मला अजिबात आवडलेलं नाही."

"अमिता, तुझ्याकडून मला योग्य उत्तरे मिळाली नाहीत म्हणूनच मला तुझ्या ऑफिसपर्यंत जावं लागलं."

"योग्य म्हणजे काय रे? तुला अपेक्षित अशी उत्तरं मिळाली नाहीत, असं म्हण. तुझा माझ्यावर अजिबात विश्वास नाही? श्रीकांतच्या गाडीमधून मी घरी आले; ऑफिसच्या व्हॅनमधून आले नाही, म्हणून एवढा संशय घेतोस तू? घरी यायला उशीर का झाला, याची कारणं सांगून तुला पटत नाहीत म्हणून मी कोणासोबत किती वाजता ऑफिसमधून निघाले, मी कोठे कधी गेले, याची चौकशी करण्यासाठी तू ऑफिसमध्ये आलास? शी... मला लाज वाटते तुझी!"

"हो... बरोबर आहे, माझी लाज वाटायचीच आता तुला, दुसऱ्या पुरुषांबरोबर फिरायला तुला लाज वाटत नाही आणि नवऱ्याची लाज वाटते."

"योगेश, अरे, काय बोलतोस तू? एवढ्या खालच्या पातळीवर कशासाठी जातोस? काय बोलतोयस ते तुझं तुला तरी कळतंय का?"

"हो... मी पूर्ण विचार करून आणि चौकशी करूनच बोलतो आहे."

"योगेश, तू उगाच राईचा पर्वत करतो आहेस. अरे, आपला प्रेमविवाह झाला आहे. पूर्वीही मी कोणत्याही मित्राशी बोललेलं तुला आवडायचं नाही आणि आता तर लग्न झाल्यानंतर बायको म्हणजे तुला मालकी हक्काची वस्तूच वाटू लागली आहे. मी कोणाशी बोलायचं, कोणासोबत जायचं, हे फक्त तूच ठरवणार. अरे, मलाही माझं मन आहे. वैचारिक आणि बौद्धिकदृष्ट्या अनुरूप असणाऱ्या काही सहकाऱ्यांशी माझं चांगलं जमत. काही गोष्टींची आमच्यात चांगली चर्चा होते. आजही आम्हाला काही

गोष्टींवर बोलायचं होतं म्हणून मी ऑफिसच्या व्हॅनमधून न येता त्याच्या गाडीतून आले; मध्ये आम्ही कॉफी प्यायला थांबलो होतो म्हणून घरी यायला थोडा उशीर झाला, तर एवढं आकांडतांडव करण्याची काहीच गरज नाही.''

''अमिता, या असल्या फालतू गप्पांमधून कॅज्युअल रिलेशनशिप वाढत राहते आणि नंतर हळूहळू ही रिलेशनशिप दृढ होत राहते... तू त्याच्यात अडकून राहशील. अमिता, मला वाटतं आता बास झालं. एक तर तू नोकरी सोडून घर सांभाळ, आपल्या सोनूकडे लक्ष दे.''

''तुझ्या या असल्या संशयासाठी मी नोकरी सोडून घरी बसू? अरे, आताच कुठं मला प्रमोशन मिळालं आहे. थोड्याच दिवसांत मी मॅनेजर होईन आणि संसारात मी कुठं कमी पडतेय? हां... तुझ्या आईसारखा टिपिकल संसार मला नाही करता येणार; पण माझ्या कर्तव्यामध्ये मी काही कसूर होऊ देत नाही.''

''तुझा हा 'मी' पणा आणि अहंकारच मला काढून टाकायचाय! मी हे करते, मी ते करते... माझ्यामुळे हे झालं... माझ्यामुळं ते झालं बास्स...! आता ऐकून कंटाळा आला मला... मी तुला हे सर्व करण्याची परवानगी दिली, हीच माझी चूक झाली; पण आता ती चूक मी सुधारणार... उद्याच राजीनामा देऊन टाक.''

''योगेश, अरे काय बोलतोस तू? आणि तुला पुढं जाता आलं नाही म्हणून तू तुझं फ्रस्ट्रेशन माझ्यावर काढतोस? हा तुझा पुरुषी अहंकार बोलतोय... बायकोनं पुढं गेलेलं तुला बघवत नाही.''

''अमिता... फार बोललीस... मला तुझं तोंड पाहण्याची इच्छा नाही.''

''आणि आता मलाही तुझ्यासोबत राहण्याची इच्छा नाही.''

''मग आत्ताच घर सोडून जा.''

''हे तू सांगण्याची गरज नाही... मी स्वतःच घर सोडून सोनूला घेऊन लगेच निघतेय. आयुष्यभर हा त्रास सहन करण्यापेक्षा स्वतंत्र झालेलं बरं.''

योगेश आणि अमितामध्ये शाब्दिक चकमकी आणि योगेशची हात उचलण्यापर्यंत मजल गेल्यानं अमिता घर सोडून माहेरी राहायला गेली. दोघांच्याही मनात संतापाची आग घुसमत होती. मागील गोष्टी काढून फोनवर, मेलवर दोघं एकमेकांशी वाद घालत राहिले, एकमेकांना जाब विचारत राहिले. नातेवाइकांनी वाद मिटवण्याचा प्रयत्न केला; पण यश आलं नाही. एकमेकांवरचा विश्वास हा पती-पत्नीच्या नात्याचा, सहजीवनाचा पाया असतो. हा पायाच ढासळला तर उरतो तो अहंकार आणि एकमेकांचा सूड घेण्याची भावना. हळूहळू घडवलेलं नातं एका फटक्यात पोकळ होऊ जातं. ही नाती कोरडी

होऊन जातात, नात्यातील ओलावा संपतो. प्रेम, स्नेह सारं काही संपून जातं आणि कायद्यानं हे नातं संपुष्टात आणण्यासाठी न्यायालयाचा आधार घेतला जातो.

योगेशनं कौटुंबिक न्यायालयात घटस्फोटासाठी अर्ज दाखल केला. समुपदेशनासाठी न्यायालयानं दोघांनाही समुपदेशकांकडे पाठवलं. माझ्याकडे ते दोघंही आले तेव्हा एकमेकांविरुद्ध आरोप-प्रत्यारोप करत होते.

"समजते कोण स्वतःला? मी तिच्या चारित्र्याबद्दल सर्वांना सांगेन, तिचं करिअर संपवेन, तिला आयुष्यातून उठवेन."

"हा कोण मला आयुष्यातून उठवणारा? स्वतःला काही करायला जमलं नाही म्हणून दुसऱ्यालाही काही करू द्यायचं नाही, हा याचा स्वभाव. कोण आयुष्यभर सहन करणार हे? मी त्याला घटस्फोट देऊन मोकळं करणार नाही आणि त्याच्याकडे राहणारही नाही. मुलीचं नखही दृष्टीस पडू देणार नाही... आयुष्यभर एकटाच राहा म्हणावं."

नात्याचा पायाच हादरला की कोणे एके काळी एकमेकांशिवाय एकही क्षण न घालवणारे हे प्रेमवीर एकमेकांच्या बाबतीत किती क्षुद्र वृत्तीने वागू शकतात, हे मी पाहत होते. पाच-सहा वर्षांपूर्वी दोघांचेही आई-वडील या लग्नाला विरोध करत होते; परंतु त्यांच्या विरोधास न जुमानता या दोघांनीही घरातून निघून जाऊन नोंदणी पद्धतीनं विवाह केला होता आणि आज एकमेकांकडे बघण्याचीही त्यांची तयारी नव्हती. एकमेकांबद्दल मनात आकस ठेवून दोघं एकमेकांशी सूडबुद्धीनं वागत होते. स्वतःचं करिअर, मुलीचं भविष्य इत्यादींबद्दल कोणताही विचार न करता एकमेकांवर कशी कुरघोडी करता येईल, याचाच विचार ते दिवस-रात्र करत होते.

दोघांशीही वैयक्तिकरित्या बोलून मी दोघांचंही म्हणणं ऐकून घेतलं. मनस्ताप आणि वैतागाच्या भरात त्यांनी आपलं लग्न मोडू नये, स्वतःच्या संसाराचा आणि मुलीच्या भविष्याचा विचार करावा, या गोष्टी त्यांना समजावून सांगण्याचा प्रयत्न मी करत होते.

"अमिता, तुम्हा दोघांचा प्रेमविवाह आहे, त्यामुळे योगेश तुझ्याबाबतीत अधिक पझेसिव्ह आहे. आपली पत्नी इतर कोणत्याही पुरुषाशी प्रेमानं वागते-बोलते हे त्याला सहन होत नाही. त्याला दुखावण्यासाठी तू काही केलेलं नाहीस; पण अजाणतेपणी तो दुखावला गेला आहे. परंतु यामागे त्याचं प्रेम आहे आणि तुझी काळजी आहे, हेही तू लक्षात घे. ऑफिसमधील सर्व गोष्टी तू मोकळेपणानं त्याला सांगतेस, तुझं कोणी कसं कौतुक केलं तेही सांगतेस. तुझा प्रामाणिकपणा आणि मनमोकळेपणानं सगळ्या गोष्टी बोलणं हे चांगलं असलं तरीही तुझ्या अकारण तपशील सांगण्यामुळे त्याची कडवट नाराजी आणि त्याचा संशय याला, तुलाच सामोरं जावं लागतं. अशा काही बाबतीत

तू निवडक आणि आवश्यक गोष्टी त्याला सांगणं आणि अनावश्यक तपशील टाळणं महत्त्वाचं आहे, म्हणजे त्याच्या मनात संशयाचा शिरकाव होणार नाही आणि त्याचे टोमणे तुला ऐकावे लागणार नाहीत. काही बाबतीत मौन पाळत जा. एकमेकांच्या मनातील किल्मिष दूर करणं आवश्यक असलं तरी कोणता तपशील केव्हा सांगायचा, याचं भान ठेवायला हवं.

''त्या दिवशी ऑफिसमध्ये त्याचा प्रोजेक्ट सिलेक्ट करण्यात आला नव्हता; तो आधीच दुखावला होता. अशा वेळेसच ऑफिसमध्ये तुझं किती कौतुक झालं, तुझ्या प्रोजेक्टसाठी श्रीकांतनं कशी मदत केली आणि तुम्ही दोघंही त्याचं सेलिब्रेशन म्हणून एका गाडीतून कॉफी पिण्यासाठी गेलात, हे सर्व तू अति प्रामाणिकपणे आणि अति मोकळेपणानं सांगून टाकलंस. तो आधीच दुखावला असल्यामुळे तुझ्यावर तो रागावला, चिडला. तुला प्रमोशन मिळालं होतं, तेव्हा तुझ्याआधी त्यानंच आनंदानं सर्वांना पेढे वाटले होते; मग तुझा उत्कर्ष त्याला पाहवत नाही, हे तू कसं म्हणतेस?

''रागाच्या, वैतागाच्या भरात त्यानं तुला नोकरी सोडायला सांगितली म्हणजे त्याला तुझं पुढं जाणं नको आहे, असं नाही. त्या त्या वेळची परिस्थिती सांभाळणं अतिशय महत्त्वाचं असतं. राग ओसरला की नंतर शांततेत निर्णय घेता येतो. सूडाच्या आगीत दोघंही होरपळून निघाल आणि याची धग तुमच्या सोनूला सहन करावी लागेल.''

मग योगेशकडे वळून म्हटलं,''योगेश, तुला अमिताच्या कर्तृत्वाबद्दल नक्कीच अभिमान आहे. इतर स्त्रियांपेक्षा ती वेगळी आहे. तिच्याकडे वेगळीच हुशारी आहे हे तुला पटतं; परंतु तिच्या भिडस्त स्वभावामुळे ती कोणालाच दुखावत नाही, याचीही तुला भीती वाटत राहते आणि कोणीही तिची फसवणूक करू नये याची काळजी तुला वाटत असते. ती किती प्रामाणिक आहे, हेही तुला पटतं; परंतु तुझे विचार आचरणात आणणं तुला अवघड जातं. ओरडाआरडा करून तिच्यावर दोषारोप करून हा प्रश्न सुटणार नाही, तर तो तू कौशल्यानं सोडवायला हवास. स्वतःचं वर्चस्व सिद्ध करण्यासाठी स्वतःच्या जोडीदाराशीच स्पर्धा करणं, हे योग्य नाही. अमिताशी तू शांतपणे बोल, तुला नक्की कसलं दुःख आहे आणि तिनं तुला कशाप्रकारे साथ द्यायला हवी, हे मोकळेपणानं तिच्याशी बोल.

''अमिता आणि योगेश, तुम्ही दोघंही एकमेकांवर खूप प्रेम करता आणि म्हणूनच एकमेकांशी भांडता. तुम्ही दोघांनीही स्वतःमधील शक्ती ओळखा आणि एकमेकांच्या सामर्थ्याला सलाम करण्याची दिलदारी दाखवा. जोडीदाराला खच्ची करण्यात तुमचं सामर्थ्य दवडू नका. यातून काहीही साध्य होणार नाही. मान-अपमान, रस्सीखेच,

डाव-प्रतिडाव हे पती-पत्नीच्या नात्यामध्ये कशासाठी? जोडीदाराच्या स्वभावातील खाचाखोचा ओळखायला शिका, आणि त्या नीट जाणून घेऊन त्याप्रमाणे वागा. जे आहे, जसं आहे, त्याचा स्वीकार करून पुढे जाण्याचं ठरवलं, तर आपोआप मार्ग सापडतो.

''एकमेकांवर आरोप-प्रत्यारोप करणं आणि त्याचे खुलासे- स्पष्टीकरण मागत राहणं, हे चक्र एकदा सुरू झालं की त्यातून प्रश्न सुटत नाहीत, तर उलट नवीन गुंतागुंत वाढत जाते. त्यापेक्षा एकमेकांना समजावून घेणं आणि एकमेकांचा योग्य तो आदर राखणं, यातून एकमेकांचं नातं फुलत जातं, सहजीवन यशस्वी होतं आणि यासाठी एकमेकांवरील विश्वास आणि निरपेक्ष प्रेम महत्त्वाचं. कोणता निर्णय घ्यायचा, हे तुम्ही दोघांनीच ठरवायचं आहे. पूर्ण विचार करून, दोघांनी एकत्र येण्यात समंजसपणा आहे की विभक्त होण्यात समंजसपणा आहे, हे तुम्हीच ठरवा. फक्त तुम्ही जो निर्णय घ्याल त्याच्यावर तुमच्या सोनूचं भविष्य अवलंबून आहे, हे लक्षात घ्या.''

दोघांशीही चर्चा झाल्यानंतर दोघांनीही विचार करण्यास वेळ घेतला. स्वतःची चूक त्यांच्या लक्षात आली. मुलीच्या निरागस चेहऱ्याकडे पाहून स्वतःचा अहंकार सोडून द्यायचा आणि तिला आई-बाबा दोघांचंही प्रेम मिळू द्यायचं, असं दोघांनीही ठरवलं. पुन्हा जेव्हा ते माझ्याकडे आले, तेव्हा रागाचा भर ओसरलेला होता. दोघंही शांतपणे माझ्याशी बोलत होते. आम्ही दोघंही पुन्हा एकत्र येत आहोत आणि न्यायालयातील घटस्फोटाची केस मला मागे घ्यायची आहे, असं योगेशनं सांगितलं.

'परस्परांच्या भावनांशी प्रामाणिक राहण्याचं वचन एकमेकांना देऊन ते निभावणं आवश्यक आहे. भूतकाळ सोडून द्यायचा, पाटी कोरी करायची, अकारण मागील वाद उकरून काढायचे नाहीत, एकमेकांना समजून घेऊन नव्यानं आयुष्याला सुरुवात करायची', हे त्यांना पुन्हा एकदा समजावलं.

त्या दिवशी अमिता आणि योगेश यांनी नवीन आयुष्याची सुरुवात केली. सोनूला कडेवर उचलून घेत अमिताचा हात धरून योगेश माझ्या चेंबरमधून बाहेर पडला. मीही समाधानाने त्यांच्याकडे पाहत राहिले.

■■■

जबाबदारी समजून घेणं महत्त्वाचं

''मी स्त्री आहे म्हणून मीच प्रत्येक वेळेला का ऐकून घ्यायचं? जबाबदाऱ्या फक्त पुरुषांना असतात आणि स्त्रियांना नसतात? त्याचे आईवडील आणि त्यांच्यासाठी त्याच्या जबाबदाऱ्या, त्याची कर्तव्य योग्य! मी फक्त मुलगी आहे म्हणून माझ्या आईवडिलांविषयी माझ्या काही जबाबदाऱ्या आणि कर्तव्य नाहीत का?''

''सुलेखा... अजून तरी आपल्या समाजात पुरुषप्रधान संस्कृती आहे. पत्नी ही पतीकडे नांदायला येते. पतीने पत्नीच्या घरी राहायला जाण्याची पद्धत अजून आलेली नाही. लग्न झाल्यानंतर तुला आता केवळ सासरच्याच जबाबदाऱ्या स्वीकारायच्या आहेत. माहेरची जबाबदारी तुझ्यावर नाही. तुझा भाऊ लहान असला तरीही तो मोठा झाल्यानंतर त्याच्यावर त्यांची जबाबदारी येईल. तू आता भोसले राहिली नाहीस, पाटील झाली आहेस.''

''समीर... मी तुला आधीच सांगितलं आहे. मी माझं नाव बदलणार नाही. मी ऑफिसमध्ये आहे तेच नाव ठेवणार. सगळ्या कागदपत्रांवर माहेरचंच नाव आहे. लायसन्स, पासपोर्ट, डोमीसाईल, बँक अकाउंट्स, इन्श्युरन्स इत्यादींवर. आता मी नाव बदलणार नाही.''

''सुलेखा... तुला नाव बदलायचं नाही, माहेरच्या जबाबदाऱ्या कमी करायच्या नाहीत, तर तू लग्न तरी कशासाठी केलंस? तुला फक्त लग्न करायचं होतं; पण संसार करायचा नाही.''

''संसार म्हणजे काय असतं रे? तू अजूनही जुन्या विचारांचाच आहेस. एम. टेक. झालास; पण तुझे विचार बदलले नाहीत. लग्न झाल्यानंतर स्त्रीनं स्वत:चं अस्तित्व विसरून सासरच्या घरी रममाण व्हायचं. दुधात साखर मिसळून जातं तसं त्या घरच्या चालीरीती, रीतिरिवाज यांच्यात गुरफटून जायचं आणि माहेरचं घर परक्याचं समजायचं म्हणजे संसार,

असे तुझे विचार आहेत... पण आता जमाना बदललाय. स्त्रीला स्वतःचं स्वतंत्र व्यक्तिमत्त्व आणि अस्तित्व जपायचं आहे, त्यामुळे तुलाच विचार बदलायला हवेत.''

समीर आणि सुलेखा दोघांचीही अशी खडाजंगी व्हायची. प्रत्येज कण आपलीच बाजू कशी योग्य आहे हे सांगण्याचा प्रयत्न करायचा. त्यांच्यातले हे किरकोळ वाद वाढत गेले आणि एक दिवस सुलेखा घर सोडून माहेरी येऊन राहिली. समीर आणि सुलेखा विभक्त झाल्यानंतर त्यांच्या मित्रमंडळींनी आणि नातेवाइकांनी दोघांना समजावून सांगण्याचा प्रयत्न केला; परंतु दोघेही स्वतःच्या मताशी ठाम असल्यामुळे त्यांच्या विचारात बदल घडवून आणणे शक्य झाले नाही. दोन्ही कुटुंबातील ताण अधिकच वाढत राहिला. 'जावयाचं तोंड बघायचं नाही' असे सुलेखाच्या घरातील म्हणू लागले, तर 'असली सून अजिबात घरात नको' असे समीरचे नातेवाईक म्हणू लागले. दोघांचे फोनवरील संवादही कमी झाले. अगदीच काही कारण असेल, तर एकमेकांना मेसेज पाठवून व्यावहारिक कामे पूर्ण केली जात. सुलेखा आणि समीरचा मुलगा 'सुमेध' हा केवळ नऊ महिन्यांचा होता. त्याला भेटण्याची इच्छा असूनही समीर त्याला भेटू शकत नव्हता. सुलेखा त्याला घेऊन बाहेर यायची नाही आणि वाद वाढायला नकोत म्हणून समीर तिच्या घरी जायचा नाही.

समीरचा मित्र कुशल याचे लग्नही समीरच्या लग्नानंतर चार दिवसांतच झाले होते. दोन्ही जोडपी हनिमूनसाठीही एकदमच कुलू-मनालीला गेली होती. त्याच वेळी चौघांची चांगली गट्टी जमली होती. कुशलची पत्नी काव्या ही सुलेखाची चांगली मैत्रीण झाली होती. समीर आणि सुलेखा विभक्त राहत आहेत हे काव्याला उशिरा समजलं; कारण तीही पहिल्या बाळंतपणासाठी माहेरी गावाकडे गेली होती. ती माहेराहून पुन्हा बाळाला घेऊन कुशलकडे आल्यानंतर तिला या गोष्टी समजल्या. त्यांच्या बाळाच्या बारशाच्या कार्यक्रमाला सुलेखा आणि समीर दोघांना एकत्र बोलवण्याचं त्या उभयतांनी ठरवलं. बारशाच्या निमित्ताने दोघेही कुशलच्या घरी आले; परंतु दोघेही एकमेकांशी अजिबात बोलत नव्हते. बारशाचा सोहळा चालू होता. दोन्हीकडचे नातेवाईक बाळाचं कौतुक करत होते. कुशल, काव्या आणि बाळाचं फोटोसेशनही चालू होते आणि समीर व सुलेखाच्या मनात विचारांची गर्दी चालू होती.

दोघांच्याही वादामुळे त्यांना सुमेधच्या बारशाचा कार्यक्रम करताच आला नव्हता. सुलेखाच्या आईनं बाराव्या दिवशी पाळण्यात घालून नाव ठेवलं होतं एवढंच. असं सगळं कौतुक आपल्याही बाळाचं होऊ शकलं असतं. इतर मित्र-मैत्रिणी, त्यांचे संसार पाहताना आपलं कुठंतरी चुकतंय हे त्यांना जाणवत होतं; पण कुणी पुढाकार घ्यायचा आणि कुणी बोलायचं?

त्यांच्या मनातील अस्वस्थता कुशल आणि काव्या यांनी अचूक ओळखली. समारंभ झाल्यानंतर कुशलनेच समीर आणि सुलेखाकडे विषय काढला. ''समीर... तुम्हा दोघांच्याही मनात आज काय चाललंय हे मी ओळखू शकतो; परंतु आता ही कोंडी फोडायला हवी.''

''काव्या आणि कुशल अरे, गेले १०-११ महिने आम्ही वेगळे राहतोय. बाळाच्या जन्मानंतर आमचं एकत्र येणं झालेलंच नाही. नातेवाइकांनी आणि आपल्या ग्रुपमधील इतर मित्रांनीही आमच्यातील वाद मिटवण्याचे प्रयत्न केले; पण आमच्यातील अंतर कमी होण्याऐवजी वाढतंच गेलं आहे.''

''समीर आणि सुलेखा तुम्हाला एक सुचवायचं आहे. नातेवाईक आणि मित्रांनी प्रयत्न करून हा वाद संपणार नाही कारण तुमचे नातेवाईक आपल्याच माणसाच्या बाजूने बोलणार यापेक्षा तुम्ही समुपदेशकांकडे जा. त्यांच्याशी मोकळेपणाने बोला. ते तटस्थपणे तुमची बाजू ऐकून घेतील. कुणाचं कुठं चुकतंय आणि कुणी कसं वागायला हवं याविषयी मार्गदर्शनही करतील. त्यांचा कोणताही स्वार्थ तुमच्यामध्ये गुंतलेला नसेल त्यामुळं ते कोणा एकाची बाजू घेणार नाहीत.

काव्याने सुचवलेला मार्ग दोघांनाही पटला कारण आता दोघांच्यातील वाद बाजूला राहून दोन्हीकडच्या नातेवाइकांचेच वाद सुरू झाले होते. दोघांनी एकमेकांना भेटायचं नाही, फोन करायचा नाही याची ताकीदच देण्यात आली होती. एकमेकांवर कशी कुरघोडी करता येईल, याची संधी ते शोधत राहत. कुणाचं काय आणि किती ऐकायचं हे दोघांनाही समजत नव्हतं, त्यामुळेच दोघांनी समुपदेशकांची वेळ घेतली आणि त्यांना भेटण्याचे ठरवले.

सुरुवातीला सुलेखाने आपली व्यथा मांडली. ''माझं लग्न होऊन दोन वर्षं झाली. आम्हाला नऊ महिन्यांचा मुलगा आहे. मी सॉफ्टवेअर इंजिनिअर आहे. मला एक भाऊ, एक बहीण आहे, मी सर्वांत मोठी. माझे आई-वडील फार शिकलेले नाहीत; परंतु मुलांना चांगलं शिकवायचं असं त्यांनी ठरवलं होतं, त्यामुळेच कष्टातून आम्हाला शिकवलं. भावाचं शिक्षण सिव्हील इंजिनिअर असून याच वर्षी तो शेवटच्या वर्षीची परीक्षा उत्तीर्ण झाला. बहीण शिकत आहे. तिचं नुकतंच बारावीचं वर्ष पार पडलं. माझ्या लग्नाअगोदरच वडिलांची नोकरी सुटली. ते आजारी होते; परंतु मला चांगल्या कंपनीत जॉब मिळाला होता. आम्ही भाड्याच्या घरात राहतो. स्वतःचं घर नाही म्हणून मी नोकरी मिळाल्यानंतर एक फ्लॅट बुक केला. माझ्या पगारावर कर्ज घेतलं.

''नंतर माझं लग्न ठरलं. लग्नानंतरही मी गृहकर्ज फेडणार असून, माझ्या आईवडिलांना

मदतही करणार आहे हे मी लग्नापूर्वीच सांगितलं होतं आणि समीरने ते मान्यही केलं होतं; परंतु लग्न झाल्यानंतर मी माझ्या आईवडिलांची जबाबदारी घेते, कर्ज फेडते हे त्याला आणि त्याच्या घरच्यांना त्रासदायक वाटायला लागलं. माझ्या आईवडिलांनी माझ्यासाठी कष्ट घेतले आहेत मग त्यांच्यासाठी मी काही केलं तर बिघडलं कुठं? फक्त माझं लग्न झालं म्हणून मी माझ्या आईवडिलांना पैसे देणं बंद करायचं? मी त्यांना जी मदत करते ती माझ्या कमाईतून करते; पाटलांचा पैसा घेत नाही. माझा खर्च मीच भागवते. माझ्यासाठी एक पैसाही त्यांना खर्च करावा लागत नाही. समीर त्याच्या आईवडिलांना, भावडांना मदत करतो मग मी माझ्या माहेरच्यांना मदत केली तर बिघडलं कुठं? हेच आमचे वादाचे विषय आहेत.''

सुलेखाचं सांगून झाल्यानंतर आता समीरचे काय म्हणणे आहे हेही समुपदेशकांनी ऐकून घेतले.

''मॅडम, माझे आईवडील गावाकडे असतात. भाऊ मोठा आहे तोही चांगल्या हुद्द्यावर आहे. तो नोकरीच्या निमित्ताने सातारा येथे असतो. तो आणि त्याची पत्नी व मुलगा तेथे राहतात. माझी लहान बहीण गावाकडेच आईवडिलांजवळ असते. तिचं लग्न व्हायचं आहे. आमच्या लग्नाअगोदर सुलेखाने तिच्या गृहकर्जाबद्दल सांगितलं होतं आणि ते मी मान्यही केलं होतं. तिनं तिच्या आईवडिलांना मदत करण्यास माझं दुमत नाही; परंतु लग्न झाल्यानंतर त्याला काही मर्यादा असाव्यात असं मला वाटतं. नोकरी करत असताना जो प्रॉव्हिडंड फंड जमा केला जातो तो स्वत:च्या भविष्यासाठी राखून ठेवायचा असतो; परंतु भावाच्या इंजिनिअरिंग कॉलेजची फी भरायची म्हणून तिने तो काढला. बहिणीला पॉकिटमनी हीच देते. आईवडिलांच्या औषधाचा खर्चही तीच करते.

''तिने माहेरच्या जबाबदाऱ्या घेतल्या; पण सासरच्या जबाबदाऱ्याचं काय? माझं घर, माझी माणसं तिची कोणी नाहीत का? माझ्या बहिणीच्या पुढील शिक्षणासाठी शहरात ॲडमिशन घ्यायचं होत, तिचे हॉस्टेलचे पैसे भरायचे होते. मला त्या महिन्यात आर्थिक अडचण होती कारण ऑफिसमधील काही कारणांमुळे आमचे पेमेंट वेळेत होणार नव्हते. तेव्हा तिला मी पैसे देण्यास सांगितले; परंतु तिने मदत केली नाही. माझ्या भावंडांसाठी मी तुमच्याकडे हात पसरत नाही. तुमच्या बहिणीची व्यवस्था तुमची तुम्ही करा असे उत्तर दिले. जेवढी मदत मी माझ्या आईवडिलांना करतो, तेवढी मदत ती तिच्या आईवडिलांना करतेच. माझी प्रत्येक ठिकाणी बरोबरी करते. माझे पॅकेज तिच्यापेक्षा कमी आहे; पण मी माझ्या पगारातील जेवढे पैसे माझ्या नातेवाइकांसाठी खर्च करतो त्या प्रमाणात ती तिच्या पगारातले पैसे तिच्या नातेवाइकांसाठी खर्च करते तुम्हीच सांगा हा अतिरेक

बरोबर आहे का?''

''मॅडम... याने माझ्या नोकरीकडे आणि पैशाकडे पाहूनच माझ्याशी लग्न केलं असं मला वाटतं. त्याला माझा पैसा हवा आहे आणि तो माझ्या नातेवाइकांचा आदर ठेवत नाही, त्यांच्यासाठी खर्च करत नाही, तर मी तरी का त्याच्या नातेवाइकांसाठी करायचं?''

''मॅडम... मला तिचं काहीही नको. तिला नोकरी सोडून द्यायला सांगा. मी तिचं आणि मुलाच करण्यास समर्थ आहे. त्यांच्या सर्व अत्यावश्यक गरजा पूर्ण करू शकेन एवढं तर मी नक्कीच मिळवतो.''

''मी काही घरी बसण्यासाठी एवढं शिक्षण घेतलं नाही. मी घरी बसले तर माझ्या आईवडिलांना कोण मदत करणार? मी माझ्या कमाईतून पैसे देते तरी हा चिडतो, मग तो काय माझ्या आईवडिलांना मदत करणार? त्याच्यापेक्षा माझं पॅकेज जास्त आहे म्हणून त्याला हेवा वाटतो माझा. नवऱ्याच्या प्रगतीत इतके दिवस बायका आनंदाने मिरवायच्या; पण आता काळ बदलला आहे. बायकोच्या प्रगतीचा हेवा न वाटता तिला प्रोत्साहन द्यायला हवं.''

''तिला कमवायचंय; पण फक्त स्वतःसाठी, स्वतःच्या संसारासाठी नाही, तर माहेरी मदत करण्यासाठी हेच तिचं वागणं मला आवडत नाही.''

''माझं वागणं आवडत नाही, मी आवडत नाही. मुलगा झाला तो ही उद्या आवडणार नाही.''

''काहीतरी काय बोलतेस... माझ्यापासून मुलाला दूर केलंस... पुढं त्याला काय शिकवणार आहेस माहिती नाही.''

समीर आणि सुलेखाचे वाद वाढतच चालले. शाब्दिक चकमकी सुरू झाल्या म्हणून समुपदेशकांनी त्यांना मध्येच थांबवले.

''समीर आणि सुलेखा... अरे किती वाद घालताय तुम्ही? तुम्ही दोघे पती-पत्नी आहात की प्रतिस्पर्धी? असे वाद घालून तुम्ही काय साध्य करणार आहात आणि आता तुम्ही दोघंच नाहीत तर तुमचं मूल आहे. तुम्ही केवळ पती-पत्नी नसून आता त्या मुलाचे आई-बाबाही आहात. त्या भूमिकेचा तुम्ही विचारच करत नाही. नोकरीमध्ये प्रमोशन झाल्यानंतर जबाबदाऱ्या वाढतात, कामाचा व्याप वाढतो हे तुम्हाला माहिती आहे; पण नातेसंबंधांतही जबाबदाऱ्या वाढतात याची तुम्हाला जाणीव नाही.

''लग्न झाल्यानंतर तुझं आणि माझं असं काही नसतं. मी आणि माझं हे शब्द तर विसरावेच लागतात. आपण आणि आपलं हे जेव्हा मनात रूजेल तेव्हाच संसार सुरू होतो. नाहीतर 'माझी कमाई, माझे नातेवाईक', 'तुझे घर, तुझे नातेवाईक' असं चालू

राहील, की मग वाद वाढत राहतात. तुम्हा दोघांचही चुकतंय; पण काय चुकतंय हे जाणून घ्या, तरच बदल घडवून आणणं शक्य होईल. तुमचे वाद आतापुरते मिटवून आपल्याला तात्पुरती मलमपट्टी करायची नाही, तर मुळापासून वादाला उखडून, काढून टाकायचं आहे.

''सुलेखा... तुझ्या आईवडिलांनी कष्टातून तुमच्या भावंडाचे शिक्षण केले... तुला त्याची जाणीव आहे. तू घरातील मोठी मुलगी आहेस म्हणून तुझ्या वडिलांना हातभार लावावा हे तुझे विचार वाईट नाहीतच; पण एक लक्षात घे. आईवडिलांच्या उपकारांची परतफेड केवळ पैशात होत नसते. त्यांच्या काही जबाबदाऱ्या तुला घ्यायच्या आहेत, तर त्या जाणीवपूर्वक घे आणि मग पार पाड. तुझ्या सध्याच्या वागण्यामुळे तुझा भाऊ, तुझी बहीण लवकर स्वतंत्र होणार नाहीत कारण तुझ्या आधाराच्या कुबड्या त्यांच्याजवळ आहेत. त्यांच्या जबाबदारीची जाणीवही त्यांना होणार नाही. या वयात ते योग्य मार्गाला गेले, तरच पुढे त्यांचे कल्याण होणार आहे. तुझ्यावर अवलंबून राहिले, तर ते पुढे जाऊ शकणार नाहीत; नंतर पश्चात्ताप करून काहीही उपयोग होणार नाही.

''तुझे वडील अजिबातच कमावत नाहीत असं नाही. सध्या ते त्याचं आणि कुटुंबाचं कसंही भागवू शकतात; परंतु उद्या हात-पाय थकले, काही आजारपण आले तर त्यांच्याकडे पैसा नसणार आहे. त्या वेळेस तुझ्या भावंडांनी त्यांच्याकडे पाहिलं नाही, तर तेव्हा तुझ्या पैशांची त्यांना गरज लागणार आहे; म्हणून आता दर महिना काही पैसे देण्यापेक्षा तू त्यांच्या नावावर रिकरिंग काढ, कोठेही गुंतवणूक कर आणि ते पैसे बाजूला ठेव. तुझ्या गृहकर्जाबाबत समीरने कोणतेही हरकत घेतलेली नाहीच; पण तरीही तुझ्या भावाला त्याची जबाबदारी समजावी म्हणून ते घर तू आत्ताच आईवडिलांना न देता, ते भाड्याने दे आणि ते भाडं आईवडिलांच्या नावावर बँकेत ठेव.

''लग्न झाल्यानंतर तुझं कुटुंब वेगळं आहे. त्या कुटुंबाच्या बाबतीत तुझ्या काही जबाबदाऱ्या आहेत. तू कोणाची तरी पत्नी, कोणाची तरी सून आहेस, त्यामुळे त्या बाबतीतील तुझी कर्तव्य आहेतच आणि आता तर तू आई झाली आहेस, त्यामुळे तुझ्या कुटुंबाचा आणि मुलाच्या भविष्याचा विचार तू प्राधान्याने करायला हवा.

''समीर, तुला तुझ्या बरोबरीने शिकलेली करियरिस्ट मुलगी पत्नी म्हणून हवी होती मग काही गोष्टी तुलाही स्वीकाराव्या लागणार आहेत. 'मी पत्नीला समजून घेतो' असं वरवर म्हणून चालणार नाही. ओठात एक आणि पोटात दुसरं असं न करता तिला मनापासून समजून घ्यायला हवं. ज्या गोष्टी तुला पटत नाहीत आणि तिने त्या करू नयेत असं वाटतंय त्या तिला व्यवस्थित समजावून सांग. रागाच्या भरात काहीतरी

उलटसुलट बोललं जातं. शब्द हे शस्त्रासारखे असतात. ते घाव भरून येण्यासारखे नसतात. तिच्यासोबत तू आहेस हा विश्वास तिला वाटला पाहिजे, तरच ती प्रत्येक गोष्ट तुझ्याशी शेअर करेल. तिच्या आईवडिलांबद्दल, नातेवाइकांबद्दल मनात राग धरला, तर तीही तुझ्या घरच्यांशी प्रेमाने वागणार नाही. एकमेकांवरचा विश्वास संपला की नातं तुटत आणि साधे शब्दसुद्धा कडू जहर होतात. तुझे आईवडिल जुन्या विचारांचे असतील; पण त्यांनाही समजावून सांग. त्यांनीही मनात राग न ठेवता आपल्या सुनेवर विश्वास दाखवला तर ती खऱ्या अर्थाने भोसले न राहता पाटील होईल.

"सुलेखा... तुझं नाव तू अद्यापही बदललं नाहीस; कायदा याबाबतीत तुझ्या बाजूने आहे; मात्र दोघांच्याही मनाचा विचार करता. हल्ली मुली दोन्ही नावे लावतात तसे सुलेखा भोसले-पाटील असेही नाव लावता येईल. नावासारख्या क्षुल्लक बाबीवरून तुमच्यात यापुढे वाद होणार नाहीत याची काळजी घ्या.

"समीर आणि सुलेखा, लग्न झालं की संसार करावा लागतो. एकमेकांना समजून घेणं, एकमेकांच्या भावनांचा आदर करणं, मनाचा मोठेपणा दाखवून दुसऱ्याला वाव देणं, सत्य परिस्थितीचा स्वीकार करण्याची तयारी दाखवणं, माघार घेणं यालाच संसार म्हणतात. या संसारात असंख्य वेळा तडजोड करावी लागते. काही तडजोडी छोट्या, किरकोळ असतात, काही विशेष महत्त्वाच्या, काही कस लावणाऱ्या, तर काही अगदी अंत पाहणाऱ्या असतात. तुम्ही दोघंही आतापर्यंत घडलेल्या बऱ्यावाईट गोष्टी सोडून देऊन नव्याने आयुष्याला सुरुवात करा. तुम्ही दोघं आणि तुमचं बाळ यावर लक्ष केंद्रित करा आणि तुमचं नवं कुटुंब फुलवायला सुरुवात करा दोघांनीही 'नातेवाईक' या विषयाला प्राधान्य देण्यापेक्षा आपलं मूल याला अग्रक्रम द्या. तुम्ही दोघे मिळून घर घ्या. दोघांसाठी आणि मुलासाठी गुंतवणूक करा. तुझं आणि माझं असा विचार न करता आपलं एकूण उत्पन्न किती आहे आणि आपण यापुढे कसा खर्च भागवायचा, याचा प्राधान्यक्रम ठरवून घ्या म्हणजे दोघांमध्ये वाद होणार नाहीत."

समुपदेशकांच्या मार्गदर्शनामुळे सुलेखा आणि समीर दोघांना स्वतःच्या चुका तर समजल्याच; पण त्यातून कसा मार्ग काढायचा याचीही दिशा मिळाली. दोघे जण प्रसन्न मनाने आणि हातात हात घालून पुढच्या भविष्याचे स्वप्न बघत तेथून बाहेर पडले.

■■■

एकमेकांना स्वीकारताना, समजून घेताना

''मॅडम, मला आपली मदत हवी आहे, मी सध्या खूप ताणाखाली आहे, माझ्या काही प्रश्नांची मला उत्तरच मिळत नाहीत.''

''अनिकेत, अरे असे कोणते प्रश्न आहेत तुझे?''

''एकदा डोक्यावर अक्षता पडल्या की, 'लग्न निभावणं' कितीही अवघड असलं तरी आवश्यकच आहे का?''

''असा प्रश्न तुला का पडला?''

''माझं लग्न दोन आठवड्यापूर्वी झालं... पण आमच्या वैवाहिक आयुष्याची सुरुवातच अविश्वासानं झाली आहे. माझ्या पत्नीनं केवळ पंधरा दिवसांत माझ्याशी भांडण करून मंगळसूत्र माझ्या अंगावर फेकून दिलं आणि आपल्यातलं 'नातं' संपलं, असं सांगितलं. तिला हे नातं नको असेल तर मी तरी ते कशासाठी जपायचं? मलाही हे संपवायचं आहे; पण आमचे आईवडील हे मानायला तयार नाहीत. दोन्हीकडच्या नातेवाइकांनी तिला समजावून सांगितलं आणि ती पुन्हा माझ्यासोबत येण्यास तयार झाली; पण केवळ लग्न निभवायचं, म्हणून मला एकत्र राहायचं नाही. मला या लग्नातून सुटका हवी आहे. ''

''अरे, लग्नामुळे केवळ दोन जीव नाही, तर दोन कुटुंब एकत्र येत असतात. लग्नाला अजून एक महिनाही झाला नाही आणि तू लग्न मोडण्याची भाषा का करतोस? काही गोष्टी तिच्या चुकल्याही असतील; पण असं का घडलं हे ही समजावून घ्यायला नको का?''

''मनात नसताना उगाचच सांधलेलं नातं मला नको आहे; पण मला कुणाला दुखवायचंही नाही. माझ्या व तिच्या आईवडिलांना दु:ख होईल, म्हणून मी आयुष्यभर नको असलेलं नातं जपायचं का? माझ्या मनात विचारांचा गोंधळ चालू आहे. मी कसं वागावं हेच मला समजत नाही.''

अनिकेत अशा गोंधळलेल्या मन:स्थितीत माझ्याकडे आला होता. कुणाला दुखवायचं तर नाही आणि नातं टिकवायचंही नाही... दोन्ही गोष्टी साध्य करायच्या होत्या त्याला. एकाच वेळेला हे कसं शक्य होणार?

अनिकेत आणि तन्वीचं तीन आठवड्यांपूर्वी लग्न झालं होतं. हे अ‍ॅरेन्ज मॅरेज... दोन्ही घरातलं पहिलं कार्य. लग्नाची तारीख ठरवणं, कार्यालयचं बुकिंग करणं, जेवणाचा मेन्यू ठरवणं, कपड्यांची, दागिन्यांची खरेदी करणं, पत्रिका छापणं, आमंत्रणं आदी सगळं करताना वर पक्ष दुखावला जाणार नाही याची काळजी तन्वीचे आईवडील सतत घेत होते. तसं पाहता अनिकेतचे आईवडील समंजस होते. कोणत्याही बाबतीत त्यांचा आग्रह आणि अट्टाहास नव्हता; पण पहिलंच कार्य... मोठ्या मुलीचं लग्न... याचं तन्वीच्या आईवडिलांनी उगाचच टेन्शन घेतलं होतं. तन्वी उच्चशिक्षित, नामांकित कंपनीत उच्च पदावर काम करणारी, तिला आईवडिलांचं हे वरपक्ष - वधूपक्ष असा विचार करणं अजिबात पसंत नव्हतं, त्यामुळे आईवडील सतत दडपणाखाली वावरतात हे ही तिला मान्य नव्हतं. पूर्वीची परिस्थिती आता बदलली आहे. मुली शिकल्या आहेत, मुलांच्या बरोबरीनं कमावतात. असं असताना स्त्री-पुरुष समानतेच्या या वातावरणात लग्नामध्ये वरपक्षवधूपक्ष असा भेद अजिबात नको, असं तिचं स्पष्ट मत होतं.

तन्वीचे वडील खासगी कंपनीत काम करत होते. दोन्ही मुलींना चांगलं शिक्षण द्यावं, त्याच्यासाठी कितीही खर्च आला तरी चालेल या त्यांच्या विचारामुळे बचत कमी. आर्थिक परिस्थिती जेमतेम. त्यामुळे आईवडिलांची ओढाताण बघून तन्वीला या लग्नपद्धतीचीच चीड येऊ लागली होती. 'वरपक्षाबद्दल एक आकस तिच्या मनात निर्माण होत चालला होता. त्यातच भर म्हणजे, लग्न धार्मिक पद्धतीने करायचं म्हणजे मंगलाष्टक झाल्यानंतर इतर सर्व विधी असे ठरले होते; परंतु लग्नाच्या आदल्या दिवशी अनिकेतच्या आजोबांनी लग्न वैदिकपद्धतीने म्हणजे विधी अगोदर करावे, असा आग्रह धरला. त्यामुळे अनिकेतच्या आईवडिलांनी तसं तन्वीच्या आईवडिलांना सांगितलं. हा बदल फार मोठा नव्हता; पण तन्वीच्या आईवडिलांची खूप धावपळ झाली. गुरुजींना विनंती करून दक्षिणेची रक्कम वाढवून वेळेत बदल करून घ्यायला लागला. तन्वीनं ब्युटिशियनला दिलेल्या वेळेत बदल करणं अवघड होतं. कारण त्या ब्युटिशियनला दुसरीकडच्या अपॉइन्टमेंट ठरलेल्या होत्या. ऐनवेळी वेगवेगळे नंबर मिळवून फोनाफोनी करून तिला ब्युटिशियन बदलावी लागली. या सर्वच गोष्टीचा तिच्यावर खूप ताण आला. लग्न वेळेत पार पडलं. विधी झाले. कार्य पार पडलं; पण आईवडिलांना किती त्रास झाला हे तन्वीच्या मनात राहिलंच.

लग्न झाल्यानंतर तन्वी अनिकेतसोबत सासरी गेली. त्यांच्या गावी सत्यनारायण

पूजा आणि इतर विधी लगेच करणार असल्यामुळं तन्वीचे आई-वडील आणि बहीण त्यांच्यासोबत गेले होते. लग्नामध्ये तन्वीच्या आईवडिलांनी जशी अनिकेतच्या नातेवाइकांची व्यवस्था केली होती. तशी सरबराई आणि व्यवस्था गावाकडे अनिकेतच्या आईवडिलांना तन्वीच्या नातेवाइकांसाठी करता आली नाही त्याचंही दुःख तन्वीला झालं. माझ्या आईवडिलांना त्रास झाला. त्यांच्याकडे दुर्लक्ष केलं गेलं. हा राग तिच्या मनात राहिला आणि विधी झाल्यावर प्रथेप्रमाणे तन्वी आईवडिलांसोबत दोन दिवसांसाठी माहेरी आली; पण मनात या गोष्टी असल्यामुळं तिची धुसफूस चालू राहिली. दोन दिवसांसाठी माहेरी आलेली तन्वी आठ दिवस झाले तरी पुन्हा सासरी गेली नाही. अनिकेत तिला नेण्यासाठी आला, तेव्हा या सर्व गोष्टींवरून तिनं अनिकेतशी भांडण केलं. माझ्या आईवडिलांना एवढा त्रास झाला. तुम्ही असे वागलात यावरून वाद घालत राहिली. थोड्याशा शाब्दिक चकमकीत तिनं मंगळसूत्र काढून अनिकेतच्या अंगावर फेकलं. 'मला तुझ्याकडे यायचंच नाही', असं सांगितलं. यामुळं दोघांमधील ताण वाढत गेले. हनीमूनचं पॅकेज ठरवलं असतानाही दोघे गेले नाहीत. 'घटस्फोट होईल का? हे नातं संपवून टाकता येईल का?' हे विचारण्यासाठी अनिकेत माझ्याकडं आला.

दोघांमधील हे वाद झाल्यानंतर त्यांच्या आईवडिलांनी समजावून सांगण्याचा प्रयत्न केला. आपली चूक झाली हे तन्वीच्या लक्षात आलं; परंतु या प्रसंगानंतर अनिकेतला लग्न टिकवायचं नव्हतं. सुरुवातच अशी झाली त्यामुळं ती पुढं कशी वागेल याची त्याला धास्ती होती; परंतु आईवडिलांचं 'जमवून घे', हे म्हणणंही त्याला मोडता येत नव्हतं.

अनिकेत आणि तन्वी यांच्या नातेसंबंधांमध्ये जी तेढ निर्माण झाली, तशी अनेक नवविवाहित जोडप्यांमध्ये थोड्याफार फरकाने निर्माण होत असते. लग्नातील देणं-घेणं, मान-अपमान यावरून कुरबुरी होत असतातच. हे पूर्वीपासूनच चालत आले आहे; परंतु कालमानाप्रमाणे बदलायला हवं, हा बदल हवा तसा घडलेला दिसून येतं नाही. भांडणाचे विषय... कारणं... परिणाम...वेगवेगळे असतील; पण वाद, भांडणं ही आहेतच; परंतु भांडणाचं मूळ कारण समजावून घेण्याऐवजी अर्थाचा अनर्थ होतो आणि वाद वाढत जातात.

तन्वीला तिच्या म्हणण्याप्रमाणे धार्मिक पद्धतीनं लग्न व्हायला हवं होतं. आईवडिलांची ओढाताण आपल्या लग्नामुळं होत आहे, मुलगी एवढी शिकलेली, कमावती असूनही वधूपक्ष म्हणून त्यांना माघार घ्यावी लागत आहे, त्यांच्या मान-अपमानाचा कोणीच विचार करत नाही. याबाबत तिला वाईट वाटत होतं. याचा राग तिने अनिकेतवर काढला होता. रागाचा पहिला भर ओसरल्यानंतर तिला स्वतःची चूक समजली होती. ती 'नॉर्मल' वागू लागली होती; परंतु या घटनेचा अनिकेतच्या मनावर परिणाम झाला होता आणि

मनात आकस ठेवून तो वागत होता. दोघांनाही एकत्र बसवून वाद का आणि कशामुळं सुरू झाला याची कारणं मी दोघांसमोर मांडली. नात्यातील हे नैसर्गिक ताणतणाव आहेत. स्वाभाविक मतभेद आहेत. असे प्रसंग लग्नानंतर नेहमी येतात. येत राहतात, ते कसे हाताळायचे आणि एकमेकांना कसं समजावून घ्यायचं, हे दोघांनाही समजावून सांगितलं. आयुष्याच्या वाटचालीत येणारे अनेक बदल आपल्याला स्वीकारावे लागतातच. अगदी लहान वयात शाळेत गेल्यानंतर, कॉलेजमध्ये गेल्यानंतर आणि शिक्षण झाल्यानंतर नोकरी व्यवसायातही अनेक टप्प्यांवर होणारे बदल आपण स्वीकारतो आणि पुढे जातो. तसंच वैवाहिक आयुष्यात पदार्पण केल्यानंतर होणारे बदल, परिस्थिती स्वीकारण्याचं कौशल्य शिकायला हवं.

एकमेकांना समजून घेणं, सावरून घेणं वाटत तितकं सोपं नसतं. बऱ्याच वेळा दोघांपैकी कोणीतरी एक ऐकण्याच्या मन:स्थितीत नसतो. मग शब्दानं शब्द वाढत जातो, कधीकधी भान सुटतं, तोल जातो; जसं तन्वीकडून मंगळसूत्र फेकून देण्याचा प्रकार घडला. परंतु अशा वेळेस दुसऱ्यानंही आपला तोल ढळणार नाही याची काळजी घ्यावी. कुठं काय चुकलं आणि कशामुळं चुकतच गेलं, ते नीट शोधून काढावं. अशा प्रसंगांना कुरवाळत बसलं तर ओरखडे उठतच राहतील आणि आतल्या आत धुमसणं चालू राहील.

लग्न झाल्यानंतर नवीन नातं सांभाळताना आपल्याला बदलावं लागणार आहे. याचा प्रत्येकानं स्वीकार करावा लागतो. आचारामध्ये, विचारामध्ये मतभेद असणारच आहेत. काही गोष्टी मनाविरुद्ध होणारच आहेत. याची आधीच मानसिक तयारी असेल, तर पुढील गोष्टी सोप्या होतात. वैचारिक पातळीवरील मतभेद पचवणं त्रासदायक असलं तरीही आपण कुणालाही बदलू शकत नाही, तर स्वत:मध्ये बदल घडवून आणू शकतो, याची तयारी ठेवावी.

अनिकेत आणि तन्वीला या साऱ्या गोष्टी समजावून सांगितल्या. दोघांनी एकमेकांच्या मानसिकतेचा विचार करून, वाद का झाले, याची कारणं शोधून काढायला हवीत हे सांगितलं. एकमेकांनी होणारे बदल स्वीकारत, जुने हट्ट सोडत नवीन आव्हाने कशी पेलायची, एकमेकांचे नाते अधिक समृद्ध कसे करायचे, याबाबत मार्गदर्शन केले. दोघांच्याही मनातील कटू भावना कमी झाल्या.

विवाह मोडण्यासाठी आणि नातं तोडण्यासाठी मदत मागायला आलेला अनिकेत काही दिवसांनी दोघांच्या हनीमूनच्या पॅकेज टूरबद्दल सांगायला आला. एक तुटत असणारं नातं पुन्हा सांधता आलं याचा आनंद मला मिळाला.

■■■

दोघांत तिसरा...

"मॅडम, आम्ही दोघंही एकत्र राहतो. आमच्यात तसे कोणतेही वादविवाद नाहीत; परंतु तरीही आमचं नातं दुरावलं गेलं आहे असं वाटतंय. पूर्वीसारखं आमचं एकमेकांशी मोकळेपणानं बोलणं होत नाही. आमच्या दोघांमधील पॅशन, परस्परांबद्दलची अत्युत्कट ओढ कमी झालीय असं वाटतं. तिच्या मनात नक्की काय आहे हे मला समजत नाही. तिच्याशी मी कसं वागावं, हेही मला कळत नाही. मी नक्की काय करू?"

सुरेंद्र सुलभाला घेऊन माझ्याकडे आला होता. त्यांच्या नात्यात दुरावा का निर्माण झालाय, हे जाणून घेणं आवश्यक होतं. मी सुलभाशी बोलायचं ठरवलं.

ती म्हणाली,"आमच्या दोघांच्या नात्यामध्ये दुरावा निर्माण झालाय हे खरं आहे; याला जबाबदार मीच आहे, हेही मी कबूल करते. मी ऑफिसच्या कामकाजासाठी दोन महिने युरोपात गेले होते. माझे तीन सहकारी माझ्यासोबत होते. त्यांच्यापैकीच एक शिरीष होता. ऑफिसच्या इतर सहकाऱ्यांपेक्षा मला तो अगदी जवळचा वाटला. माझ्या प्रत्येक गोष्टीत तो मला मदत करायचा. माझ्या कामाचं कौतुक करायचा, मला प्रोत्साहन द्यायचा. कामात माझ्या काही चुका झाल्या तरी त्या स्पष्टपणे नोंदवून माझ्यात सुधारणा होण्यासाठी प्रयत्न करायचा. त्याच्या रसिक आणि जाणकार बोलण्याने, वागण्याने मी त्याच्यात गुंतत गेले. युरोपच्या दौऱ्यात आम्ही अधिक जवळ आलो. आमच्या दोघांमध्ये मैत्रीच्या पुढचं, मनाला भावणारं एक नातं निर्माण झालं आहे, असं आम्हा दोघांनाही वाटतं. त्याचंही लग्न झालेलं आहे. त्याला एक मुलगा आहे. त्याच्या संसारात तो आणि माझ्या संसारात मी कुठेही दुखावलेलो नाही. आमच्या जोडीदाराबद्दलच्या तक्रारी नाहीत. तरीही आम्हां दोघांना एकमेकांबद्दल ओढ वाटते. एक अनामिक नातं आमच्या दोघांमध्ये निर्माण झालं आहे.

“मी युरोपहून आल्यानंतर माझं मन नकळत शिरीष आणि सुरेंद्रची तुलना करू लागलं. सुरेंद्र एक चांगला नवरा आहे. त्यानं मला कधीही दुखावलं नाही. त्याची सर्व कर्तव्यं त्याने व्यवस्थित पार पाडली आहेत. पती-पत्नींमध्ये होतात तसे किरकोळ वाद सोडले तर आमच्यात मोठे वाद कधीच झालेले नाहीत. तथापि आता मात्र माझ्या मनात शिरीषचे विचार येतात आणि मी सुरेंद्रशी एकरूप होऊ शकत नाही. माझ्या मनाची जी अवस्था आहे, तीच शिरीषच्याही मनाची आहे. त्याने मला हे बोलूनही दाखवलं आहे.”

सुलभा बोलत असतानाच मी तिला मध्येच अडवून विचारलं,“तू हे सगळं सुरेंद्रला सांगितलं आहेस?”

“होय... मी सुरेंद्रला या बाबतीत सांगितलं. कारण युरोपच्या दोन महिन्यांच्या विरहानंतर एकत्र येऊनही माझी शारीरिक क्रीडेतील उत्कटता त्याला जाणवली नाही. मलाही पूर्वीसारखं कधी एकदा आम्ही एकत्र येतो असं झालं नाही. त्याच्यापासून मी काहीही लपवलं नाही. आमच्या दोघांमध्ये तेवढी ट्रान्स्परन्सी आहे. मीच नाही, तर शिरीषनेही ही गोष्ट त्याच्या पत्नीशी शेअर केली आहे. माझी सुरेंद्रबद्दल अजिबात तक्रार नाही, पण तरीही मन शिरीषकडे ओढ घेतं हे मलाही जाणवू लागलं आहे. माझ्या मनातील ही गोंधळलेली अवस्था वाढत चालली आहे. काय करावं हे माझं मलाच समजत नाही.”

सुलभाचे म्हणणे ऐकून घेतल्यानंतर सुरेंद्रच्या आणि तिच्या नात्यात नक्की कशामुळे दुरावा निर्माण झाला आहे, हे लक्षात आलं. शिरीषच्या आणि सुलभाच्या नात्यात कोणतंही शारीरिक आकर्षण नव्हते. फक्त एकमेकांचे स्वभाव, आचार-विचार, आवडीनिवडी एक होत्या, म्हणून मनाने आम्ही जास्त एकत्र आले होते, असं सुलभाचं म्हणणं होते. परंतु तरीही ती कुठंतरी सुरेंद्र आणि शिरीष यांच्यात तुलना करू लागली होती. प्रणयक्रीडेत सुरेंद्रला साथ देताना तिच्यात बदल झाला होता.

दोघांच्या नात्यात तिसऱ्याचं अस्तित्व सहन करणे खूपच अवघड असते. या तिसऱ्या व्यक्तीचं अस्तित्व कबूल करण्याचं धाडस केलं तर मनस्तापाशिवाय हाती काहीही लागत नाही आणि या तिसऱ्या व्यक्तीमुळे संसाराला नख लागल्याशिवाय राहत नाही.

सुलभा आणि सुरेंद्र यांच्या नात्यामध्ये जसे अंतर निर्माण झाले होते तसे अनेक जोडप्यांच्या बाबतीतही घडत आहे. यामागच्या कारणांचा अभ्यास केला तर असे लक्षात येते, की प्रत्येक व्यक्तीच्या मनात आपल्या जोडीदाराबद्दलची काही स्वप्नं

असतात. तो असा असावा, तो असा नसावा; या बाबतीत काही चित्रं मन्मनात रंगवलेली असतात आपल्या मनातील चित्रांनुसार आपला जोडीदार मिळाला नाही, तरी आपल्या संस्कारांनुसार तडजोड करून किंवा अगदी पदरी पडलं आणि पवित्र झालं असं म्हणून का होईना, संयम राखला जातो. संसार होतो, परंतु कधी तरी जोडीदार म्हणून जशी व्यक्ती हवी होती तशी समोर आली, सहवासात आली तर कळत-नकळत मनात त्या व्यक्तीबद्दलची ओढ वाटत राहते. अशा वेळी भावनांचा समतोल राखणे जमले नाही तर संसारात कुरबूर सुरू होते.

सुलभाच्या बाबतीत असंच घडलं होतं. तिला शिरीषबद्दल वाटणारी ओढ म्हणजे तिच्या अंतर्मनातील दबून गेलेलं स्वप्न होतं. परंतु आता तिचा दहा वर्षांचा संसार झालेला आहे. तिला एक मुलगा होता. तिला वाटणारी मानसिक ओढ आणि वास्तव याचं समायोजन तिला करायला हवं; परंतु तिने स्वतःच्या आयुष्याच्या जोडीदाराशी म्हणजेच पतीशी या सर्व गोष्टी शेअर केल्या. सुरेंद्रच्या जागी इतर कोणताही पती असता तर त्याने पत्नीवर विश्वासघात... बदफैलीपणा... फसवणूक असे आरोप केले असते; परंतु त्याने फक्त 'नात्यात दुरावा' निर्माण झाल्याची खंत व्यक्त केली होती. घटकाभरचं सुख शोधणारं फाजील स्वातंत्र्य किंवा अधूनमधून 'चवीत बदल' म्हणून नवीन जोडीदार शोधणं, शिवाय मनाला खंत वाटू नये म्हणून ट्रान्स्परन्सीचा आव आणून आपल्या आयुष्याच्या जोडीदाराशी हे शेअर करणं आणि दोन्ही दगडींवर पाय ठेवून मनाला येईल असं बेबंद वागणं अशा व्यक्तींसारखी सुलभा नक्कीच नव्हती. मात्र, तरीही या तिसऱ्या व्यक्तीचं अस्तित्व त्यांच्या संसारात निर्माण झाल्याने त्यांच्या नात्यात अंतर पडलं होतं.

सुलभानं स्वतःच सारासार विचार करून मनाची घालमेल थांबवली असती, तर पुढच्या गुंतागुंतीला तिला सामोरं जावं लागलं नसतं. परंतु 'आयुष्याच्या जोडीदारापासून काहीही लपवायचं नाही,' या विचाराने तिनं स्वतःच्या मनातील घालमेल आपल्या पतीशी शेअर केली. त्यामुळे त्याच्याही मनात विचारांचं काहूर दाटलं आणि तिच्या प्रत्येक हालचालीकडे तो अधिक डोळसपणे, चौकसपणे आणि साशंकतेनं पाहू लागला. एकदा का विश्वासाचा पाया ढासळला, की पत्त्यांच्या बंगल्याप्रमाणं हळुवार जमवलेलं नातंही क्षणार्धात कोसळून जातं. नात्यातील पोकळपणामध्ये स्नेहाचे अंकुर सुकून जातात, कारण त्यात ओलावाच राहिलेला नसतो. त्यामुळं आता शिरीषशी फक्त मैत्रीचं नातं जोपासायचं, बाकीच्या विचारांचं दमन करायचं, असं तिनं ठरवलं.

सुरेंद्र हा कितीही समंजस असला तरी तो एक 'नवरा' आहे. एक नैसर्गिक अहं

त्याच्याकडे नक्कीच असणार. आता या सर्व गोष्टी स्वीकारून तू विसरून जा, मी विसरून जातो, आपण नव्यानं नात्याची उभारणी करू, असं तो तिला म्हणाला तरीही कधीतरी वादाच्या क्षणी 'तुझ्यावर मी उपकार केले आहेत' असं तो म्हणण्याची शक्यता नाकारता येत नाही. म्हणूनच सुलभा आणि सुरेंद्र, दोघांनीही एकमेकांचा स्वीकार करताना तिसऱ्या व्यक्तीचं अस्तित्व मनाच्या डेस्कटॉपवरून नाही, तर 'रिसायकल बिन' मधूनही हद्दपार करायला हवं.

प्रत्येकाच्या संसारात काही ना काही वादळं येत असतात, येत राहणारही आहेत. वादळाचं स्वरूप वेगवेगळं असेल, परंतु यामध्ये दोघांनीही एकमेकांना खंबीर आधार दिला, एकमेकांना खऱ्या अर्थानं समजून घेतलं, एकमेकांना मनापासून माफ करण्याचं ठरवलं तर संसारात एकमेकांची सोबत खऱ्या अर्थानं आयुष्यभराची राहील आणि 'आयुष्याचा जोडीदार' ही संकल्पना यशस्वी होईल.

■■■

वादाचं, रागाचं मूळ फक्त संशय आणि संशय...

संकेत माझ्याकडे आला तेव्हा अगदीच त्रासलेला होता. त्याच्या हालचालीवरूनच त्याचा राग, चिडचिड जाणवत होती.

"लग्न झाल्यापासून गेली पाच वर्षं मी त्रास भोगतोय. मला हे लग्न अगदी नकोसं झालंय. संशय, अर्वाच्य शिवीगाळ आणि आरोप-प्रत्यारोपाची चिखलफेक याशिवाय आम्हा दोघांमध्ये बोलणंच होत नाही. आम्हाला एक मुलगी आहे म्हणून मी इतके दिवस सहन करतोय; पण आता अगदी असह्य होत चाललंय."

संकेत अगदी पोटतिडकीनं बालत होता. जेव्हा त्यांच्यात नक्की कशामुळे वाद आहेत आणि तो इतका का कंटाळला आहे हे जाणून घेण्याचा मी प्रयत्न केला, तेव्हा त्यानं सांगितलेली कहाणी ऐकून मलाही त्याची समस्या माझ्याही लक्षात आली.

"माझं आणि साक्षीचं अॅरेंज्ड मॅरेज. ती जळगावजवळील एका खेड्यात वाढलेली. नंतर शिक्षणासाठी बहिणीकडं मुंबईत आली. एका नातेवाइकांनीच हे स्थळ सुचवलं. दोघांची पसंती झाली आणि नंतर अवघ्या दीड महिन्यात आमचं लग्न झालं. माझे आई-वडील सांगलीला असतात. बहिणीचं लग्न झालं आहे. आम्ही दोघंच भावंडं. मी शिक्षणासाठी आणि नोकरीनिमित्त पुण्यात आलो आणि इथंच स्थायिक झालो. लग्न जळगावला झाल्यानंतर आम्ही पुण्याच्याच घरी आलो. घरातील रीतीरिवाज पद्धती साक्षीला माहिती व्हाव्यात म्हणून आई-बाबा यांनी पुण्यातच माझ्या घरी यायचं ठरवलं. आठ दिवस आम्ही हनिमूनला महाबळेश्वरला गेलो होतो. त्या ठिकाणी हॉटेलच्या रिसेप्शनिस्टशी मी बोलत होतो, तेव्हा साक्षीला माझा खूप राग आला आणि ती रुसून बसली होती. मी कोणत्याही मुलीकडे पाहिलेलंही तिला आवडायचं नाही. खरं तर तेव्हा मला खूप चांगलं वाटलं. ती माझ्यावर किती प्रेम करतेय असं मला वाटलं; पण ज्या वेळी आमचा संसार खऱ्या अर्थानं सुरू झाला, तेव्हा तिचा हा स्वभाव मला खूपच त्रासदायक

झाला. मी आणि आई आर्थिक व्यवहारांबाबत, गुंतवणुकीबाबत काही बोलत असू, तेव्हा काही गोष्टी मला एकट्यालाच सांगायच्या म्हणून ती माझ्याशी बोलत बसली की साक्षीला खूप राग यायचा. ती माझ्या रूममध्ये आली तरी साक्षी खूप घाणेरडा संशय घ्यायची. बाबांनाही साक्षीच्या अशा वर्तनाचा जबरदस्त धक्का बसला. त्यानंतर माझी आई गावाकडं निघून गेली. माझ्या घरी येण्यास ते तयार होत नाहीत. मला माझ्या आईशी बोलण्याची, तिच्याकडे जाण्याचीही चोरी झाली आहे. असाच प्रकार माझ्या बहिणीबाबतही घडला.

''माझे नातेवाईक तर माझ्यापासून दुरावलेच; पण मी मित्रांसोबत फॅमिली गेट टुगेदरला गेलो आणि कोणत्याही मित्राची पत्नी माझ्याशी बोलायला आली, तरी साक्षीचं संशय घेणं चालू होतं. शेजारी राहणाऱ्या काकू, ऑफिसमधल्या स्त्रीसहकारी आदी, कोणीही असो तिच्या नजरेत संशय असतोच. तिच्या या वागण्यानं माझं सोशल लाईफ संपलं आहे. परवा या गोष्टीचा कहर झाला. साक्षी रविवारी सकाळी भाजी आणण्यासाठी बाहेर पडली होती. आमची मुलगी क्षिप्रा चार वर्षांची आहे. ती झोपेतून उठली. मी अंघोळीला चाललो होतो म्हणून मी तिलाही घेऊन बाथरूममध्ये गेलो आणि तिलाही अंघोळ घातली. साक्षीनं घरी आल्यावर पाहिलं आणि तिनं चांगलाच हंगामा केला. तिला खोलीत कोंडून ठेवलं. दोन फटकेही लगावले. आपली आई का रागावली आहे हे तिला कळत नव्हतं. बाबाकडं गेलं की आई रागावते, एवढंच तिला कळतं आणि आता तर ती माझ्याजवळही येत नाही. त्या दिवशी माझा संताप अनावर झाला. मी साक्षीच्या मुस्कटात मारल्या आणि दिवसभर घराबाहेर राहिलो. आता तीन दिवस झाले. मी अजिबात तिच्याशी बोलत नाही. मला आता तिच्यासोबत राहायचंच नाही. लवकरात लवकर माझी सुटक कशी होईल ते सांगा आणि माझी घुसमट थांबवा.''

संकेतचं सगळं ऐकून घेतल्यानंतर घरात त्याचा किती कोंडमारा होत होता हे लक्षात आलं; परंतु साक्षीपासून विभक्त होण्यापेक्षा ती अशी का वागते, तिच्या मनात नक्की काय आहे, हे ज़ाणून घेणं महत्त्वाचं आहे, असं वाटल्यामुळे मी साक्षीशी बोलण्याचं ठरवलं. तिला दिलेल्या वेळेला ती माझ्याकडं आली. माझं दुसरं काम चालू होतं. मी तिला माझ्यासमोर बसवलं आणि माझं काम चालूच ठेवलं. एकीकडे माझं काम चालू होतं; पण खरं तर मी तिचं निरीक्षण करत होते.

साक्षी दिसायला खूपच सुंदर आणि प्रभावी व्यक्तिमत्त्वाची होती. मान खाली घालून स्वत:च्याच बांगड्याशी ती चाळा करत होती. तिचे पाय सारखे हलत होते. ती स्थिर बसू शकत नव्हती. मनातून ती खूप अस्थिर असावी, हे जाणवत होतं. तिच्या गोऱ्या

चेहऱ्यावर डोळ्यांखालची काळी वर्तुळं मात्र उठून दिसत होती. माझं काम बाजूला ठेवून मी तिच्याशी बोलायला सुरुवात केली.

''साक्षी, संकेत माझ्याकडे येऊन गेला. त्याची बाजू त्यानं मला सांगितली; पण तुझं काय म्हणणं आहे हे मला ऐकायचं आहे.''

''मॅडम... संकेत माझ्यासोबत अजिबात बोलत नाहीये. त्याला आता माझ्याजवळ राहायचंच नाही; कारण त्याचं माझ्यावर प्रेमच नाही. माझ्यापेक्षा इतर स्त्रियांकडेच त्याचं लक्ष असतं. 'माझ्याशी लग्न झाल्यानंतर त्याचं नुकसान झालं,' असं तो सारखं म्हणत असतो. त्याच्या कुटुंबाशी तो खूप अॅटॅच्ड आहे असं सर्व जण म्हणतात; पण माझं असं म्हणणं आहे, की तो नुसता अॅटॅच्ड नाही तर त्याला त्याचं अॅडिक्शन आहे. लग्न झाल्यानंतर बायकोला प्राधान्य देणं आवश्यक असतं; परंतु याला प्रत्येक गोष्ट आईशी शेअर करायची असते. आईची भेट झाली नाही की तो होमसिक होतो. 'आमच्या घरात सर्व जण मोकळेपणानं एकमेकांशी वागतात' असं तो म्हणत असतो; पण या मोकळेपणालाही काही मर्यादा असाव्यात की नाही?

''माझा दोष एवढाच आहे, की मी मनातलं लगेच सगळं स्पष्ट बोलून टाकते. स्पष्ट बोलणारी व्यक्ती नेहमीच वाईट ठरते. आता परवाचंच उदाहरण घ्या ना- संकेत तिच्याशी असाच मोकळेपणानं वागत राहिला तर तिलाही तशीच सवय लागेल. मी लगेच बोलले तर त्यानं माझ्या मुस्कटात मारल्या. त्याचा हात इतक्या जोरात मला लागला, की माझ्या कानाच्या पडद्याला मार बसला आणि मला दवाखान्यात जावं लागलं. अजूनही मला कानात दडे बसल्यासारखे वाटतं, नीट ऐकू येत नाही. तो आता मला मारहाणही करू लागला आहे. त्याला माझ्यासोबत राहायचंच नसेल तर मी तरी काय करणार?''

मी साक्षीचं म्हणणं ऐकून घेतलं. तिच्या डोक्यात स्त्री-पुरुष याबाबतच्या काही वेगळ्याच कल्पना आहेत हे मला जाणवलं, म्हणूनच तिचा पूर्ण इतिहास जाणून घेणं मला आवश्यक वाटलं. साक्षी जळगावला असताना तिची आत्या व तिचे यजमान त्यांच्या जवळपास राहायला होते. साक्षी शाळेत असताना एकदा आत्याकडे गेली असताना काका एकटेच घरात होते. त्यांनी तिला जवळ बसवून तिच्यासोबत नको ते प्रकार केले. घरातील व्यक्तीच असं वागू शकतात हे तेव्हापासूनच तिच्या डोक्यात बसलं. पुढे ती शिक्षणासाठी मुंबईला आली, त्या वेळेसही तिचे अनुभव वाईटच होते. नर आणि मादी हे एकच नातं आहे आणि प्रत्येक पुरुष स्त्रीशी त्याच भावनेनं वागतो, असे वाटण्याजोगे अनुभव तिला आले होते. त्यामुळेच तिचा स्वभाव संशयी झाला होता. या सर्व गोष्टी समजल्यानंतर संकेत आणि साक्षी यांचं नातं टिकण्यासाठी दोघांनाही समुपदेशनाची गरज

आहे हे लक्षात आलं. संकेतला या सर्व गोष्टी मी समजावून सांगितल्या.

"संकेत, साक्षी अशी का वागते हे तुला आता समजलं आहे; मग तिला जाणून घेण्याचा प्रयत्न कर. स्त्री आणि पुरुष यांच्यातील नाती ही सर्व ठिकाणी त्याच भावनेतून नसतात, हे तिला पटवून दे. तिचा संशय हा तिचा मानसिक आजार आहे आणि त्यावर आपल्याला उपचार करून घ्यायचे आहेत, याचा स्वीकार कर. तिच्या बोलण्यानं आणि वागण्यानं त्रास करून घेऊ नकोस आणि तिच्यावरही चिडू नकोस."

साक्षीलाही मी काही गोष्टी समजावून सांगितल्या.

"साक्षी, तुझ्या पूर्वायुष्यातील कटू अनुभवांचं सावट तुझ्यावर असल्यामुळे तू सर्वांना सारख्याच मापानं तोलतेस. सर्व माणसं सारखी नसतात. तुझ्या मनात येणारे विचार तू लगेच स्पष्ट बोलतेस; परंतु प्रत्येक वेळेस स्पष्टवक्तेपणा योग्य ठरत नाही. बोलताना दुसऱ्याच्या मनाचा विचार करणंही आवश्यक असतं. तुझ्या संशय घेण्यानं तुझी सासरची मंडळी तुझ्यापासून दुरावली आहेत. शेजारीपाजारी, मित्रमंडळी तुमच्याकडे येत नाहीत, याचं तूच आत्मपरीक्षण कर. झालेल्या घटना विसरून जाऊन वर्तमानाककडे सकारात्मक बघायला शीक . तुझ्या मनातून ते कटू विचार जात नसतील तर आपण मानसोपचार तज्ज्ञांची मदत घेऊ शकतो; परंतु हे सर्व तू स्वतःच्या मनानं ठरवायला हवंस."

साक्षीचे डोळे पाणावले. स्वतःला सावरून ती म्हणाली, "मॅडम... खरंच माझं चुकलंय. बऱ्याच वेळेला आपण माणसं ओळखायला चुकतोय हे मला जाणवायचं; आपण असं उगीच बोललो याचा पश्चात्तापही व्हायचा; पण त्या क्षणाला काय व्हायचं, हे मला कळायचं नाही. आता प्रयत्नपूर्वक मी मागच्या कटू घटना विसरण्याचा प्रयत्न करणार आहे. माझ्या मनातील संशय निघून जाण्यासाठी काही समुपदेशन असेल, उपचार असतील तरी ते मी करून घेण्यास तयार आहे. मला माझं घर वाचवायचंय." साक्षी आणि संकेत यांना सांगितलेल्या गोष्टी दोघांनीही ऐकल्या. काही दिवस त्रास काढावा लागला; पण एकमेकांना सांभाळून घेण्यात दोघांनाही यश आलं.

संसारात आणि पती-पत्नीच्या नात्यात अशी अनेक बरी-वाईट स्थित्यंतरं येत असतात; पण यातूनच नाती सशक्त आणि सक्षम बनतात. राग, भांडण, रुसवेफुगवे असले तरीही एकमेकांना समजावून घेतलं की ही नाती फुलतात; फक्त एक लक्षात ठेवायला हवं, झालं ते झालं. रोजचा दिवस नवीन आशा घेऊन येत असतो. त्यामुळे चुकलेले निर्णय, बोललेले शब्द, मान-अपमान सारं गंगार्पण करून नव्यानं सुरुवात करायला हवी. चुकांची पुनरावृत्ती होणार नाही, याची फक्त काळजी घ्यायला हवी.

हे करावे

- एकमेकांचा राग आला तरी रागाचा भर ओसरल्यानंतर मनमोकळेपणाने एकमेकांशी बोला आणि एकमेकांबद्दलचा राग मनातून 'डिलीट' करून टाका.
- 'बदललं पाहिजे' हा विचार फक्त मनात आणू नका; तर आचरणात आणायला शिका.
- आयुष्याच्या वाटचालीत येणारा प्रत्येक बदल स्वीकारण्याची मानसिक तयारी ठेवा.
- बिघडलेली नातीही पुन्हा समृद्ध होऊ शकतात, यावर विश्वास ठेवा.
- पती-पत्नीच्या वैवाहिक नातेसंबंधात अडथळा निर्माण करणारे तिसऱ्या व्यक्तीचे अस्तित्त्व वैवाहिक नात्याला धोकादायकच असते, हे लक्षात ठेवा.
- पती किंवा पत्नीखेरीज तुमचं कौतुक करणारी, समजून घेणारी, तुमच्याशी छान संवाद साधणारी, मनाला भावणारी भिन्नलिंगी व्यक्ती हे मृगजळ आहे, हे ध्यानात घ्या.

हे टाळावे

- पती -पत्नीच्या नात्यांतील तात्पुरत्या मनस्तापामुळे आणि प्रासंगिक रागामुळे कटुता येऊ देणे.
- एकमेकांबद्दल आकस, संशय बाळगणे. आपल्या अहंकाराला जास्त गोंजारत बसणे.
- आपल्या जोडीदाराशीच वेडी स्पर्धा करणे.
- त्रासदायक घटना मनातून उखडून टाकण्याऐवजी पुन्हा पुन्हा आठवून कुरवाळत बसणे.
- जोडीदाराचे विचार, संस्कार, जीवनशैली लक्षात न घेता आणि योग्य वेळ न पाहता आपल्या मनातील सर्वच्या सर्व गोष्टी तत्काळ जोडीदाराशी शेअर करणे.
- पती पत्नीपैकी एकाला तिसऱ्या व्यक्तीबाबत जर ओढ वाटत असेल तर स्वतःच्या भावना, जबाबदाऱ्या आणि ही ओढ यांमध्ये योग्य समायोजन न करणे आणि प्राधान्यक्रम न ठरवणे.

संसाराच्या वाटेवर

संसाराच्या वाटेवर
काटेकुटे असणारच
मार्ग त्यातून काढायचे
पुढे पुढे चालायचे

कधी राग, कधी संशय
कधी अहंकार, कधी स्वाभिमान
दूर सारे सारायचे
पुढे पुढे चालायचे

तो ऐकून घेत नाही
ती समजून घेत नाही
पण वाद नाही वाढवायचे
पुढे पुढे चालायचे

अपेक्षा पूर्ण होणार नाहीत
मनासारखे घडणार नाही
पण तडजोडीने सारे जमवायचे
पुढे पुढे चालायचे

भूतकाळाचे सावट
भविष्यकाळाची चिंता
काढून सारे... वर्तमानात राहायचे
पुढे पुढे चालायचे

७
उत्तरार्धात

आयुष्याच्या उत्तरार्धात लग्नाचा जमाखर्च मांडायला घेतला तर अनेकदा काय कमवलं आणि काय गमावलं याचा हिशेबच मांडता येत नाही अनेक त्रास, अवघड प्रसंग अशी अडथळ्यांची शर्यत पार करत संसार केलेला असतो. लग्न टिकवलेलं असतं. संसारसुख, मुलं-बाळं, नवीन नाती ही जमेची बाजू असतेच परंतु स्वतःचे अस्तित्व हरवून दुसऱ्यासाठी जगणं, स्वतःच्या आवडीनिवडी, छंद विसरून जाणं, स्वत्वाला तिलांजली देणं या सर्व खर्चाच्या बाजूही असतात. अर्थात हा ताळेबंद मांडताना जमेची बाजू अधिक की खर्चाची; हे प्रत्येकाच्या आकलनशक्तीवर अवलंबून असतं.

खूप वर्षे एकमेकांसोबत सहजीवन जगलेल्या व्यक्ती हेच सांगतात की खूप वादळं झेलली; एकमेकांचे स्वभाव वेगवेगळे असले तरी एकमेकांना समजून घेतलं. स्वभावातील दोष दुर्लक्षित करून घर, संसार, नोकरी-व्यवसाय, मुलं-बाळं, त्यांची शिक्षणं आणि इतर व्यवहार याला अधिक प्राधान्य दिलं. परंतु अंतर्मनातील जोडीदाराबाबतची अस्वस्थता कायम राहिली. एकमेकांना बदलण्याची काही वर्षे वाट पाहिली जाते आणि भिन्नतेचा स्वीकार करून स्वतःच्या आनंदाचा स्वतंत्र मार्ग शोधला जातो. पण मूळ समस्येवर विचारच केला जात नाही. आपल्या जोडीदाराला नक्की काय हवं आहे, त्याचा आनंद कशात आहे याची उत्तरं शोधली जात नाहीत. त्यामुळे भावनिकदृष्ट्या अशी जोडपी कायम असंतुष्ट राहतात. जी एकमेकांसाठी बदलतात, एकमेकांचा विचार करतात ती आयुष्याच्या उत्तरार्धात अधिक जवळ येतात. एकमेकांबद्दलचा आधार, प्रेम त्यांना वाटत. मृत्यूमुळे जोडीदार आधी सोडून गेला तरी एकाकीपणाचं आयुष्यही संतुष्ट असतं.

जोडीदाराकडून भावनिकदृष्ट्या असंतुष्ट राहिलेल्या व्यक्तींची उतारवयातील

चिडचिड अधिक वाढते. आयुष्यभर सहन केलं आता सहन करणार नाही म्हणून उतारवयातही विभक्त राहण्याचा पर्याय स्वीकारला जातो आणि आपली कोणालाही किंमत नाही असं वाटून अशी व्यक्ती नैराश्यग्रस्त बनतात. त्यांची चिडचिड वाढते. मुलांच्या संसारात त्यामुळे अडथळे निर्माण होतात. आपल्याला समजून घेतलं नाही याचं दुःख फार मोठं असतं. आपली कोणाला गरज नाही, मग सुख बाहेरच शोधा, असा विचार करून आयुष्याच्या उत्तरार्धातही आपल्याला हवं तसं कोणी मिळतंय काय याचा शोध चालू राहतो आणि तसंच कोणी मिळालं तर भरल्या संसारातून निघून जाण्याचीही तयारी दाखवली जाते.

लग्न जुनं झाल्यानंतर ते सवयीचं होतं. जोडीदाराच्या विक्षिप्त वागण्याचीही सवय होते परंतु काही जुने संस्कार रुजलेल्या व्यक्ती जोडीदार कसाही असला... कसाही वागला तरी त्याला उतारवयात तरी आपली किंमत कळेल याची वाट पाहत स्वतःचं कर्तव्य चालू ठेवतात.

खरं तर कोणतंच लग्न परिपूर्ण नसतं. आमचा संसार खूप चांगला झाला असा म्हणणाऱ्यांच्या आयुष्यातही मनस्तापाचे क्षण आलेले असतातच आणि अगदी भिन्न स्वभाव असणारेही एकत्र राहतात एवढी वर्षे हे एकत्र कसे राहिले याचंही आश्चर्य वाटावं असा त्यांचा संसार झालेला असतो. परंतु रोज त्याच पद्धतीने, त्याच क्रमाने चाललेल्या दिनचर्येतही एक प्रकारची उब असते.

लग्न कितीही जुनं झालं तरी त्यातील धग जिवंत असणं महत्त्वाचं आहे. असं असलं तर वठलेल्या झाडालाही पालवी फुटते. उत्तरार्धातही एकमेकांबद्दलचं प्रेम जिवंत राहतं. लग्नाचं खरं अस्तित्व टिकून राहतं.

निकोप नात्यांसाठी आग्रह धरा...

“विमलताई, तुमचं वय आता ६२ वर्षे आणि तुमच्या पतीचे ६८. सगळ्या संसारिक जबाबदाऱ्या तुम्ही पूर्ण केल्यात. दोन्ही मुलींची लग्नं झाली, मुलाचंही लग्न झालं, त्यांचा संसारही मार्गी लागला. त्यांना त्यांच्या मनासारखं करियरही मिळालं. आता तुम्हाला नव्याने काही करण्याची गरजही नाही. मग आता या वयात घटस्फोट घेण्याची भाषा तुम्ही का करताय?”

“अहो, या सगळ्या गोष्टी पूर्ण करण्यासाठीच तर मी इतके दिवस हे पती-पत्नीचं नातं टिकवलं. आयुष्यभर मी नवऱ्याच्या मर्जीनेच वागत आले. सतत संशय... कोणाशी कधी मोकळेपणाने बोलता आलं नाही की कधी कुठे जाता आलं नाही. साधं भाजी आणायलासुद्धा मी एकटी जात नसे. माझ्याबरोबर कुणाला तरी घेऊन जावं लागायचं. माझ्या हातात कधीही पैसा नसायचा. मोजके पैसे मिळायचे आणि सामान किंवा कोणत्याही वस्तू आणल्या तरी त्याचा पै न् पैचा हिशेब द्यावा लागायचा. घरात माझ्या कोणत्याही गोष्टीचं कधीही कौतुक झालं नाही. रांध वाढा आणि उष्टी काढा याशिवाय दुसरं जग नव्हतं. माझी पदवी तर मला गुंडाळूनच ठेवावी लागली. माझ्याच घरात मला ना सत्ता, ना पैसा आणि ना मान तरीही सहन करत राहिले ते फक्त मुलांसाठी. आता मुलं मार्गाला लागली, जबाबदाऱ्या संपल्या; परंतु माझा त्रास संपलेला नाही. अजूनही मला अहंकारी, एककल्ली आणि उद्धट नवऱ्याला तोंड द्यावे लागते. या वयातही मला त्यांच्या संशयी स्वभावाला सामोरं जावं लागतं; परंतु आता ठरवलंय, स्वत:साठी जगायचं. ज्या गोष्टी आयुष्यात करण्याच्या राहिल्या असतील. त्या सर्व करायच्या, मोकळेपणानं श्वास घ्यायचा आणि म्हणून मला या लग्नातून सुटका हवी आहे.”

“विमलताई; पण आतापर्यंत तुम्ही या गोष्टींविरुद्ध आवाज का उठवला नव्हता? तुम्हाला नक्की काय हवं आहे, हे त्यांना का सांगितलं नाहीत?”

"काय सांगणार? ऐकून घेणारं कोणी असेल, तर काही सांगण्यात अर्थ आहे. माझं मत मांडण्याचा नुसता प्रयत्न केला तरी थेट घटस्फोटाची धमकी मिळायची. 'दोन वेळचं खायलाप्यायला मिळतंय ना तुला? तेवढीच तुमची लायकी आहे. घर सांभाळा... तेवढं जमलं तरी पुष्कळ आहे. बाहेर पाऊल टाकण्याची भाषा करू नका,' असे अनेकदा ऐकायला मिळालं. निमूटपणे मी सहन करत राहिले. आर्थिकदृष्ट्या स्वतंत्र नाही, तीन मुलं पदरात, आईवडिलांना त्रास देऊन त्यांच्याकडे जाऊन राहण्यात अर्थ नव्हता. 'लोक काय म्हणतील?' घटस्फोटाचा शिक्का कपाळी बसला, तर समाजात अप्रतिष्ठा होईल. या भीतीपोटी सर्व सहन करत राहिले; पण आता नवऱ्याच्या धमक्यांना मी जुमानणार नाही. आता मीच त्यांना घटस्फोट देऊन निवांत वृद्धाश्रमात जाऊन राहीन. समवयस्कांसोबत राहता येईल. इतके दिवस सर्व सहन करत राहिले; पण आता नवऱ्याच्या धमक्यांना मी जुमानणार नाही.

"तुम्हाला खरं सांगू का, हा निर्णय मी घ्यावा असं मुलं मला गेली अनेक वर्षे सांगत आहेत. वडिलांच्या विचित्र स्वभावाची त्यांना कल्पना आहे. तू का सहन करतेस, असे मुलं मला नेहमी म्हणायची. वयात आल्यानंतर कमवायला लागल्यानंतर तर मुलांनी अनेक वेळा मी स्वतंत्र व्हावं, आम्ही तुझ्या पाठीशी आहोत, असं सांगितलं होतं; पण तरीही लोकनिंदेचा विषय होऊ नये म्हणून माझ्या व्यथा मी कुणाला सांगत बसले नाही. लग्न टिकवण्याचा नव्हे, तर रेटण्याचा प्रयत्न केला; पण आता नाही. माझ्या मुलांना मी सांगितलं आहे. मुलगा परदेशात असतो, त्याने तर मला त्याच्याकडेच बोलावले आहे; पण मी कुठंही जाणार नाही. स्वतंत्रपणे एकटी जगणार, अगदीच हातपाय चालले नाहीत, तर मग पुढचे पुढे बघता येईल."

"एवढे वर्षे तुम्ही सहन करत राहिलात मग आता आयुष्याच्या शेवटच्या टप्प्यात हा निर्णय घेणं योग्य होईल, असं तुम्हाला वाटतंय का? तुमच्या नवऱ्याशी बोलून त्यांनी तर स्वत:मध्ये बदल घडवून आणण्याची तयारी दाखवली, तर तुमचा घटस्फोटाचा विचार तुम्ही मागे घ्याल का?"

"ताई... अहो सुंभ जळला ना तरी पीळ जळत नाही. तसा माझ्या नवऱ्याचा स्वभाव कधीही बदलणार नाही. त्याच्यात बदल होणं अशक्यच आहे आणि तुम्ही म्हणताय तसं एवढी वर्षं मी सहन केलं; पण आता सहन होत नाही. माझ्या सहनशक्तीची मर्यादा संपली आहे म्हणूनच मला आता स्वतंत्र व्हायचंय आणि आयुष्यात उरलेले दिवस शांतपणे घालवायचे आहेत."

सततचे अपमान सोसून दुखावलेल्या विमलताई त्यांची व्यथा सांगत होत्या. पुरुषी

अहंकाराचं वर्चस्व त्या आयुष्यभर सहन करत आल्या होत्या आणि म्हणूनच त्यांना लग्न बंधनातून या वयात मुक्त व्हायचं होतं.

विमलताईंसारखी अनेक उदाहरणं समाजात आहेत. असफल लग्नातील घुसमट सोसणारे अनेक स्त्री-पुरुष समाजात दिसून येतात. अशी कितीतरी लग्नं आहेत, की ज्या लग्नामुळे सुरुवातीचे काही दिवस चांगले गेले तरी नंतर एकमेकांच्या स्वभावामुळे अखंड मनस्तापाशिवाय दुसरं काहीही हाती लागलेलं नाही. एकमेकांना टोचत, बोचत, रक्तबंबाळ होतं... ती नातं टिकवत... नव्हे,...संसार रेटत राहतात. चार भिंतींच्या आत एकत्र राहतात... मुलं-बाळं असतात. समाजाला दिसायला सर्व काही चांगलं दिसत असलं तरीही दोघांच्याही नात्यात प्रेम... ओलावा... आपुलकी काहीच नसतं. आतून ही नाती पोखरलेली असतात.

अशा एकत्र राहण्याला काही अर्थच नसतो. एकत्र राहूनही एकमेकांपासून ही नाती खूप दुरावलेली असतात. या घुसमटलेल्या नात्यात मग वाद-प्रतिवाद, एकमेकांविरुद्ध डावपेच चालूच राहतात. घटस्फोटाचा कलंक नको म्हणून; समाज काय म्हणेल, अप्रतिष्ठा होईल. या भयापोटी मोडलेली नाती टिकवून ठेवण्याची धडपड चालू राहते; परंतु यातून होणारी घुसमटच अतिशय त्रासदायक असते. स्वतःला सुख नाही आणि दुसऱ्यालाही नाही. यातून नैराश्याला बळी पडणे, व्यसनाच्या आहारी जाणे, घराबाहेर... संस्काराच्या बाहेर आणि चौकटीच्या बाहेर जाऊन सुख शोधण्याचा प्रयत्न केला जातो. काही वेळेस तात्पुरते सुख मिळतेही; परंतु त्याचे परिणाम फारच वाईट असतात. त्या सापळ्यात अडकलेल्या व्यक्ती लवकर बाहेर येणं अवघडच असते आणि मग त्यातूनही मनस्ताप आणि पश्चात्ताप... नक्की सुख कशात आहे, हेच समजत नाही.

संसार करायचा आहे... नाती टिकवायची आहेत, तर मग रडतखडत का? आयुष्यात पुढे जाण्यासाठी जे पर्याय समोर ठेवले आहेत. त्यामध्ये त्यातल्या त्यात चांगलं काय, याचाच प्रत्येक जण विचार करत असतो. मग लग्न टिकवायचं आहे. जोडीदाराचा स्वभाव पटत नाही. तरीही नाती तोडायची नाहीत, तर एकमेकांना समजून घ्यायला शिकलं पाहिजे. एखादं रोपटं लावलं, तर ते वाढण्यासाठी त्याला वेळच्या वेळी खत-पाणी घालावं लागतं. त्याच्यासोबत वाढणारे तण काढून टाकावे लागते. वारंवार माती मोकळी करावी लागते. त्याला योग्य ऊन-पाणी मिळेल, याचा विचार करावा लागते, तरच ते रोप छान वाढू लागते. त्याला कीड लागायला लागली, तर जंतुनाशकांचा फवाराही मारावा लागतो, तसंच एकदा संसाराचं रोपटं लावलं, की ते फुलवण्यासाठी त्यातील नात्यांकडे

विशेष लक्ष देण्याची गरज असते. द्वेष, अहंकार, अनावश्यक स्पर्धा अशी कीड त्वरित काढून टाकणे आवश्यक असते.

लग्न टिकवायचं आहे, परस्परांतील नाती जपायची आहेत, तर मग आपल्या जोडीदाराच्या स्वभावाचा अभ्यास करणे जरुरीचे आहे. त्याला कोणत्या गोष्टींची आवड आहे, कोणत्या गोष्टी अजिबात आवडत नाहीत, कुठल्या बाबतीत अतिरेक आहे, कोणत्या गोष्टी अजिबात जमत नाहीत, हे काही दिवसांत समजायला लागते आणि मग आपला स्वभाव आणि आपल्या आवडीनिवडी जोडीदारापेक्षा कशा भिन्न आहेत, हे लक्षात येतं आणि मग पावलापावलांवर करावी लागते ती तडजोड. काही तडजोडी छोट्या आणि किरकोळ असतात, काही अतिशय अवघड, कस लागणाऱ्या असतात.

या तडजोडी करत असतानाच अनेक अनुभव येत राहतात आणि या अनुभवांतूनच आपोआप शहाणपण येत राहतं. आपल्या जोडीदाराची कोणती समीकरणं कशी सोडवायची, याची तंत्रं हळूहळू गवसत जातात. दोघांच्याही स्वभावातील भिन्नता लक्षात आल्यानंतर चिडून, रागावून, चरफडत जगण्यापेक्षा या भिन्नतेचा स्वीकार करून परस्परांच्या सहवासातून, अनुभवांतून सोयी-सवयीने जुळवून जमवून घेत, परस्परांना आनंद कसा देता येईल, याचा विचार करायला हवा. जे आहे ते मान्य करून आपला मार्ग आपणच ठरवायला हवा.

लग्न बंधन टिकवण्यासाठी परस्परांवरचा विश्वास, प्रेम आणि निष्ठा असणे हे अत्यंत महत्त्वाचे आहे. समंजसपणे स्वीकार करून स्वत:लाही आनंद मिळवण्यासाठी जोडीदाराला आनंद देण्याची तयारी ठेवली, तर वैचारिक मतभिन्नता असूनही लग्न टिकतात; परंतु सुखाच्या क्षणांची शक्यता अगदीच शून्य असेल, दोघांच्या नात्यात सतत शिवीगाळ, चिखलफेक होत असेल, तर दोघांच्या व्यक्तिगत आयुष्यातील आनंदच संपून जातो. एकमेकांना ओरबाडत-बोचकारत, ओढूनताणून टिकवलेलं लग्न अधिक त्रासदायक असतं. म्हणूनच नातं टिकवायचं की संपवायचं हा निर्णय विचारपूर्वक घ्यायला लागतो. नातं टिकवायचं असेल, तर त्यात अधिकाधिक आनंद निर्माण होईल, असे बदल करणे अनिवार्य आहे. अन्यथा, शांतपणे अशा नात्यांना पूर्णविराम देणं योग्य ठरतं.

पैशाबरोबर नातंही 'कमवायला' हवं

''मी कुठं राहायचं हा माझा वैयक्तिक प्रश्न आहे. त्यासाठी कायदाही मला रोखू शकत नाही. मी हे घर सोडून जाणार.''

''अहो, असं काय करताय? २५ वर्षं तुमच्याबरोबर संसार केला. दोन मुली आहेत आपल्याला . सुकन्या आता २२ वर्षांची झाली आहे. तिच्या लग्नाचं बघावं लागेल. धाकटी सायली बारावीला जाईल. तिच्या पुढच्या शिक्षणाचं बघायचं आहे. सासूबाईंना सतत हॉस्पिटलमध्ये जावं लागतं. या सगळ्या जबाबदाऱ्या सोडून तुम्ही घर कसं सोडून जाणार?''

''रेवती, मी आतापर्यंत कोणतीही जबाबदारी टाळलेली नाही, यापुढंही टाळणार नाही. संपूर्ण आर्थिक मदत मी करेन. तू म्हणालीस त्यासह सर्व घरगुती खर्चाची जबाबदारी माझीच आहे, याची मला जाणीव आहे. पण मी कुठं राहायचं हे मला कोणीही प्लीज सांगू नका.''

''फक्त आर्थिक बाजू सांभाळून हे प्रश्न मिटणार आहेत?''

''आपल्याला मिटवावे लागतील. कारण या पुढं मी या घरात राहणं शक्य नाही. मला घटस्फोट देऊन टाक. मी संपूर्ण घर तुझ्या नावावर करतोय. माझ्या सर्व संपत्तीवर मुलींचा आणि तुझाच हक्क असेल. आईला व मुलींना अधूनमधून भेटायला येत जाईन.''

''तुम्हाला हे सगळं एवढं सोपं वाटतं?''

''आपले प्रश्न आपणच मार्गी लावायचे असतात. आपण ते उगाचच वाढवतो आणि त्याचा बाऊ करतो.''

''म्हणजे प्रश्न तुमच्या पद्धतीनं सोडवायचे असंच ना? एवढं सगळं सोडण्यापेक्षा त्या मुलीचा नाद सोडून द्या. ती तुम्हाला भेटल्यापासून आपल्या संसाराचे तीन तेरा वाजलेत.''

"मी काय करायचं हे मी ठरवेन. संमतीनं प्रश्न सुटत नसेल, तर आपण कायदेशीर मार्गानं पुढं जाऊ. मी हे घर सोडून जातो."

रघुनाथरावांनी रेवतीबरोबर २५ वर्षं संसार केला. त्यांचं वय ५२ वर्षं आणि रेवतीचं ५० वर्षं. या वयात घटस्फोट घेणं तिला अजिबात पटत नव्हतं. पण ते ऐकायला तयार नव्हते. ती मला हे सगळं सांगत होती..

"मॅडम, तुम्हीच सांगा असं वागणं योग्य आहे का? फक्त पैशानं जबाबदाऱ्या पूर्ण होतात का? कसं आणि किती समजवायचं?"

"रेवती, त्या दोघांची ओळख कुठं आणि कशी झाली?"

"अनघा - ती मुलगी, ह्यांच्या ऑफिसमध्ये आहे. ऑफिसात उशीर झाला, की ते तिला घरी सोडायला जात. एक दिवस तिचे वडील म्हणाले - 'माझ्या मुलीसाठी स्थळ बघा. तिची आई आजारी असते, मलाही बाहेर जास्त जाता येत नाही. तसा उशीरच झाला आहे अनघाचं वय ३६ वर्षं आहे.' तेव्हापासून ह्यांनी तिच्यासाठी स्थळ बघायला सुरुवात केली. माझ्याकडंही तिची पत्रिका व फोटो देऊन ठेवला होता. तिच्या योग्यतेचं स्थळ मिळालंच नाही, पण दरम्यान दोघांची ओळख वाढत गेली आणि घर, म्हातारी आई, बायको, तरुण मुली या सगळ्यांना सोडून हे तिच्याबरोबर वेगळं राहायला तयार झाले. सासूबाई, माझे दीर, नणंद, जाऊ सगळे ह्यांना समजावून सांगताहेत. मित्रही समजावताहेत. पण हे कोणाचंच ऐकायला तयार नाहीत. माझा संसार मला वाचवायचा आहे. तुम्ही तरी ह्यांना समजावून सांगा..." रेवती अक्षरशः गयावया करू लागली.

मी रघुनाथरावांना बोलावून घेतलं.

"रघुनाथराव, अहो २५ वर्षं तुमचा सुखाचा संसार झाला आणि आता असे वाद?"

"मॅडम, २५ वर्षं आमचा संसार झाला, ठीक आहे. पण सुखाचा झाला का, हा महत्त्वाचा भाग आहे. नुसतं एकत्र राहिलं म्हणजे संसार झाला असं लोकांना वाटतं. पण माझ्या मनाचा किती कोंडमारा झाला, किती गोष्टी सहन कराव्या लागल्या याची कोणालाच कल्पना नाही. माझ्या मानसिक गरजा घरातून कधीच पूर्ण झाल्या नाहीत. मी म्हणजे पैसे देणारं एटीएम मशिन. ती मागेल तेव्हा, काहीही न विचारता पैसा पुरवणं एवढंच माझं कर्तव्य. मला काय हवं? माझ्या काही अडचणी आहेत का? याचा कधी कोणी विचारच केला नाही. मग आता मी फक्त माझा विचार करायला लागलो, तर सगळ्यांना का त्रास होतोय?"

"घरातलं काम, ऑफिस, मुली यांत रेवती नेहमी बिझी असायची. माझ्याशी मोकळेपणानं गप्पा मारायला तिला कधीच वेळ नसायचा आणि ती तो कधी काढायचीही

नाही. तिला त्याची गरजच वाटली नाही. हनिमूननंतर आम्ही दोघंच कुठं कधीही फिरायला गेलो नाही. मुली लहान होत्या. त्यात वडिलांचं आजारपण, ते गेल्यानंतर आईची मानसिक अवस्था बिघडली. तिला एकटीला ठेवून कुठं जाता येईना. आम्ही बाहेर पडलो, तरी नातेवाईक, मित्रपरिवार सोबत असायचाच. बेडरूममध्येही शारीरिक गरजांव्यतिरिक्त आमचं कधी मोकळेपणानं बोलणं झालंच नाही. रोज अगदी कामापुरतं आणि व्यवहारापुरतं ती माझ्याशी बोलायची. याशिवाय दुसरं बोलणं म्हणजे आमचे वाद. तिच्या सततच्या कटकटींनी, तक्रारींनी मी वैतागून जायचो. कोणताही मुद्दा मांडायला लागलो, की ती भांडणच काढायची. मुली मोठ्या होत होत्या. त्यांच्यासमोर वाद नको म्हणून मीच विषय टाळायचो. माघार घ्यायचो. पण तिला आपलं काही चुकतंय असं कधीच वाटलं नाही. मी मात्र नेहमीच मुखवटा चढवून सगळं साजरं केलं. आता किती दिवस ही घुसमट मी सहन करायची? आता मी माझ्या इच्छेप्रमाणं वागणार.''

''रघुनाथराव, इतके दिवस तुम्ही हे सगळं सहन केलंत आणि आता अनघा भेटल्यावर या गोष्टी उघडपणं बोलाव्यात, असं तुम्हाला वाटू लागलं का? अनघाबद्दल तुम्हाला नक्की काय वाटतं?''

''आता माझ्या स्पष्ट बोलण्याचा संबंध अनघाशी उगाच जोडला जातोय. माणसाच्या सहनशक्तीला काही मर्यादा असतात. रेवतीचं वागणं मला असह्य होत होतं. तिचं माझ्याकडं लक्ष नव्हतंच. अनघाची आणि माझी ऑफिसमध्ये ओळख झाली. एकत्र काम करताना ती वाढत गेली. वेगवेगळ्या विषयांवर आम्ही बोलायचो, चर्चा करायचो. तिच्याशी बोललं की मला छान वाटायचं. तिच्या वडिलांच्या सांगण्यानुसार तिच्यासाठी स्थळं बघू लागलो. रेवतीही बघत होती. या निमित्तानं अनघाच्या आवडीनिवडी कळल्या. ती माझी चांगली मैत्रीण कधी झाली कळलंच नाही. ती घरीही यायची. पण तिचं येणं रेवतीला आवडायचं नाही. मग आम्ही बाहेरच भेटायचो. करिअरच्या मागं लागल्यानं तिचं लग्न झालं नव्हतं. मात्र तिच्या मित्र-मैत्रिणींची लग्नं होऊन त्यांचे संसार मध्यावर आले होते. ती तिचं सुख-दुःख माझ्याबरोबर शेअर करायची. मलाही मानसिक आधाराची गरज होती. मीही तिच्याबरोबर बोलू लागलो. ती गुणी आणि विचारी मुलगी आहे. यापुढं तिला आधार देण्याचं मी ठरवलं आहे. एकमेकांच्या सहवासात आम्ही खूप आनंदी असतो. या पुढं एकत्र राहायचं आम्ही ठरवलंय. म्हणून मला घटस्फोट घ्यायचा आहे.. आणि मुलींचं शिक्षण, आईचं आजारपण घरातील सर्व खर्च ही सगळी जबाबदारी मी पूर्ण करणारच आहे. नाहीतरी मी सगळ्यांना पैशापुरताच हवा आहे.''

''घरात तुमची अपेक्षापूर्ती होत नसल्यानं तुम्ही असा समज करून घेतलेला दिसतोय.

रघुनाथराव, बौद्धिक पातळीवर तुम्हा दोघांचं जमलं नसेलही. संसार करण्याचा रेवतीचा विचार वेगळा होता, तुमचा वेगळा. पण यावर बोलणंच झालं नाही. वाद होऊ नयेत म्हणून तुम्हा दोघांचे संवादच थांबले. रेवतीला याची सवयच लागून गेली. संवाद थांबले, की सहभागही थांबतो. नात्यात कोरडेपणा येतो. तसा तो निर्माण झाल्यामुळे पैशांव्यतिरिक्त आपली कोणाला गरज नाही, असं तुम्हाला वाटू लागलं. पती-पत्नीच्या नात्यात नैसर्गिक ताणतणाव, स्वाभाविक मतभेद असू शकतात. पण ते योग्य पद्धतीनं हाताळायला हवेत. तुम्ही याकडं दुर्लक्ष केलंत. मन मोकळं करण्याचा वेगळाच मार्ग अवलंबलात. अनघाबरोबर तुमची वैचारिक पातळीवर मैत्री झाली. परस्परांचा सहवास आवडू लागल्यावर तुम्ही त्या मैत्रीपलीकडं गेलात आणि एकत्र राहण्याचा विचार करू लागलात...''

''मॅडम, अनघानं मला समजून घेतलं. मला मानसिक आधार दिला, मग मीही तिला आधार द्यायचं ठरवलं, तिच्या स्वप्नांची पूर्तता करायचं ठरवलं तर बिघडलं कुठं? घरातील कोणालाही काहीही कमी करणार नाही, पण पुढचं आयुष्य स्वतःच्या इच्छेप्रमाणं जगणार आहे. 'जे सुख तुम्हाला आतापर्यंत मिळालं नाही, ते सुख मला तुम्हाला देता आलं तर मी स्वतःला भाग्यवान समजेन' असं अनघा म्हणते. माझ्या कर्तव्याच्या आड ती येणार नाही.''

''अनघा वाईट आहे, असं मला म्हणायचंच नाही. पण एकत्र राहण्याचा तुमचा विचार प्रवाहाच्या विरुद्ध आहे. तुमच्या वयात १६ वर्षांचं अंतर आहे. योग्य वयात लग्न न झाल्यामुळे मानसिक ताणतणावात अडकलेली असतानाच तिला तुमचा आधार मिळाला. आतापर्यंत न मिळालेलं सुख तिला मिळू लागलं. ते मिळवण्यासाठी प्रवाहाविरुद्ध जावं लागलं, तरी चालेल असं तिनं ठरवलं. ती अविवाहित आहे. तुमच्याबरोबर एकत्र राहण्यासाठी तिला कोणाचा विरोध होणार नाही. आईवडिलांचं ती ऐकणार नाही. पण रघुनाथराव, तुमच्या बाबतीत तसं नाही. तुमच्या निर्णयावर तुमच्या मुलींचं भवितव्य अवलंबून आहे. मुलींच्या मनात तुमची काय प्रतिमा निर्माण होईल? समाज काय म्हणेल आणि मुलींना त्याचा किती त्रास होईल, याचा विचार करा. मुख्य म्हणजे अनघा व तुमच्या वयातील अंतराचा विचार करा. तिनं तुमच्याबरोबर पूर्ण आयुष्य का काढावं? आत्ता भावनेच्या भरात तसे म्हणाली, तरी वयातील अंतरामुळं नंतर एकत्र राहणं अवघड होऊ शकेल. अनेक प्रश्न निर्माण होतील.''

''मग काय, आतापर्यंत केलं तसंच मुकाट सहन करत राहू? सतत कटकट करणाऱ्या व्यक्तीबरोबर मनाविरुद्ध एकत्र राहू?'

“तिच्या वागण्यात बदल होईल असा प्रयत्न आपण करू की! तिच्या चुका तिला सांगेन, कसं वागायचं याबद्दलही बोलेन...”

“तसं झालं तर चांगलंच आहे. पुढं तिला त्याचा उपयोग होईल. पण मला तिच्याबरोबर राहणं जमणार नाही. बदल काही दिवस टिकतात, मग परत पहिले पाढे पंचावन्न.. माझा तसा अनुभव आहे.”

“आता नाही तसं होणार. प्रकरण घटस्फोटापर्यंत आलंय म्हटल्यावर ती नक्कीच स्वतःमध्ये बदल घडवेल.. आणि मी मध्यस्थ आहेच ना! बदल झालाच नाही, तर तो विचार त्या वेळी करू. पण आता तुमच्या निर्णयामुळं मुली अस्वस्थ झाल्या आहेत. त्या सगळ्यांना पैशाची नाही, तर तुमच्या सहवासाची गरज आहे. अनघा तुमच्याबरोबर राहायचं म्हणतेय पण तिच्या या वेड्या विचारांना तुम्हीच थोपवू शकता. तिला जरूर मदत करा, पण एका मर्यादेपर्यंत. यात तिचंच भलं आहे, हे तिला समजावून सांगा.”

“तुम्ही म्हणताय ते बरोबर आहे. कोणताही निर्णय भावनेच्या भरात न घेता पूर्ण विचार करूनच घ्यायला हवा. मी नक्कीच विचार करीन.”

■■■

वाद वृद्ध आईवडिलांमधील...

एक ३०-३५ वर्षांची तरुणी आली आणि मला सांगू लागली,''मॅडम, आमच्या कुटुंबात वाद चालू आहेत, तुमचं मार्गदर्शन हवं होतं.''

ती अतिशय चिंताग्रस्त आणि हतबल दिसत होती. मी तिला बसवून घेतलं. थोडं शांत केलं आणि विचारलं,''सांग ... काय प्रॉब्लेम आहे तुझा? तू कुठं राहते आहेस? सासरी की माहेरी?''

''मॅडम... प्रश्न माझा नाहीये. माझा संसार चांगला चालला आहे.''

''मग काय समस्या आहे?''

''मी माझ्या आईवडिलांना घेऊन आले आहे. त्या दोघांमधील वाद खूप वाढले आहेत. त्यांना कसं समजवावं हे मला आणि माझ्या भावाला कळत नाहीये. आम्ही दोघांनीही त्यांना खूप समजावून सांगण्याचा प्रयत्न केला; पण त्यांच्यातले वाद वाढतच चालले आहेत आणि त्याचा परिणाम संपूर्ण कुटुंबावर होतो आहे. काल माझ्या आईनं आत्महत्येचा प्रयत्न केला. ती वारंवार घर सोडूनही जाते, म्हणूनच आज तुमच्याकडे त्या दोघांनाही मी घेऊन आले आहे.''

मुलीची समस्या घेऊन आईवडील माझ्याकडे येत असतात, हे मला सवयीचं होतं; परंतु आज एक मुलगी आईवडिलांची समस्या घेऊन माझ्याकडे आली होती. मी त्यांना बोलावून घेतलं. दोन वृद्ध माझ्यासमोर आले. आजोबांचं वय ऐंशीच्या दरम्यान असावं आणि आजीचं वय पंच्याहत्तरच्या दरम्यान असावं. काठीच्या आधाराशिवाय दोघांनाही चालता येत नव्हतं. दोघांना बसायला सांगितलं तेव्हा आजींच्या शेजारच्या खुर्चीत आजोबा बसले नाहीत. थोडं अंतर ठेवून मान फिरवून बसले, जेणेकरून आजीचं तोंड त्यांना दिसूच नये. आता या वयात या दोघांमध्ये काय वाद असतील, हे ऐकून घेण्याची मला उत्सुकता लागली. मुला-मुलींची लग्नं झालेली आहेत. नातवंडांचीसुद्धा

शिक्षण पूर्ण होण्याच्या बेतात आहेत, असं असताना वाद इतका टोकाला जातो की आजी आत्महत्येचा विचार करतात? त्यांची समस्या समजून घेणं मला अधिक गरजेचं वाटलं.

"आजी... तुम्ही सांगा तुम्हाला नक्की कशाचा त्रास होतोय?"

नऊवारी साडीचा घोळ सावरत, डोक्यावरचा पदर नीट करत आजी सांगू लागल्या, "मला या जगात राहूच नये असं वाटतं. देवाला मी सारखी विनंती करते, आता मला बोलवून घे; पण तोही माझ्यावर रुसला आहे. या जगण्यात काहीच अर्थ राहिलेला नाही. मी सगळ्यांना ओझं झालेली आहे. ज्या जगात आपली किंमतच नाही, तिथं राहण्यात तरी काय अर्थ आहे?"

"आजी असं का म्हणता, एक मुलगा, एक मुलगी असा तुमचा संसार चांगला झाला. मुलंही त्यांच्या मार्गाला लागली. नातवंडं मोठी होऊ लागली... एवढं सगळं चांगलं असताना असा विचार का करताय?"

"चकाकतं ते सगळंच सोनं नसतं बाई... दिसतं तसं नसतं, जगाला दिसायला सगळं चांगलंच दिसतंय; पण माझ्या यातना कोणाला दिसत नाहीत. म्हाताऱ्या माणसाला कोण विचारतंय? आयुष्यभर मेहनत घेतली; पण हाती काहीच लागलं नाही. जिवाच्या जोडीदारालासुद्धा उतारवयात बायकोची साथ नकोशी व्हावी यापेक्षा जास्त मरणयातना काय असणार आहेत?"

आजींचे हे शब्द ऐकताच आजोबा एकदम खवळले.

"सारखं असं टोचून बोललेलं कुणाला आवडेल? कधी चांगलं काही दिसतच नाही हिला. समजावून सांगितलं तर पटत नाही. तिचे शब्द म्हणजे कटकट वाटायला लागते."

"ऐकलंत तुम्ही? बायकोचं बोलणं म्हणजे कटकट. हाडाची काडं करून संसार केला. आयुष्यभर साथ दिली. मुलांचं लहानपण, शाळा, अभ्यास सगळं सांभाळलं. त्यांची आजारपणं काढली; एवढंच नाही, तर सासू-सासऱ्यांचं, दीरा-नणंदाचंसुद्धा सगळं केलं तेव्हा बायको गोड वाटली. कधी कोणाकडून दोन चांगल्या शब्दांचीसुद्धा अपेक्षा केली नाही. करत राहिले, करत राहिले आणि आता माझ्याकडून काही होत नाही त्यामुळं बायकोची गरज राहिली नाही. आता मुलगा-सून जवळचे वाटतात आणि बायको म्हणजे कटकट वाटते."

"आपल्याला होत नाही तर गपगुमान पडून राहावं, कोण म्हणतंय आता काम कर? पण हात-पाय थकले तरी तोंड थकत नाही. त्या तोंडाचा पट्टा आपला सारखा चालूच राहतो आणि सगळ्या केलेल्या चांगल्या कामावर पाणी पडतं. या बडबडीमुळं ती

सगळ्यांनाच नकोशी झालीय. किती वेळा सांगितलं तरी ऐकायचंच नाही? हिच्याच मर्जीप्रमाणे सगळ्यांनी चालायचं?''

''बघा आत्ताच म्हणाले ना, मी सगळ्यांना नकोशी झालेय! खरं तर मी यांनाच नकोशी झालेय. मला घरात ठेवायचं नाही म्हणून ते सगळ्यांचे कान भरतात. आता दोनच वर्षं झाली घरात सून येऊन; पण तिच्यावर विश्वास जास्त. कानामागून येऊन ती तिखट झालीय. मी सुनेला काही बोलायला लागले की यांना राग येतो. प्रत्येक वेळेस तिच्याच बाजूनं ते बोलतात. सगळ्या चुका माझ्याच आणि फक्त माझ्याच. ती माझ्याशी कशी वागते हे त्यांना का दिसत नाही? यांच्या अशा वागण्यानंच ती शेफारली आहे. ती कशीही वागली तरी तिला कोणी बोलतच नाही. लाडक्या सुनेचं सारखंच कौतुक करायचं.''

''तुझं काय म्हणणं आहे, मी तुझी आरती करू? दुसऱ्याच्या चांगल्या गोष्टी तुला कधी दिसल्यात? तिनं कोणतीही चांगली गोष्ट केली तर तिचं कधी कौतुक केलंस? तिच्या स्वयंपाकाची कधी तोंड भरून स्तुती केलीस? स्वतःहून तिला काही दिलंस? स्वभाव बदला म्हटलं तर तुम्हाला बदलता येत नाही. नेहमी दुसऱ्याच्या चुकाच काढायच्या.''

''हो... माझीच चूक. मीच दोषी आहे. मला कोणत्याच गोष्टी जमत नाहीत. इतके दिवस मी काही संसार केलाच नाही. तुम्हीच सगळं सांभाळलं. मी जगले काय आणि मेले काय; तुम्हाला काय त्याचं सोयरसुतक?''

''आता गप बसती का देऊ दोन कानाखाली?''

''मारा... मारा... या वयातही तुमचा मारच खायचाय! काय अर्थ आहे अशा जगण्यात? किती वेळा सांगितलं की मुलाला आणि सुनेला वेगळं ठेवा म्हणजे घरात वाद होणार नाहीत; पण माझं ऐकतंय कोण?''

''ए... कोणीही वेगळं राहणार नाही. तुला या घरात राहायचं नसेल तर तू निघून जा. तुझ्या बापाचं घर नाही हे... माझ्या कष्टांचं आहे. मी मुलाला आणि सुनेला वेगळं काढणार नाही.''

''बघ... या वयात माझा बाप काढतात. माझा किती अपमान करतात. मॅडम... तुमच्यासमोर ही भाषा, तर घरी काय असेल?''

दोघंही एकमेकांवर आरोप-प्रत्यारोप करत राहिले. एवढा वेळ शांत उभा असलेला त्यांचा मुलगा म्हणाला, ''याच भांडणाला आम्ही वैतागलो आहोत. या दोघांचे अखंड वाद चालू राहतात. माझ्या व्यवसायात मी पुढं जायचं म्हटलं तरी मला जाता येत नाही; कारण घरचे वाद मिटवण्यातच माझा वेळ जातो. घरी आलो की या दोघांची भांडणं...

बायको वेगळ्याच तक्रारी सांगत राहते... घरातलं वातावरणच बिघडून गेलंय. कधीकधी तर घरी यायलाच नको वाटतं. किती समजावलं तरी दोघंही ऐकत नाहीत. हे वाद कसे मिटवायचे, तुम्हीच सांगा.''

त्यांची मुलगी तर आता रडवेली झाली होती.

''मॅडम, माझ्या लग्नाला चार वर्षं झाली. मी माझ्या संसाराकडे लक्ष देऊ की यांची भांडणं मिटवू! घरात वाद झाले की आई घरातून न सांगता निघून जाते. वडील कोणत्यातरी नातेवाइकांकडे निघून जातात. घरात कळवत नाहीत. मग आमची धावपळ होते. घरात मी मोठी मुलगी असल्यामुळे भाऊ काही झालं तर मलाच फोन करतो. माझ्या माहेरी काय चाललंय हे मी सासू-सासऱ्यांना कसं सांगणार? माझा नवरा चांगला आहे म्हणून तो मला सांभाळून घेतो. मी कितीही वेळा माहेरी आले तरी बोलत नाही. मला हे वाद मिटवायला यावं लागतं. चार दिवस शांतपणे माहेरी येऊन राहावं, असं मलाही वाटतं; पण माझ्या नशिबी ते सुख नाही. काल तर आईनं ब्लेडनं कापून घेण्याचा प्रयत्न केला. भावानं लगेच पाहिलं. त्यामुळे ताबडतोब उपचार करता आले. मागेही एकदा झोपेच्या गोळ्या घेतल्या होत्या. तिला डायबेटीस आहे. ब्लडप्रेशरचा त्रास आहे. बऱ्याच वेळा उपाशी राहते. घरातून कुठंही न सांगता जाते. काही झालं तर काय करणार? माझ्या जिवाला सतत घोर असतो.''

मुलांची अगतिकता पाहून मी आजींना म्हणाले, ''आजी बघा बरं... मुलांना किती काळजी वाटते तुमची. असला वेडा विचार का मनात आणता? आयुष्यभर तुम्ही किती खस्ता काढल्या असतील, किती उन्हाळे, पावसाळे बघितले आहेत. मग या वयात तुमचा संयम, सहनशक्ती कुठं गेली? स्वतःवर आणि दुसऱ्यावर अशी चिडचिड करून काय होणार आहे? या वयात मनाची शांती आणि समाधान मिळवणं महत्त्वाचं आहे. देवा-धर्माची आवड असेल तर धार्मिक ग्रंथवाचन करा. त्यातूनही तुम्हाला आनंदी जगण्याचा मार्ग मिळेल.''

आता तर आजींचाही बांध अनावर झाला. त्यांनी मनसोक्त रडून घेतलं. मीही त्यांना मोकळं होऊ दिलं. मग त्यांनी स्वतःच्या मनातील विचार सांगायला सुरुवात केली.

''मॅडम... अहो काही वेळेस माझं चुकतं, हे मलाही कळतं... पण आता माझी सहनशक्ती खरंच संपली आहे. माझ्या मनात सारखे आत्महत्येचेच विचार येतात. मला सगळे जण एकटं पाडतात, असं वाटायला लागतं. माझी सून माझ्याशी बोलत नाही; पण घरात सर्वांशी बोलते. इतर सर्व जण चांगले गप्पा मारत असतात. मी तिथं गेले की त्यांचा विषय बंद होतो. मी काहीही काम करू नये, स्वयंपाकात लक्ष घालू नये, घरच्या

व्यवहारात लक्ष घालू नये, खावं-प्यावं आणि एका कोपऱ्यात पडून राहावं, असं माझ्या नवऱ्याचं म्हणणं आहे; पण मला ते पटत नाही. काहीही काम न करता शांत बसून राहणं मला आवडत नाही. कारण आयुष्यभर मी सतत काहीतरी करत राहिले आहे. घरातील एक-एक भांडं मी जमवलं आहे. पै-पै गोळा करून घर सजवलं आहे. कामाच्या रगाड्यात बाहेर पडणं शक्य नव्हतं. घरी शिवणकाम करून, फॉल-पिकोचं काम करून पैसे जमवले, संसाराला हातभार लावला.

"माझ्या घरात आज मलाच विचारलं जात नाही, याचं दु:ख होतं. मला एखादा पदार्थ स्वत:च्या हातांनी करून खावासा वाटला तर मी करायचा नाही; सुनेला सांगायचं. पण तिच्या हातची चव मला आवडेलच असं नाही. घरातील प्रत्येक गोष्टीत माझ्यावर अवलंबून असणारे माझे पती, सून आल्यानंतर आता... सगळं सुनेला सांगतात. मी समोर असून मला किंमत देत नाहीत, याचं मला वाईट वाटतं. सारखं 'आई... आई' म्हणून माझ्याभोवती फिरणारा माझा मुलगा सगळ्या गोष्टी बायकोला आधी सांगतो. आईची आठवण त्याला राहत नाही. माझी मुलगी घरी येते; तीही भावजयीशी जाऊन आधी बोलते. आईचा नंबर नंतर असतो. माझ्या सुनेला मी काहीही सांगायला गेले आणि तिच्यात सुधारणा व्हावी म्हणून काही बोलायला गेले, की हे सर्व जण तिच्यासमोर माझ्याशी वाद घालतात. माझा अपमान करतात. हा अपमान मला असह्य होतो. माझ्या पतीचं टोचून बोलणं मला असह्य होतं.

"माझी सून घरातील सर्व कामं करते, सर्व गोष्टी जबाबदारीनं सांभाळते, याबाबत माझी तक्रार नाही; पण हा संसार मी सजवला आहे, मी वाढवला आहे. या घरात बदल करताना नवीन काही सुरू करताना मला विचारलं जावं, असं मला वाटतं. ती माझ्याशी मोकळेपणानं बोलत नाही. मला काही विचारत नाही. माझ्यासमोर माझ्या मुलांशी, माझ्या पतीशी चर्चा करते; पण मला किंमत देत नाही. चहाचा कप सर्वांच्या हातात देते. माझा कप टेबलावर ठेवून देते. 'तुमचं पथ्य-पाणी असल्यामुळे जेवणाचं ताट तुमचं तुम्ही वाढून घ्या,' असं सांगते. मला या गोष्टी अपमानास्पद वाटतात. माझा नवरा, मुलगा, मुलगी मला साथ देण्याऐवजी तिला साथ देतात, याचं मला वाईट वाटतं. माझा अपमान होतो तो मी सहन करू शकत नाही. हा ताण कमी करण्यासाठी काय करावं, हेच मला कळत नाही. काही वाचायला घेतलं तरी मनात वेगळेच विचार चालू राहतात. त्या वाचनाकडे आणि त्याच्या अर्थाकडे मन केंद्रित होत नाही."

आजींनी त्यांचं मन मोकळं केल्यानंतर त्या कशामुळे अस्वस्थ होतात, हे माझ्या लक्षात आलं; पण त्यांच्या मुलांना आणि आजोबांनाही या गोष्टी समजावून सांगणं

आवश्यक होतं; तसंच आजींनाही वेगळ्या मार्गानं त्यांच्यात बदल घडवून आणणं आवश्यक आहे हे सांगायचं होतं. मी आधी आजींशी बोलायला सुरुवात केली.

"आजी, तुमच्या सुनेनं तुमच्याशी प्रेमानं, आदरानं वागावं, तुम्हाला विचारून सगळ्या गोष्टी कराव्यात, हे तुम्हाला वाटणं मुळीच चुकीचं नाही. परंतु त्यासाठी तुम्हीही तिच्याशी प्रेमानं आणि सन्मानानं वागलं पाहिजे. तुमचा अनुभव जास्त; पण सून अननुभवी आहे. तिला आपल्या घरातील पद्धती येणारच नाहीत असा विचार करणं चुकीचं आहे. तिला तिचा संसार तुमच्या पद्धतीनं नाही, तर तिच्या पद्धतीनं करायचा आहे. काळाच्याबरोबर तुम्हीही पुढं जाणं आणि नवीन पिढीला समजून घेणं महत्त्वाचं आहे. पूर्वीच्या काळी ब्रह्मचर्याश्रम, गृहस्थाश्रम आणि नंतर वानप्रस्थाश्रम या पद्धतीनं आपलं जीवन जगावं असं ठरवून दिलं होतं. आजच्या काळात वानप्रस्थाश्रम स्वीकारणं म्हणजे घरातून निघून जाणं नव्हे, तर घरात राहूनच व्यवहारातून अलिप्त राहणं होय. पुढच्या पिढीला लागेल ती मदत जरूर करा. पण तुमच्या विचारांनीच त्यांनी चालावं असा आग्रह धरू नका. यातून विचार त्यांना पटले नाहीत, की त्यांची चिडचिड वाढते आणि तुमचा अपमान झाला असं तुम्हाला वाटतं. तुम्हाला जे हवंय ते तिला मोकळेपणानं सांगा, मनात साठवून ठेवून एकदम कधीतरी काढाल तर त्याचा तुम्हालाही त्रास होईल. संसारात असताना ज्या गोष्टी करायला जमलं नाही, त्या करा. तुम्ही दोघंही नवरा-बायको फिरायला जा, तुमच्या मैत्रिणींसोबत समवयस्कांसोबत आवडीच्या गोष्टी करा. नातवंडांशी खेळा... त्यांच्यात रमण्याचा प्रयत्न करा. नवीन गोष्टी समजून घेण्याचा प्रयत्न करा. मनातील नकारात्मक विचार बाजूला ठेवण्याचा प्रयत्न केलात तर तुम्हाला सगळं काही चांगलंच दिसेल."

मी आजींशी बोलले तसंच त्यांच्या मुलांशी व आजोबांशीही बोलले.

"आजोबा... तुम्ही आजींना जे सांगताय ते योग्यच आहे; परंतु त्यांच्यावर चिडून रागावून सांगू नका. तुमचं त्यांच्यावर प्रेम आहे, त्यांची काळजी आहे म्हणून तुम्ही हे बोलता, हे त्यांना समजायला हवं. बायकोवर प्रेम आहे. हे तिला अवश्य सांगा. त्यांना आवडीच्या गोष्टी आवर्जून त्यांना देता येतील अशी कारणं शोधा. तुमच्यासोबत त्यांना बाहेर घेऊन जात जा. एवढे दिवस तुमच्यासाठी त्या करत आल्या आहे. त्यांना त्रास नको म्हणून तुम्ही सुनेला काही काम सांगता, हे त्यांना पटवून द्या. सर्वांत महत्त्वाचं म्हणजे त्यांना ज्या गोष्टी तुम्हाला पटल्या नाहीत, त्या मुलांसमोर आणि विशेषत: सुनेसमोर बोलून तिचा अपमान करू नका. त्यांच्यासमोर तुम्ही बोलता याचाच तिला अपमान वाटतो. आपल्या माणसाचं महत्त्व आपणच टिकवायला हवं. तुम्ही असं बोलल्यामुळे सून त्यांच्याशी आदरानं वागणार नाही. तिच्या माघारी सुनेजवळ तिचं

कौतुक करा. त्यांना कोणत्या गोष्टी आवडतात, तिच्याशी कसं वागायला हवं, हे समजून सांगा. या वयात तुम्ही एकमेकांना सांभाळून घ्यायला हवं, तर तुम्हीच एकमेकांशी वाद घालता आणि घरातील वातावरण गढूळ करता. हे कुठंतरी थांबायला हवं.''

त्यानंतर मुलगी आणि मुलाशी बोलताना त्यांना सागितलं,''म्हातारपण हे दुसरं बालपण असतं. हट्टीपणा तेव्हा वाढलेला असतो. लहान मुलं मोठ्यांचं लक्ष आपल्याकडे वेधून घेण्यासाठी काही गोष्टी मुद्दाम करतात, तसंच वृद्धही मुलांचं लक्ष वेधून घेण्यासाठी काही कृत्य करतात. पण त्यांच्याकडे योग्य दृष्टीनं पाहा. त्यांच्या भूमिकेत जाऊन विचार करा. त्यांच्या विचारांचा आदर करून तुम्ही काही गोष्टी शक्य असेल तर जरूर करा; परंतु जे करणं शक्य नसेल, त्या गोष्टी तुम्ही का करू शकत नाही, हेही त्यांना समजावून सांगा.

''एखादा कौटुंबिक समारंभ आयोजित करा. मुलांचा वाढदिवस करता तसा आई-वडिलांचा वाढदिवस, त्यांच्या लग्नाचा वाढदिवस अगदी केक कापून साजरा करा; त्यांनाही ते आवडेल. तुमच्या आईवडिलांमध्ये सध्या होणारे वाद हे या बदलत्या जीवनशैलीत त्यांना समायोजन करता येत नाही म्हणून होत आहेत. नवीन बदलांशी जुन्या पिढीनं जुळवून घेणं अवघड असलं तरी अशक्य नाही; परंतु नवीन पिढीनंही यासाठी त्यांना मदत करायला हवी. त्यांच्यावर चिडचिड करून रागावून प्रश्न वाढत जातील. कौटुंबिक वातावरण आनंदी ठेवण्यासाठी सर्वांनीच एकमेकांना समजून घेणं आवश्यक आहे. खरं तर प्रत्येक जण आपापल्या जागेवर योग्यच असतो; परंतु दुसऱ्याच्या जागेवर जाऊन त्या दृष्टीनं विचार करण्याचं कौशल्य शिकून घ्यायला हवं. बघा कसं जमवता येतंय ते.''

माझ्या बोलण्यानं त्या मुलीच्या चेहऱ्यावरील भाव आता बदलले होते. आजोबांनीही हात धरून आजीला उठवलं, ''चला आता, तुमची औषध घेण्याची वेळ झाली. लवकर घरी जायला हवं.'' असं ते म्हणाले. आजींनीही त्यांच्या हाताचा आधार घेतला.

''आईची पंचाहत्तरी आम्हाला साजरी करायची आहे. आम्ही कार्यक्रमाचं निमंत्रण द्यायला लवकरच येऊ. पुन्हा काही मदत लागली तर तुम्हाला त्रास द्यायला येऊ,'' असं म्हणत मुलंही निघाली. त्या कुटुंबात आनंदाचे क्षण यावेत आणि सर्व जण आनंदानं राहावेत, अशी शुभेच्छा देऊन मीही त्यांचा निरोप घेतला.

❑❑❑

फिरुनी नवी जन्मेन मी

"संसारासाठी मी एकटीनं किती राबायचं? बरं एवढं करून माझी काही किंमत आहे का कोणाला? मोलकरणीला तरी दर महिन्याचा पगार मिळतो; मला तर एवढं काम करून पैशाचं राहू दे बाजूला, पण कौतुकाचा साधा एक शब्दही मला कधी ऐकायला मिळत नाही. काही म्हणायला गेलं तर माझा नवरा म्हणतो, 'प्रत्येक बाईचं जे कर्तव्य असतं तेच तू करतेयस; त्यात वेगळं ते काय?' मॅडम.... खरं सांगू का, माझी जगण्याची उमेदच नाहीशी झाली आहे."

"अलकाताई, असं काय म्हणता? आताशी तुम्ही चाळिशी ओलांडलीय; अजून आयुष्यात खूप काही करणं बाकी आहे. तुम्ही आताच असं निराशाजनक बोलायला लागलात, तर पुढं कसं होणार? थोडासा स्वत:चाही विचार करा."

"मी स्वत:चा विचार केला असता तर मला जगणं अवघड झालं असतं. आतापर्यंत उमेदीच्या काळात मन मारून मी सर्वांचा विचार करत आले आणि आता या वयात मी काय स्वत:चा विचार करणार? आमच्या घरात माझी अजिबात सत्ता नाही. सर्व लहान-मोठे निर्णय माझा नवराच घेत असतो. मुलांना कोणत्या माध्यमात शिकवायचं, कोणत्या ज्ञानशाखेत घालायचं, गुंतवणूक कुठं करायची, कोणती वस्तू केव्हा खरेदी करायची, मुलांच्या मोठ्या सुट्टीत फिरायला कुठं जायचं, इथपर्यंत ठीक आहे; पण एखाद्या वेळेस बाहेर हॉटेलमध्ये जेवायला जायचं ठरलं तरी तिथंही कधी माझ्या मनासारखं होत नाही. घरात एक पैसा माझ्या हातात नसतो. मी कधी पैसे मागितलेच, तर 'तुला काय हवंय सांग; मी आणून देतो, नाहीतर मी तुझ्या सोबत येतो, तुला हव्या असणाऱ्या गोष्टी घे," असं म्हटलं जातं. लग्नानंतर सुरुवातीच्या काळात माझ्या मैत्रिणी मला म्हणायच्या, 'तुझं बरंय बाई... तुझा नवरा सगळं काही आणून देतो. सगळे निर्णय घेतो, तुला कशाची काळजी नाही.'

परस्पर निर्णय घेतले जातात, हे सुरुवातीला मलाही छान वाटायचं. नवऱ्याचं माझ्यावर

किती प्रेम आहे आणि म्हणूनच तो मला काहीही त्रास देत नाही, असं वाटायचं. मी नोकरी करायची नाही. घरात लक्ष द्यायचं. माझ्या आवडीनिवडी, छंद बाजूला ठेवायचे, हेही मी सगळं ऐकलं; कारण कुटुंबासाठीचा त्याग, संस्कार, रूढी आदीचा पगडा माझ्यावर अधिक होता; पण सततची तडजोड आता मला सहन होत नाही. सतत मला गृहीत धरलं जातं, याचं मला वाईट वाटतं. माझा नवराच असं वागत असल्यामुळे घरात मला काहीच किंमत नाही. सासू-सासरे, दीर-नणंदा यांनी तर माझा कचराच केला आहे; पण माझी मुलंही मला विचारत नाहीत. मुलांचं कधी काही चुकलं आणि मी त्यांना काही जाब विचारायला लागले, तर ती माझं कधीही ऐकून घेत नाहीत. मला उत्तरंच देत नाहीत. उलट माझ्यावरच जास्त चिडचिड होते आणि 'आईचं हे असंच असतं' असा सूर निघतो.

"इतके दिवस फक्त नवऱ्याच्याच तालावर नाचत होते; पण आता मुलांच्या तालावरही मला नाचावं लागतं. घरात माझ्या म्हणण्याप्रमाणे काहीच होत नाही. लग्न होऊन २२ वर्षं झाली; पण अजूनही माझ्या घरी मी पाहुणी आहे, याचाच मला त्रास होतो. घर सोडून निघून जावं असं वाटतं."

"अलकाताई, अहो घर सोडून जाण्यानं किंवा जगण्याची उमेदच संपली असा विचार करून काही होणार नाही. तुम्ही सुरुवातीपासूनच तुम्हाला नक्की काय हवंय, याचा विचारच केलेला नाही. बऱ्याच स्त्रियांच्या बाबतीत असंच घडतं, त्याचं कारण मुलीच्या जातीनं समजूतदारपणा दाखवायला हवा, असं बाळकडू मुलींना लहानपणापासूनच कळत-नकळत मिळतं आणि त्यामुळेच हळूहळू आपले निर्णय दुसऱ्यांनी घ्यायची एक सवयच होऊन जाते. सामाजिक परिस्थिती एवढी बदलली आहे, तरी अजूनही सर्व ठिकाणी मुलींना जे करिअर हवं आहे, ते निवडण्याचं स्वातंत्र्य आहेच असं नाही आणि तुमच्या तरुण वयात तर ते आजिबात नव्हतं. मुलीनं पुढे काय करायचं हे आईवडील आणि लग्न झाल्यानंतर नवरा ठरवणार, अशीच पद्धत होती. घरचे नाही म्हणताहेत तर राहू दे; वाद कशाला, असं म्हणून घरच्यांनी निवडलेला पर्याय स्वीकारावा लागायचा. घरातील मुलगी किंवा लग्न झाल्यानंतर नवीन सून स्वतःचं म्हणणं मांडू लागली, तर ती संस्कार नसलेली आहे, असं म्हटलं जायचं. अशा वातावरणात तुम्ही वाढलेल्या आहात त्यामुळे आपलं म्हणणं ठामपणे तुम्ही कधी मांडलंच नाहीत.

"तडजोड करणं, परिस्थितीशी जुळवून घेणं म्हणजे प्रत्येक वेळी पडतं घेणं, असं होत नाही. दुसऱ्यानं घेतलेले निर्णय तडजोडीच्या नावाखाली स्वीकारले जातात; पण त्याचा असंतोष मनात कुठंतरी खोल दडून राहतो आणि तो नंतर असा उफाळून बाहेर येतो. मानसिक दौर्बल्य वाढतं आणि नकारात्मक विचार मनात येत राहतात."

"मॅडम... तुम्ही म्हणताय ते खरं आहे. लहानपणापासूनच मन मारत तडजोडी करतच मी जगले. भावंडांमध्ये मी मोठी असल्यामुळे मला नेहमीच पडतं घ्यायला लागायचं. लग्न करून सासरी आले तर तिथं जावा-भावांत मी सर्वांत लहान म्हणून मला सर्वांचं ऐकावं लागायचं. मला काय हवंय हे मी कधी मनमोकळेपणानं सांगितलंच नाही. आपलं मत मांडलं तर भांडणं होतील, आपला उर्मटपणा दिसेल, या विचारानं मी गप्प बसायचे. पण हे मनात साठत राहिलं आणि आता गत आयुष्यात घडलेल्या अपमानास्पद घटनांचं स्मरण सतत होत राहतं आणि त्या घटनांमध्ये मी अडकून राहते. त्यामुळेच औदासीन्य आणि नैराश्येच्या भावनेत नाही नाही ते विचार मनात येऊ लागतात. पण यातून बाहेर पडण्यासाठी नेमकं करायचं काय?"

"अलकाताई, तुम्हाला नक्की काय होतंय, आणि असे विचार का मनात येतात हे तुम्हाला समजलं. त्यामुळे यापुढे तुमच्यात बदल घडवून आणणं तुम्हालाच सोपं जाणार आहे. तडजोड, समजूतदारपणा, जुळवून घेणं हे सारं बोलायला सोपं असतं; पण त्याचा अतिरेक अगदी जवळच्या माणसांसाठी झाला तरी मनात नकारात्मक भावना तयार होतात. वाद नको म्हणून मन मारलं तरी त्याचा उद्रेक कधी ना कधी होणारच, हे लक्षात ठेवायला हवं. तडजोड ही सहज व्हायला हवी, त्याचं ओझं होता कामा नये. तसंच आपलं मत मांडणं म्हणजे उर्मटपणा होत नाही. आपल्या इच्छाआकांक्षा, मत, विचार मांडता यायला हवेत. ते ग्राह्य धरले जावो वा न जावो, पण स्वतःच्या मनात ते साठून राहू नयेत, दबून राहू नयेत म्हणून मोकळं होणं आवश्यक असतं.

"तुम्ही आता चाळिशी ओलांडली म्हणजे तुमच्या मेनॉपॉजच्या काळाकडे तुम्ही चालल्या आहात आणि याच वयात ही नैराश्यची भावना, कमीपणाची भावना प्रखरतेनं जाणवायला लागते. म्हणूनच आता आपल्याला नक्की काय हवंय, याचा विचार करून आपलं मत मांडता यायला हवं. आता तुमच्यावर पूर्वीएवढी जबाबदारी राहिलेली नाही. मुलं मोठी झाली आहेत. म्हणून तुम्ही आता स्वतःसाठी वेळ काढायला हवा. रांधा, वाढा, उष्टी काढा यापेक्षा वेगळं काहीतरी करायला हवं. समवयस्क मैत्रिणींच्या ग्रुपमध्ये सहभागी होऊन नवीन मैत्रिणी करा.. त्यांच्याशी तुम्हाला मनमोकळं बोलता येईल. भूतकाळातील घटनांवर पडदा टाकून वर्तमानकाळात जगणं, आनंद मिळवणं आणि सुखा-समाधानाचे क्षण जपणं, अशी वृत्ती आत्मसात करायला हवी."

"मॅडम, तुम्ही सांगताय ते कळतंय हो मला; पण मनातले विचार जात नाहीत. जे कळतंय ते वळवता येत नाही. अहो... आतापर्यंत मी या गोष्टींचा कधीच विचार केला नाही; पण मला हे जमेल का? घरातून एकटी मी कधीच बाहेर पडले नाही."

"ज्या गोष्टी केल्या नाहीत त्याच आता करायच्या आणि... दुसरं असं, आपल्याला

जमणारच, असा सकारात्मक विचार करा. तुम्हाला बोलले तर वाईट वाटून घेऊ नका; परंतु तुम्ही तुमच्या वयापेक्षा १० वर्षांनी अधिक प्रौढ दिसता. तुमच्या तब्येतीकडे तुमचं लक्ष नाही. वजन वाढतंय म्हणून तुमच्या कामांतून वेळ काढून थोडा व्यायाम सुरू करा. जिम सुरू करा आणि ते जमलं नाही तर किमान रोज चालण्याचा तरी व्यायाम करा. पार्लरमध्ये जा... अधूनमधून फेशियल करणं, केस सेट करून घेणं या गोष्टीही करा. तुमचं व्यक्तिमत्त्व अधिक आकर्षक बनवण्याचा प्रयत्न करा.

"बदलत्या परिस्थितीशी समायोजन करायला आपण शिकायला हवं. आपल्यामध्ये आपण बदल घडवून आणले नाहीत, तर या नवीन पिढीसोबत आपण जुळवून घेऊ शकणार नाही. कॉम्प्युटर शिकून घ्या. नेटवरून कशी माहिती मिळवायची, हे शिकून घ्या. मुलांकडूनही काही गोष्टी शिकून घ्या. त्यामुळे मुलांचा आणि तुमचाही संवाद चांगला होईल आणि सर्वांत महत्त्वाचं म्हणजे तुम्हाला जे वाटतंय ते बोलून मोकळ्या व्हा. आतल्या आत घुसमटत राहू नका. पती-पत्नीच्या नात्यात भक्कमपणा आणण्यासाठी एकमेकांशी शेअरिंग करणं... संवाद साधणं खूप महत्त्वाचं असतं. इतके दिवस तुम्ही स्वतःचं मत मांडत नव्हता त्यामुळे सुरुवातीला घरातील सर्वांनाच अवघड वाटेल, वेगळेपणा वाटेल. कदाचित तुमचा अपमान होईल. तुम्ही मांडलेलं मत विचारात घेतलं जाणार नाही; पण तुम्ही लगेच निराश व्हायचं नाही. तुम्ही ठरवलेल्या गोष्टी करत राहायच्या. आत्मभान जागृत करा आणि स्वतःमध्ये डोकावून पाहायला शिका, बास... मग तुम्हाला सगळाच बदल जाणवेल."

"धन्यवाद मॅडम... तुमच्याशी नुसतं बोलूनही बरं वाटलं आणि तुम्ही मला भानावरही आणलंत... आता मी नव्यानं आयुष्याला सुरुवात करेन. जुन्या विचारांची जळमटं झटकून टाकून नवीन बदल आत्मसात करण्याचा नक्की प्रयत्न करेन. काही अडचण आली तर तुम्ही आहातच."

"हो नक्कीच... तुमच्या नवीन आयुष्याला माझ्या शुभेच्छा!"

एकाकीपणा

"आई, कशाला करतेयस हा एकटं राहण्याचा अट्टहास? आमच्याकडून काही त्रास होतोय का तुला? काही चुकलं का आमचं?"

"नाही रे बाळांनो, तुमचं काहीही चुकलेलं नाही. तुम्ही सगळे माझ्याशी अगदी चांगलं वागता. परंतु आता मला जरा एकटं निवांत राहू द्या. तुम्ही माझी काळजी करू नका."

"अग, सगळं चांगलं आहे, तर असं वेगळेपण का?"

"हे वेगळेपण एवढ्याचसाठी, की जोपर्यंत मी तुम्हाला हवी आहे तो पर्यंतच बाजूला झालेलं बरं! तुम्हाला तुमचा संसार आहे, नोकरी-धंदा आहे. तुम्ही तुमचं बघा. एवढे दिवस संसारात, नोकरीच्या धावपळीत, एकेक जबाबदाऱ्या पार पाडताना जे करायचं होतं ते राहूनच गेलं बघ. तुमचे बाबा जाऊन एक वर्ष झालं. त्यांच्या आठवणी आहेत माझ्या सोबतीला. आता मला माझ्या मनाप्रमाणे राहू देत."

"अगं आई, तू आमच्याकडंही तुझ्या मनाप्रमाणे राहू शकतेस. घरातली कोणतीही जबाबदारी घेऊ नकोस. मुलं पाळणाघरात जातील. आम्ही दोघं नोकरीला गेल्यानंतर तू घरात एकटीच असणार आहेस. पण घरात तू असलीस की एक आधार वाटतो. तुझ्या अनुभवाची शिदोरी आम्हाला मार्गदर्शन करते, म्हणून म्हणतो तू अशी एकटी राहू नकोस."

"अरे, प्रत्येकाला आपल्या अनुभवानं शहाणपण येतं. मी माझ्या अनुभवाचं बळ देईनही काही क्षण; पण काही वेळा असं घडेल, की तुम्ही न मागता माझ्या शहाणपणाचं मांजर तुमच्या पायात येऊ लागलं तर ते तुम्हाला चालू देणार नाही. मग तुम्ही हे मांजर उपेक्षेच्या पिशवीतून दूर टाकाल. तो दोष तुमचा नसेल. मलाच कळलेलं नसेल- किती तुमच्यात असायचं, किती नसायचं! मी काय लांब का कुठे जाणार आहे? सण-समारंभात, अडीअडचणीच्या वेळेला मी तुमच्यात असेनच. आता म्हटलं तर मी तुमच्यासाठी एका फोनच्या हाकेवर आहे."

"तरी पण आई... या वयात.... एकटं?"

"चल वेड्या, मी म्हातारी थोडीच झालीये? दासबोध वाचून काढायचाय, गोंदवलेकर महाराजांचं चरित्र वाचून काढायचंय. रामनामाचा १३ कोटी जप पूर्ण करायचाय. सुधीर फडके आणि गदिमांचं जुनं गीतरामायण पुन्हा कॅसेटवर ऐकायचंय. जमलंच तर निवांत बसून आशा भोसलेंच्या जुन्या हिंदी-मराठी चित्रपटांतील गाण्यांचा मंद-शांत आस्वाद घ्यायचाय. हे सगळं करायचं किती वर्षांपासूनं मनात आहे. या सगळ्याला वेळ मिळावा म्हणूनच तर मला तुमच्यातून निवृत्त होऊ दे. पण जीवनातून मी निवृत्त झालेली नाही. या साऱ्याचा आनंद मला उपभोगू दे."

मुलांना हे पटवून सांगताना तिची दमछाक झाली. पण अखेर मुलांनी आईचं एकटं राहणं स्वीकारलं. एक वर्षापूर्वी यजमानांनी निरोप घेतल्यानंतर या साऱ्या गोष्टींचा विचार तिनं केला. मुलं-मुली आपापल्या ठिकाणी सुस्थिर झालेली होती. शासकीय नोकरीतून निवृत्त होऊन पाच वर्षं झालेली. यजमानांचं आजारपण काढण्यात आतापर्यंतचा वेळ गेला. त्यांनी तिचं आयुष्य घडवलं. सुख-शांती-समाधान जे हवं ते सर्व दिलं. फक्त... शेवटपर्यंत साथ दिली नाही. काही अनुभव घेण्यासाठी तिला मागं ठेवलं, असं तिचं म्हणणं होतं. मधुमेहानं त्यांना पोखरून काढलं होतं. शेवटी नियतीच्या मनात असतं तेच घडतं. यजमान गेल्यानंतर मात्र एकाकीपण मन पोखरू लागल्याची चाहूल तिला लागली. प्रेमळ मुलांनी खूप धीर दिला. पण... त्यांनाही त्यांचं वेगळं विश्व होतं. त्यांच्यात तिला अडथळा व्हायचं नव्हतं. पिढीतल्या अंतरामुळे पुष्कळ वेळा सुनांचं वागणं पटायचं नाही, नातवंडांचे हट्ट रुचायचे नाहीत. जुने विचार आणि बदलता कालखंड यामुळे कोंडी होऊ लागली म्हणूनच तिनं ठरवलं आता सत्य स्वीकारायचं. स्वतःला पटणारा, पेलणारा आणि कुणावर तरी कुरघोडी करण्यासाठी नसलेला एक सोपा मार्ग निवडायचा आणि एकटं पडायचे. उगाचच गुंतून राहायचं नाही. त्यांच्या मर्जीनं त्यांना राहू द्यायचं. आपल्या मार्गानं आपण चालायचं.

समाजाच्या दृष्टीनं ती एकटी आहे; पण तिचा गोतावळा किती वाढला आहे. संतांची चरित्रं व पुस्तकं यांनी घर भरलं आहे. भजनी मंडळ, ज्येष्ठ नागरिक संघ यांच्याशी नातं जोडलं गेलं आहे. जीवनप्रवासात मागे वळून पाहताना आपण काय कमावलं, काय गमावलं याचा शोध घेण्यात किती तरी वेळ जातो. कामवाल्या बाईला कधी मानसिक आधार मिळतो. वर्तमानपत्र टाकणारा मुलगा चांगले मार्क्स मिळाले म्हणून आजीकडून बक्षीसही घेऊन जातो. आल्यागेलेल्याला क्षणभर थांबून चहाचा कप किंवा सरबताचा ग्लास घेण्याचं हे हक्काचं ठिकाण झालं आहे. सर्वांच्यात असून एकटं राहण्यापेक्षा

एकटं राहून सर्वांच्यात असणं ती आता अनुभवते आहे. खरोखरच या एकटेपणातच ती समाधानी आहे. प्रत्येक ज्येष्ठ नागरिकानं स्वतःचा नेमका आनंद कशात आणि तो आपण कशा प्रकारे मिळवू शकतो याचा विचार करायलाच हवा.

गतिमान जगात वृद्धापकाळाच्या संकल्पना आज बदलत आहेत. पूर्वीसारखी पैशाची लाचारी राहिलेली नाही. परंतु पैशाच्या आधारापेक्षा मानसिक आधार महत्त्वाचा वाटतो. काही ठिकणी कंपन्यांच्या नोकरीमध्ये निवत्तिवेतनाची सोय नसते. निवृत्तीच्या वेळी मिळालेला पैसा मुलांच्या उज्ज्वल भविष्यासाठी खर्च केलेला असतो. अशा ज्येष्ठ नागरिकांना मात्र स्वतःचा विचार न केल्यामुळे आर्थिक लाचारीही सहन करावी लागते. दोन वेळा जेवणासाठी, छोट्यामोठ्या छंदासाठी, मनोरंजनासाठी, औषधपाण्यासाठी जेव्हा मूक लाचारी सहन करावी लागते तेव्हा म्हातारपणाचं भूत अधिकच भेडसावतं. ज्यांच्याकडे पैसा असतो ते त्याचं इतकं अवडंबर माजवतात, की 'आम्ही कोणावरही अवलंबून नाही', 'आमचं करण्यास आम्ही समर्थ आहोत', असे म्हणून आपल्याच माणसांमधील अंतर वाढवत राहतात. कुठे किती ताणायचं आणि कुठे किती जोडायचं हे तारतम्य मात्र असायलाच हवं.

वृद्धापकाळात जोडीदाराची साथ अतिशय महत्त्वाची ठरते. तरुणपणात आवश्यकता वाटली नसेल तेवढी जोडीदाराची आवश्यकता या वयात भासते. आपलं मन मोकळं करण्याची ती हक्काची जागा असते. तरुणपणातील काही वादविवाद, मतभेद असतील तरी ते विसरून एकमेकांना साथ देत 'तू तिथं मी' असं म्हणत एकमेकांना समजून घ्यायला हवं. स्त्रिया मुला-नातवंडांत अधिक गुंतलेल्या असतात. वृद्धापकाळातही सुनांना मदत करण्यात, नातवंडांना खेळवण्यात व झेपतील तेवढी कामं करण्यात स्त्रीचा वेळ जातो. बदलत्या परिस्थितीशी पुरुषापेक्षा स्त्री अधिक लवकर जुळवून घेते व वर्तमानाशी एकरूप होते. परंतु पुरुषांना मात्र निवृत्तीनंतर अधिकाराची खुर्ची गेली की वास्तव स्वीकारणं अवघड जातं. म्हणूनच वृद्धापकाळात एकटेपण छळू लागतं.

वृद्धांना कर्तृत्वाची फुशारकी मारायला आणि भूतकाळात रमायला फार आवडतं आणि नेमकं हेच आजच्या पिढीला नको असतं. वारंवार तेच तेच पुराण ऐकून त्यातून शहाणपणा घेण्याऐवजी आजच्या पिढीला त्यांचा तिरस्कार वाटू लागतो आणि तेच ऐकत राहण्यापेक्षा त्यांच्यापासून लांब राहणं तरुण पिढी पसंत करते. त्यामुळे दोन पिढ्यांतील अंतर वाढत जातं. यासाठीच ज्येष्ठ नागरिकांनी वास्तवाचे भान ठेवणं फार जरुरीचं आहे. काळाबरोबर चार पावलं टाकायला आपणही शिकलं पाहिजे तरच हे अंतर आटोक्यात राहील. धावणाऱ्या तरुण पायांत आपण मध्येच कुठे आलो तर त्यांच्या

मनात नसतानाही आपण त्यांना नकोसे होत असतो. म्हणूनच बदल स्वीकारायला हवा; अन्यथा मुला-बाळा-नातवंडांत असूनही एकटेपणाचं दुःख सतत बोचत राहील म्हणून सर्वांसोबत राहिलं तरीही आपले ओझे कोणाला होणार नाही याची दक्षता घ्यावी लागते. पूर्वीप्रमाणे माझं म्हणणं घरातं ऐकल जाईलच असे नाही याच स्वीकार करावा बदलत्या परिस्थितीशी जुळवून घेण्याचा प्रयत्न करावा.

आयुष्यात प्रत्येकानं आपल्या व्यवसायाव्यतिरिक्त एक तरी छंद जोपासायला हवा. वृद्धापकाळात नवीन काही ऐकणं आणि त्यातलं काही स्वीकारणं अशक्य होतं म्हणूनच तारुण्यातच त्याचं बीज रोवून पुढील आयुष्याचा आलेख ठरवणं महत्त्वाचं असतं. आयुष्यात ज्यांनी आपला पुढील आलेख ठरवलेला आहे त्यांना जीवनातील एकाकीपणाची सावलीही भेडसावत नाही. अगदी फार काही करता आलं नाही तरी स्वतःला गुंतून राहता येईल अशी एखादी आवड जोपासायलाच हवी आणि सर्वात महत्त्वाचं म्हणजे सकारात्मक दृष्टिकोन जोपासायला हवा. वयाचं ओझं घेऊन फिरताना, 'आता आमचं वय झालं' असं म्हणत आपल्याला आता काहीच जमणार नाही, या नकारात्मक दृष्टिकोनामुळेच शरीराच्या प्रत्येक अवयवावर त्याचा प्रभाव पडतो. मानसिकदृष्ट्या माणूस अस्थिर होतो आणि मग शरीर साथ देत नाही व तो मनानंच वृद्ध होतो. परंतु प्रत्येक गोष्टीचा सकारात्मक विचार करणारी व्यक्ती आनंदी व प्रसन्न राहते व आपल्या भोवतीही सर्वत्र आनंदीआनंद पसरला आहे, असं तिला वाटू लागतं. म्हणूनच अटलजींसारखा वयोवृद्ध माणूसही देशाचा कारभार समर्थपणे पेलू शकतो. सकारात्मक दृष्टिकोनामुळे निराशेतला 'न' व वार्धक्यातला 'व' तुमच्या जवळपासही फिरकणार नाही व एकाकीपणाच्या संध्याछाया भिववणार नाहीत. ज्या गोष्टींचा अनुभव धकाधकीच्या आयुष्यात घेता आला नाही ते सुख, तो आनंद तृप्तपणे उपभोगता येईल.

सारांश, प्रत्येक ज्येष्ठ नागरिकानं लक्षात ठेवावं, की कोणाला तरी अनिच्छेनं रडगाणं ऐकवण्यापेक्षा उरलेल्या क्षणांशी दोस्ती करायला शिकायला हवं. वास्तवाशी हितगुज करायला हवं आणि ते स्वीकारण्याचं आत्मबळ वाढवायला हवं. मनाचं बळ वाढलं तर शरीरही साथ देईल. तरुणांना ऊठसूठ शिकवत बसण्यापेक्षा, त्यांच्या मार्गात अडथळा न बनता त्यांना कौशल्यानं मार्गदर्शन करायला हवं. तरच तरुण पिढीला तुम्ही जसे असाल तसे हवेहवेसे वाटाल आणि मग एकाकीपण तुमच्या वाट्यालाही येणार नाही. वाटेल बस्स! आयुष्याचं सार्थक झालं!

हे करावे

- लग्नाच्या नात्यात एकमेकांच्या व्यक्तिगत स्वातंत्र्याचा विचार जागरूकपणे करा आणि त्याचा मनापासून स्वीकारही करा.
- नाती टिकवण्यासाठी जुने हट्ट आणि सवयी सोडून देण्याची आणि नवीन कौशल्ये आणि आव्हाने स्वीकारण्याची तयारी ठेवा.
- पती-पत्नीच्या वादविवादावर उपाय शोधण्यासाठी त्यामागचे खरे कारण शोधून काढा.
- समाजाला दाखवण्यासाठी नातं टिकवण्यापेक्षा स्वतःच्या आनंदासाठी नातं टिकवण्याला प्राधान्य द्या.
- मोडकळीस आलेली नाती जबरदस्तीने जपू नका. समंजसपणे विभक्त होण्याची मानसिक तयारी ठेवा.
- एखादा छंद जोपासा आणि जुन्या कटू आठवणी दूर करण्याचा प्रयत्न करा.

हे टाळावे

- नाते फारच मोडकळीस आले असेल, तर मनातल्या मनात कुढत बसणे आणि ते अट्टाहासाने टिकवण्याचे प्रयत्न करत राहणे.
- आपले मत जोडीदारावर लादणे आणि त्याच्या मताला किंमत न देणे.
- वाद होऊ नयेत, म्हणून संवाद थांबवणे.
- जोडीदाराला तुच्छ लेखून सतत टोचून बोलत राहणे.
- कामाचा, श्रमाचा आणि जबाबदारीचा वाटा एकाच जोडीदारावर टाकणे आणि अलिप्त राहणे.

उत्तरायण

संसारासाठी सर्व सोसलं
सर्वांसाठी केलं
सासू-सासरे नवरा, मुलं
यांचंच हित पाहिलं

आवडीनिवडी सोडल्या
करिअर सोडलं
अस्तित्व आणि आत्मसन्मान
सारं काही हरवून गेलं

आयुष्य पणाला लावलं
पण हाती काय लागलं
गृहीत धरणं, अपमान
हेच पदरी पडलं

पण उत्तरायणात....
जागं झालं आत्मभान
स्वतःसाठी जगायचं
गुंतलेल्या नात्यांतही
सुरक्षित अंतर ठेवायचं

कटू आठवणी आता
खरंच मागे सारायच्या
आयुष्यातला आनंद
मनापासून उपभोगायचा

८
कौटुंबिक नाती टिकवताना...

समाजशास्त्रीय दृष्टिकोनातून कुटुंबसंस्थेची निर्मिती वैवाहिक नात्यातून होत असते. प्रेम, सहवास या नैसर्गिक भावनांच्या पूर्ततेसाठी व सुरक्षित जीवन जगण्यासाठी स्त्री-पुरुष एकत्र येऊन लग्न करतात आणि कुटुंबाची निर्मिती होते.

लग्नामध्ये अनेक नवीन नात्यांचे बंध गुंफले जातात आणि दोन कुटुंब एकत्र येत असतात. लग्न झाल्यानंतर पती-पत्नी, त्याचे आई-वडील, भावंडं हे प्राथमिक कुटुंब असतं मूल झाल्यानंतर कौटुंबिक सदस्यांची संख्या वाढत जाते. कुटुंबातील प्रत्येक सदस्याचं स्वतःचं असं एक वेगळं व्यक्तिमत्त्व असतं. अनेक नात्यांचे बंध एकत्र करून झालेली व्यवस्था म्हणजे कुटूंब. कुटुंबातील प्रत्येक सदस्याला आपल कुटुंब सुखी असावं. कौटुंबीक वातावरण आनंददायी असावं. कुटुंबात सुरक्षितता मिळावी असं वाटत असतं पण त्यासाठी कुटुंबाची काही पद्धती काही तत्त्वं असणेही आवश्यक असतं. व्यक्तिगत हितापेक्षा कौटुंबिक हिताचा विचार झाला तरच कुटुंब टिकत.

कुटुंबसंस्था ही सध्या संक्रमण अवस्थेतून जाते आहे. एकत्र कुटुंब पद्धतीतून हळूहळू विभक्त कुटुंब पद्धतीकडे समाज जात आहे. पुरुष प्रधान संस्कृतीचे वर्चस्व कमी होऊन आता स्त्री-पुरुष दोघेही संयुक्त जबाबदारी घेताना दिसत आहेत. पुरुषी मानसिकतेत बदल घडवून आणण्यासाठी कायद्याने स्त्रियांना संरक्षण देऊन कुटुंबात तिचं स्थान असावं अशा प्रकारच्या योजनाही केलेल्या आहेत. परंतु कुटुंबात कायदा येऊ लागल्याने कुटुंब संस्थाच डळमळीत होऊ लागली आहे, कारण कौटुंबीक नाती केवळ कायद्यानं टिकवता येत नाहीत. ती नाती मानसिक आणि भावनिक गुंतवणुकीवर अवलंबून असतात, त्यामुळे कायद्याचा आधार हा शेवटचा पर्याय असावा. कौटुंबिक नाती टिकवण्यासाठी प्रत्येक सदस्याकडून प्रयत्न होणं गरजेचं

असतं. कुटुंबाची खरी गरज काय याचा आधी विचार होणं महत्त्वाचे आहे. कुटुंबातील सदस्यांनी एकमेकांना गृहीत न धरता एकमेकांशी मोकळेपणाने बोलणं आपली सुख दुःख एकमेकांना सांगणं, मतभेदाचे प्रसंग आले तरी ते न ताणता, वाद न वाढवता सामंजस्यानं सोडवायला हवेत.

बदलत्या जीवनशैलीत कौटुंबिक नात्यांमध्ये विस्कळीतपणा आलेला आहे. कुटुंबात सर्व भौतिक सुखं आहेत परंतु एकमेकांसाठी वेळ नाही ही परिस्थिती दिसून येत आहे. आजच्या जीवनाचा वाढता वेग, स्पर्धा, व्यक्तिवाद, उच्च राहणीमानावर अवास्तव भर यामुळे नात्यातील भावविश्वाला धोका पोहचत आहे. मुलांना सुट्टी लागली की त्यांना कोणत्या तरी शिबिरात अडकवलं जातं. मामाचा गाव, आजोळची मजा या गोष्टी कालबाह्य झाल्या आहेत. शहरातील सिमेंटच्या जंगलात सगळंच कसं कृत्रिम झालं आहे. आईवरचं प्रेम व्यक्त करण्यासाठी सुद्धा 'मदर्स डे' चा आधार घ्यावा लागतो. फॅमिली गेट टुगेदरची जागा उंची हॉटेलमधल्या पार्ट्यांनी घेतली आहे. कुटुंबातील 'आम्ही'ची जागा 'मी आणि माझं' यांनी घेतली आहे, परंतु तरीही कुटुंबव्यवस्था अजून टिकून आहे. कारण अडीअडचणीच्या काळात कौटुंबिक नातीच मदतीला येतात. सुखदुःखाचे प्रसंग हीच नाती सावरतात. निरपेक्ष आनंद आणि निःस्वार्थी प्रेम कुटुंबात मिळतं. म्हणूनच कुटुंबसंस्था अधिक सशक्त होणं गरजेचं आहे. कुटुंबातील सदस्यांनी यासाठी जाणीवपूर्वक प्रयत्न करणं अधिक गरजेचं आहे. प्रत्येकामध्ये काही दोष असतात; परंतु त्याचबरोबर चांगले गुणही असतात याचा एकमेकांची मन जाणून घेऊन मनापासून स्वीकार करायला हवा आणि कौटुंबिक स्थैर्यासाठी प्रयत्न करायला हवेत.

कुटुंब जपताना

प्रसंग : १

"सई, काय हा पसारा घातला आहेस? कांद्याची फोलपटं घरभर फिरताहेत. ओट्यावर तेलाची बरणी उघडीच आहे. सई... तुला थोडंसुद्धा आवरता येत नाही? काय लहान आहेस का आता? पुढच्या वर्षी ग्रॅज्युएट होशील. आई ऑफिसमधून आल्यावर असा पसारा असलेला तिला आवडत नाही, हे माहिती आहे, तरी पुन्हा पुन्हा तसेच वागायचं? चहाचा कप तर जाऊ देत; पण पाण्याचा ग्लासही हातात मिळेल तर शपथ. कधी अक्कल येणार आहे तुला...?"

आई बोल बोल बोलत होती. सईचा चेहरा उतरला, डोळ्यांत पाणी दाटून आले. दुपारी कॉलेजमधून ती लवकर घरी आली होती. आज काहीतरी वेगळे खायला करावे आणि आई आल्याबरोबर आईला खूष करावे असे तिने ठरवले होते. नेट चालू करून तिने गुगल सर्च केले आणि त्यात सांगितल्याप्रमाणे सर्व साहित्य जमवून शेजवान राईस तयार केला होता; पण आईच्या रागामुळे तिच्या सगळ्या आनंदावर विरजण पडले. डोळ्यांतून गंगा-जमुना वाहू लागल्या. सईने काहीच न बोलता शेजवान राईसची डिश सजवून आईच्या हातात ठेवली आणि ओटा आवरायला घेतला.

आई सईकडे पाहतच राहिली. ऑफिसमध्ये झालेला त्रास, प्रवासाची दगदग यामुळे आपण थकून गेलो होतो आणि आपला राग उगाचच लेकरावर काढला याचे तिला वाईट वाटले. तिने नवीन काही केले असेल असे डोक्यातही आले नाही. तिने एक घास तोंडात टाकला आणि म्हणाली,

"सुपर... खूपच छान जमलाय तुला. रागावलीस माझ्यावर? I am sorry. चुकलंच माझं."

सईची कळी एकदम खुलली. एवढा वेळ केलेल्या मेहनतीचे सार्थक झाले, असे

तिला वाटले.

"Thank u आणि मी पण Sorry. घरातील पसारा मी आवरून ठेवायला हवा होता; पण सवय नसल्यामुळे लक्षातच आलं नाही."

आईने सईला जवळ घेतले. तीही आईच्या कुशीत शिरली आणि क्षणार्धात घरातले वातावरण बदलले.

प्रसंग : २

"बाबा... मला नवीन मोबाईल घ्यायचा आहे. माझा वाढदिवस जवळ आलाय. मला नवीन फोनच गिफ्ट द्या."

"अरे मागच्या वाढदिवसालाच तुला नवीन मोबाईल घेतला. अजून एक वर्षही झाले नाही आणि लगेच नवीन मोबाईल हवा?"

"सोहम, अरे बारावीचे वर्ष तुझे; जरा अभ्यासात लक्ष दे. कशाला हवा लेटेस्ट मोबाईल तुला? त्या FB आणि Whats app ने तर नुसते डोके उठवलेय. अभ्यासापेक्षा फालतू चॅटिंग करण्यात वेळ घालवता तुम्ही मुले."

"नाही बाबा. नवीन मोबाईलमध्ये नवीन ॲप्लिकेशन्स असल्यामुळे त्याचे खूप फायदेच असतात म्हणजे बघा त्यामध्ये इंटर्नल मेमरी जास्त असते. त्यामध्ये मायक्रोसॉफ्ट वर्ड व पीडीएफ फाईल ओपन होऊ शकतात. त्यात पीपीटी करता येऊ शकते. या सगळ्याचा आम्ही अभ्यासासाठीही उपयोग करतो. नोट्स हाताळण्यापेक्षा त्याच नोट्स डिजिटल फॉरमॅटमध्ये मोबाईलमध्ये वाचता येतात. सोशल नेटवर्कच्या साइटचा मी योग्यच वापर करतो."

"सोहम, फार आगाऊपणा करू नको. मोबाईल असल्यामुळेच नोट्स कॅरी करता येतात असे नाही. अरे, किती कष्टात दिवस काढले आम्ही. तुझ्या वयात काम करता करता शिक्षण केले, तेव्हापासून मी घरासाठी कमवत होतो."

"बाबा, तुमच्या वेळेत आणि आमच्या वेळेत फरक आहे की नाही? मी उथळ आहे, मला पैशाची किंमत नाही असेच तुम्हाला का वाटते? माझा मित्र वरद खूप आजारी असल्यामुळे काल क्लासमध्ये आला नव्हता; पण सौरभकडे लेटेस्ट मोबाईल असल्यामुळे त्याने सर्व असाइनमेन्टस आणि सरांनी दिलेल्या नोट्स इमेज काढून 'व्हॉटस अप'वर वरदला पाठवल्या, त्यामुळे त्याला आजची परीक्षा देता आली. घरबसल्या तो अभ्यास करू शकला. या सर्व बाबींची देवघेव आम्ही मोबाईलवर करतो; पण तुमचा विश्वास हवा ना. अभ्यासाचं टेन्शन मलाही आहे; पण मला

कोणी समजूनच घेत नाही.''

प्रसंगः ३

''सुजाता... अग काय करते आहेस?''

''झटपट तयार होणारी मॅगी.''

''अग काय हे सूनबाई. कसली खाणी ग तुमची? तुमच्या फास्टफूडच्या जमान्यात सकस पदार्थ हरवूनच गेले आहेत. पोहे, शिरा, उपीट, थालिपिठं, धिरडी असे काहीतरी करावं. संध्याकाळचं खाणंसुद्धा चांगलं असायला हवं, दमदार असायला हवं.''

''आई, अहो वेळ लागतो ते सर्व करायला आणि मला नाही आवडत तसलं काही. मॅगी कशी दोन मिनिटांत तयार होते.''

''आजकालच्या तुम्हा मुलींना सगळ्या 'रेडी टू कूक' गोष्टी आवडतात. अग मी पण नोकरी केली; पण घरातल्या सर्व गोष्टी सांभाळून. सुटीच्या दिवशी चिवडा, तहान लाडू, भूक लाडू अशा गोष्टी मी करून ठेवायची. घरातील सण-समारंभ, कूळधर्म-कुळाचार या गोष्टींत कधीही टाळाटाळ केली नाही.''

''आई, प्रत्येक वेळी तुमच्याशी माझी तुलना केलीच पाहिजे का? माझ्या खाण्या-पिण्यावर मला निर्बंध नकोत. दुसरे म्हणजे तुम्हीही नोकरी करत होतात; पण तुम्ही 'शिक्षिका' होता. तुमच्या कामाच्या वेळा ठराविक होत्या. सुटीचे दिवस ठरलेले होते. आमच्या आयटी क्षेत्रात कामाच्या वेळा ठरलेल्या नसतात. जबाबदारीची कामे तिथे करावी लागतात. घरी आल्यानंतर साग्रसंगीत स्वयंपाकपाणी करणे शक्य नसते. सुटीच्या दिवशीही बदल हवा असतो. त्याच त्या गोष्टी करत राहणे मला आवडत नाही. तुमच्या आयुष्यात तुम्ही केले तेच मी करावे असा तुमचा अट्टाहास का?''

''पण चांगल्या गोष्टी लक्षात घ्यायला काय हरकत आहे?''

''चांगल्या गोष्टी म्हणजे तुम्हाला ज्या चांगल्या वाटतात त्या. मला काय वाटतेय याचा तुम्ही कधी विचारच करत नाही. तुमच्या नियमाप्रमाणेच सगळं व्हायला हवं.''

प्रसंग : ४

''मिलिंद, अरे पाच तारखेला आपल्याला नगरला जायचं आहे. सुटी काढलीस ना?''

''नाही ग... मला सुटी मिळणे शक्य नाही. ऑफिसमध्ये ऑडीट टीम येतेय.''

''माझ्या माहेरचा कार्यक्रम म्हटल्यानंतर तुझी काहीतरी कामं निघणारच.''

''मंजिरी, अगं मी काही मुद्दाम करतो आहे का?''

''प्रत्येक वेळीच असे का होते? मी मात्र तुझ्या सगळ्या नातेवाइकांचे पुढे पुढे होऊन सगळे करायचे. तुला मात्र माझ्या नातेवाइकांसाठी काहीच करायला नको? माझ्या आई-बाबांच्या लग्नाचा वाढदिवस साजरा करायचा हे आम्ही भावंडांनी ठरवले आहे. सगळ्यांनी एकत्र यावं अशी त्यांची इच्छा आहे आणि तू मात्र असा वागतोस.''

''मंजिरी, मी पुन्हा सांगतोय, मी मुद्दाम करत नाही. तू एकटी जा... मी नंतर सुटीच्या दिवशी त्यांना भेटायला जाऊन येईन किंवा पुन्हा आपण दोघे जाऊ.''

''नेहमीप्रमाणे मी एकटी जाणारच आहे... ते तू सांगायची गरजच नाही आणि तुला माझ्या आईवडिलांसाठी कधी वेळ मिळणारच नाही, हे मला माहिती आहे. माझे माहेर म्हटले, की तुझे डोके फिरणारच... पण आता यापुढे तुझ्या नातेवाइकांशी कसे वागायचे हे मीपण ठरवणार आहे.''

''उगाच डोक्यात राग घालून घेऊ नकोस आणि पराचा कावळा करू नकोस... माझ्या अडचणी तुला समजत कशा नाहीत?''

''हो... मलाच काही समजत नाही...''

''जाऊ दे... आत्ता तुझ्याशी बोलण्यात काहीच अर्थ नाही.''

कौटुंबिक नात्यात... घराघरात थोड्याफार फरकाने, पालक, मुले, सासू-सून, पती-पत्नी यांचे संवाद अशा प्रकारचे असतात. कुटुंबातील प्रत्येक नात्यात ताणतणाव असतात. कुटुंबसंस्थेत अनेक वादळे येतात; पण तरीही कुटुंबसंस्था अजूनही टिकून आहे आणि भारतीय व्यवस्थेत कुटुंबसंस्थेला अनन्यसाधारण महत्त्वही आहे. कुटुंब म्हणजे नक्की काय तर अनेक नात्यांचे बंध एकत्र झालेली एक व्यवस्था, असे सर्वसाधारण म्हणता येईल. कारण कुटुंबाची व्याख्या कुठेही केलेली नाही. प्रत्येकालाच आपले कौटुंबिक आयुष्य सुखी असावे असे वाटत असते. हे 'सुखी असणे' म्हणजे नेमके काय, याचा विचार केला तर प्रत्येकाला आनंद मिळावा. थोडक्यात, सगळे आलबेल असावे... वाद होऊ नयेत असे प्रत्येकालच वाटते; पण प्रत्येक जण फक्त आपल्याच पद्धतीने विचार करत राहिला तर हे शक्य होत नाही.

आज आपल्या आजूबाजूच्या कुटुंबांकडे जरा डोळसपणे पाहिले, तर कुटुंबात राहूनही आपलेपणा नसल्याची उदाहरणे दिसतील. पती-पत्नींमधील वाद, पालक-

मुलांमधले तुटलेले संबंध, भावाभावांमध्ये संपत्तीसाठी वर्षानुवर्षे चालणारे खटले, सासू-सुनांची खडाजंगी अशा प्रकारच्या गोष्टी दिसत असतात. कौटुंबिक सौख्य जर प्रत्येकाला हवे आहे, तर फक्त स्वतःपुरता विचार करून चालणार नाही. कुटुंबातील प्रत्येक सदस्यामध्ये सुदृढ नाते निर्माण होण्यासाठी सतर्क, सजग असायला हवे. नाती टिकवण्यासाठी जाणीवपूर्वक प्रयत्नही करायला हवेत. म्हणजे नक्की काय करावे?

एकमेकांना समजून घ्यायला हवे

कुटुंबामध्ये भावनिक नात्याच्या बंधनाने व्यक्ती एकत्र आलेल्या असतात; पण प्रत्येक व्यक्तीचा स्वभाव वेगळा असतो. स्वतःला काय हवेय या अपेक्षा ठेवताना त्याच वेळी दुसऱ्याला नक्की काय हवेय याचाही विचार व्हायला हवा. पालक आणि मुलांच्या नातेसंबंधात मुलांना काही गोष्टी सांगताना मुलांच्याही मनात नक्की काय चालले असेल याचा अंदाज घेणे महत्त्वाचे आहे. 'मला असे वाटते म्हणजे असेच झाले पाहिजे' असा आग्रह प्रत्येकानेच धरला तर कुटुंब टिकणे अवघडच होऊन जाईल.

कुटुंबामध्ये एकमेकांबद्दल प्रेम, आपुलकी, संरक्षण, विश्वास, आदर इत्यादी मूल्यांची जपणूक होणे अपेक्षित असते; पण केवळ एकमेकांना गृहीत धरून चालणार नाही. अनुभवांचे शेअरिंग, सुखदुःखाची वाटणी व्हायला हवी आणि दुसऱ्याचे मतही जाणून घ्यायला हवे. कुटुंबामध्ये जबाबदाऱ्यांचा आणि कर्तव्याचा भाग अपरिहार्यपणे आणि केवळ यांत्रिकपणे निभावला जात असेल, तर कौटुंबिक नाती सुदृढ राहणार नाहीत. काही कुटुंबामध्ये पती-पत्नी एकत्र राहत असतात. आपली कर्तव्येही पार पाडत असतात; पण त्यांच्यात भावनिक बंध राहिलेला नसतो. त्या नात्यात केवळ व्यवहार उरलेला असतो. याचे कारण ते एकमेकांना समजावून घेत नाहीत. दुसऱ्याच्या भूमिकेत जाऊन विचार करत नाहीत. नाते कोणतेही असो; परंतु स्वतःच्या मतांचा आग्रह धरताना दुसऱ्याच्या मनाचा ठाव घेणे, हे अतिशय महत्त्वाचे असते. 'मी चुकत नाही, चुकतोय तो समोरचा' हा दुराग्रही अहंकारच कुटुंब मोडायला कारणीभूत ठरतो, हे लक्षात घ्यायला हवे.

तुलना नको

कौटुंबिक नाती सांभाळताना एक तत्त्व पाळणे अत्यंत आवश्यक आहे; ते म्हणजे दुसऱ्याशी तुलना नको. कळत-नकळत दुसऱ्याशी आपल्या इतर व्यक्तींची अथवा

स्वतःची तुलना केल्यामुळे नैराश्यच वाट्याला येत असते. त्यामुळे प्रत्येक व्यक्ती स्वतंत्र आहे, तिचे स्वतःचे असे स्वतंत्र व्यक्तिमत्त्व आहे, याचा स्वीकार केल्यास तुलना केली जाणार नाही.

बदल स्वीकारा

पालक-मुलांच्या नात्यात, सासू-सुनांच्या नात्यात पिढीतील अंतरामुळे अनेक वेळा वाद उद्‌भवतात. 'आमच्या वेळी असे नव्हते' असे म्हणून त्या वेळचे दाखले दिले जातात. खरे तर 'आमच्या वेळी' हे मापनच मुळात चुकीचे आहे. कारण जीवनशैलीत बदल होतो आहे. समाज बदलतोय, मानसिकता बदलत चालली आहे. या परिवर्तनाला निकोपपणे सामोरे जाणे हेच स्वागतार्ह आहे.

प्रत्येक पिढीतील अंतर कमी होत चालले आहे, त्यामुळेच भावंडांमध्येही मोठा भाऊ आणि छोटा भाऊ यांच्यामध्येही 'आमच्या वेळी' असे शब्द वापरात येऊ लागले आहेत. बदलत्या गरजांनुसार, महागाईनुसार पती-पत्नी दोघांनाही आर्थिक भार पेलणे आवश्यक झाले आहे. स्त्री घराबाहेर पडल्याने साहजिकच घराकडे पूर्ण लक्ष देणे तिला शक्य होत नाही; तिला वेगवेगळ्या सपोर्ट सिस्टिम्स'ची गरज लागणारच हे समजून घ्यायला हवे.

बदलत्या परिस्थितीनुसार सणसमारंभ, रितीरिवाज यामध्ये बदल करणे आवश्यक आहे. बदलत्या व्यवस्थेचे खापर नवीन पिढीवर फोडून त्यांना वेळेची आणि पैशाची किंमत नाही, त्यांचे घराकडे लक्ष नाही अशी सरधोपट विधाने करणे चुकीचे आहे. पालकांनी मुलांबाबत, सासवांनी सुनेबाबतचा बदल स्वीकारायला हवा. वृद्धांनीही जीवनशैलीत काळानुरूप झालेला बदल मान्य करायला हवा. मुलगा एकुलता एक असला तरी तो आपल्याजवळच राहील, असे गृहीत धरायला नको आणि त्याबाबतची आग्रही भूमिका ठेवून कुरकुर करायला नको. काळानुसार होत गेलेले बदल स्वीकारले नाहीत, तर संघर्ष अटळ आहे.

समाजातील दोन पिढ्या वेगवेगळ्या वेळी जन्मलेल्या आहेत, वेगवेगळ्या वातावरणात वाढलेल्या आहेत, त्यामुळे दोन पिढ्यांमधील वैचारिक, सामाजिक, बौद्धिक व मानसिकतेतही फरक असणारच, या सत्याचा स्वीकार केला तर हा संक्रमणाचा अवघड कालावधी दोन्ही पिढ्यांना जोडणारा एक पूल ठरेल. कुटुंब व्यवस्थेच्या या संक्रमण कालावधीत दोन्ही पिढ्यांना प्रगल्भ बनवेल आणि कौटुंबिक नाते बळकट करायला मदत करेल.

'तो' क्षण सांभाळणे महत्त्वाचे

'व्यक्ती तितक्या प्रकृती' असल्याने प्रत्येकाचे विचार भिन्नच असणार. बऱ्याच वेळा भिन्न विचारांशी जुळवून घ्यावे लागते. मनाविरुद्ध वागावे लागते, अशा वेळी चिडचिड, संताप होतो; पण तो रागाचा क्षण सांभाळणे खूपच महत्त्वाचे असते. समोरची व्यक्ती आपल्या मनाविरुद्ध काही बोलली किंवा मनाविरुद्ध वागली, की ताबडतोब आपली प्रतिक्रिया येते. त्यामुळेच मतभेद आणि नंतर भांडणे होतात. सून अशी का वागली? सासू असेच का म्हणाली? नवऱ्याने असेच का केले? बायकोने तसेच का केले? यावरूनच वादविवाद होत जातात. खरे तर वाद केव्हा होणार, समोरची व्यक्ती केव्हा चिडणार हे कुटुंबात राहून लक्षात यायला लागलेले असते. अशा वेळी रागाचा, संतापाचा तो 'क्षण' सांभाळणे जमायला हवे.

सामाजिक क्षेत्रात, इतर व्यक्तींशी वागताना, कार्यालयात सहकाऱ्यांशी जमवून घेताना आपण जाणीवपूर्वक प्रयत्न करत असतो. एखादी गोष्ट मनापासून आवडली नाही, तरी चारचौघात राहायचे आहे म्हणून ती गोष्ट आपण आपल्या मनाविरुद्धही करतो. विविध प्रकारे आपण इतर संबंध सांभाळत असतो. मग कुटुंबातच सर्व गोष्टी आपल्याच मनाप्रमाणे झाल्या पाहिजेत असे का? कौटुंबिक पातळीवरील नाती टिकवतानाही ही कौशल्य जमायला हवीत. रागाचा, संतापाचा, ताणतणावाच्या परिस्थितीचा तो क्षण प्रतिक्रिया देण्यापूर्वी सांभाळता यायला हवा.

बेजबाबदार व्यक्तिस्वातंत्र्यापेक्षा कुटुंबसंस्था महत्त्वाची

कुटुंबसंस्थेमध्ये नेहमीच कुटुंबातील सदस्याचे व्यक्तिमत्त्व, त्याचे व्यक्तिस्वातंत्र आणि कुटुंबाची काही तत्त्वे आणि कुटुंब समूहाचे व्यक्तिमत्त्व यामध्ये फरक असतो, त्यामुळेच यामध्ये संघर्ष होण्याची शक्यता असते. पती आणि पत्नी या दोघांचे स्वतंत्र व्यक्ती म्हणून विचार वेगळे असतात; परंतु कुटुंबासाठी मुलांच्या भविष्यासाठी त्यांना स्वतःचे विचार बाजूला ठेवावेच लागतात; तरच कुटुंब टिकू शकते. उदा. पत्नीला स्वतःचे करिअर करण्याची इच्छा आहे. तिच्याकडे क्षमताही आहे; परंतु घरात वृद्धांकडे लक्ष देण्याची गरज आहे. मुलांकडे लक्ष देण्याची गरज आहे, अशा वेळी स्वतःचे व्यक्तिस्वातंत्र्य सोडून कुटुंबसंस्थेचा विचार करून तिला आपले करिअर स्थगित करावे लागते. परदेशात जाण्याची चांगली संधी आली आहे; परंतु त्याच वेळी मुलांचे किंवा पत्नीचे आजारपण आहे, घरातल्या अडचणी आहेत, तर अशा वेळी त्याला कुटुंबालाच प्राधान्य द्यावे लागते. हा प्राधान्यक्रम ठरवता आला नाही,

तर स्वतंत्र व्यक्तिमत्त्व आणि कुटुंब समूहाचे व्यक्तिमत्त्व यात संघर्ष निर्माण होतो. कुटुंबापासून विलग व्हावे लागते.

कौटुंबिक नात्यामध्ये सर्वच सदस्य भावनिक, मानसिक तसेच आर्थिकदृष्ट्या एकमेकांवर अवलंबून असतात. हे सदस्य ज्या प्रेमासाठी, विश्वासासाठी, सहवासासाठी एका कुटुंबाच्या छत्राखाली आलेले असतात, तो पाया दुभंगला की कुटुंब मोडण्याची प्रक्रिया घडते. म्हणूनच, घरासाठी, आपल्या कुटुंबासाठी स्वतःच्या स्वभावाला मुरड घालायला हवी. एवढ्या-तेवढ्यावरून घर मोडण्याची धिटाई आता वाढू लागली आहे. 'मी म्हणेन तीच पूर्व' हा अट्टाहास सोडून कुटुंबाच्या हिताचा प्रयत्न कुटुंबातील प्रत्येक सदस्याने करायला हवा. त्यासाठी जागरुकपणे निसटणाऱ्या नात्यांचे हात घट्ट धरून ठेवायला हवेत. प्रसंगी कमीपणा घेऊन, स्वत्व सोडून कौटुंबिक नात्याची ज्योत तेवत ठेवायला हवी आणि कुटुंबातील प्रत्येक घटकाने या गोष्टीची जाणीव ठेवायला हवी.

कुटुंबाची खरी गरज महत्त्वाची

आसावरी माझ्याकडे आली तेव्हा तिचे डोळे पाण्याने डबडबलेले होते. आसावरी सोबत तिचा नवरा अनिकेतही आला होता. लहानग्या सौरभला तिने कडेवरून खाली उतरवले आणि रडायलाच सुरुवात केली. घरात पुन्हा काहीतरी झालेले दिसतेय हे मी ओळखले.

''अग शांत बैस बघू इथं आणि काय झालं ते सांगशील का?''

अनिकेत सौरभला मांडीवर घेऊन गंभीर चेहऱ्याने बसून होता; आसावरीचे रडणे चालूच होते. पाच मिनिटे अशीच गेली. मीही तिला मोकळे होऊ दिले. मग तिनेच सांगायला सुरुवात केली.

''घरातल्यांना माझी कोणतीच गोष्ट पटत नाही. मी काही करायचे म्हटले, की सासूबाईंच्या कपाळावर आठ्या. घरचे सांभाळून सर्व करण्याची तयारी असूनही सगळ्यांचे वागणे असेच. अनिकेतचीही मला साथ नाही, तुम्हीच सांगा मी कसं वागावं?''

''काय झालं, ते मला नीट सांगशील का?''

मी अनिकेतकडे दृष्टिक्षेप टाकला. तो डोक्याला हात लावूनच बसला होता. तीन वर्षाचा लहानसा सौरभ मात्र निरागसपणे हातातल्या खेळण्याशी खेळत होता.

डोळे पुसून आसावरी सांगू लागली, ''अनिकेत आणि मी मागच्या आठवड्यात माझ्या महाविद्यालयात ॲडमिशन घेण्यासाठी गेलो होतो. प्रवेशपरीक्षेत माझी निवडही झाली. माझ्या शिक्षणाचा उपयोग अनिकेतच्या व्यवसायात होईल म्हणून आम्ही ॲडमिशन घेण्याचे ठरवले. काल आमच्या लग्नाचा वाढदिवस होता. या दिवशी घरात सर्वांना आनंदाची बातमी द्यावी म्हणूनच अनिकेतने मी एमबीएसाठी ॲडमिशन घेणार असून रोज सकाळी कॉलेज असल्याचे सांगितले. एवढ्या कारणावरून सासूबाई इतक्या चिडल्या आणि आम्हा दोघांना वाटेल तशा बोलल्या. सासऱ्यांनीही तोंडसुख घेतले. 'तुझ्या

मुलाकडे आम्ही अजिबात पाहणार नाही. मुलगा सांभाळून तुला काय करायचे ते कर.' असं स्पष्टपणे त्यांनी ठणकावलं.

"आता तुम्हीच सांगा माझा मुलगा त्यांचा कोणीच नाही का? सकाळच्या वेळेत नातवाला त्यांनी सांभाळलं तर काही बिघडेल का? सासू-सासऱ्यांचे बोलणे सुरू असताना अनिकेत जराही बोलला नाही. उलट ॲडमिशन कॅन्सल करू असा मलाच म्हणू लागला. ॲडमिशन घेण्याचे आम्ही दोघांनी ठरवले होते तर अनिकेतने माझी बाजू मांडायला नको का? तो त्यांना काहीही बोलत नाही. मी कॉलेजला गेल्यावर सकाळची सगळी कामे सासूबाईंना करावी लागतील. सासऱ्यांना मुलाला सांभाळावं लागेल. म्हणून त्यांचा तोल गेला. मुलाचा व सुनेचा उत्कर्ष त्यांना बघवत नाही. मुलाला पाळणाघरात ठेवू, घरकामाला बाई लावू म्हटलं तर हा ऐकत नाही. सासूबाईंना मोलकरीण ठेवलेली आवडत नाही आणि त्यांना स्वतःलाही काही करायचे नाही. त्यांनी फक्त घरकामात सर्व आयुष्य घालवले म्हणून आम्हीही तसेच राहायचे का? बदलत्या परिस्थितीनुसार माणसाने बदलायला नको का? ही जुनी माणसे आपली मते कधीही बदलणार नाहीत, आपल्याप्रमाणेच सुनेनेही चूल आणि मूलच करावं असं त्यांना वाटतं."

आसावरीच्या बोलण्यातून तिचा संताप जाणवत होता. मी अनिकेतकडे पाहिलं. त्याला विचारलं,"तुला काय वाटतं?"

"मॅडम हिला किती वेळा सांगितलं, की त्यांना एकदम उलट बोलू नकोस. टोकाची भूमिका घेऊ नकोस. पण नाही, तोंडातून शब्द बाहेर पडल्यावर लगेच तिला कोणतीही गोष्ट व्हायला हवी असते. आता आईवडिलांना समजावून सांगण्यास मला थोडा वेळ लागणारच ना? लगेच मुलाला पाळणाघरात ठेवू, घरकामाला बाई लावू हे बोलायची गरज काय? थोडंसं शांततेनं घेतलं तर सर्व ठीक होईल. पण हिचा आततायीपणा नडतो. एक वर्ष वेगळे राहिल्यानंतर आम्ही पुन्हा एकत्र राहतो आहोत. माझ्या आईवडिलांचाही तिच्यावर विश्वास बसायला वेळ लागणारच ना? याच वर्षी कशाला करायला पाहिजे? त्यात सौरभलाही याच वर्षी नर्सरीमध्ये ॲडमिशन घेतली आहे. तो शाळेत रुळायलाही वेळ लागणारच. तरीही मी तिच्या ॲडमिशनसाठी तिच्याबरोबर गेलो होतो. आईवडिलांना मी नंतर समजावून सांगितलं असतं. पण ही लगेच टोकाची भूमिका घेते. थोडेसे मनाविरुद्ध झाले की लगेच वाद घालायला सुरुवात करते. मी आईवडिलांनाही तोडून बोलू शकत नाही आणि हिलाही दुखवू शकत नाही, मी तरी कसं वागायचं?"

मी दोघांचेही ऐकून घेतले. चार महिन्यांपूर्वीच हे जोडपं पुन्हा नांदायला लागलं होतं. मुलाच्या वाढदिवसाच्या निमित्तानं दोघांना एकत्र आणून सर्व गोष्टी व अहंकार विसरून

दोघांना एकत्र राहण्यास सांगितले होते. एकमेकांमधील गैरसमज दूर करून दोघांनी पुन्हा एकत्र राहण्यास सुरुवात केली होती.

अनिकेत आणि आसावरी यांचे नक्की चुकलं कुठं? हे त्यांना समजावून सांगणं आवश्यक होतं. घरातील वादविवाद न वाढवता हा गुंता कसा सोडवता येईल, या विचारापर्यंत त्यांना आणण्यासाठी मी प्रयत्न करण्याचे ठरवले.

दोघांचेही बोलणे ऐकून घेतल्यावर मी अनिकेतला विचारले, ''तू आसावरीसोबत कॉलेजात ॲडमिशन घ्यायला जाण्याअगोदर याबाबत आईवडिलांशी बोलला होतास का?''

''नाही'.'

''आसावरी, तू सासूबाईंना विश्वासात घेऊन माझा पुढील शिक्षण घेण्याचा विचार आहे, याबाबत बोलली होतीस? त्यांचे मत विचारात घेतले होते?''

''नाही.''

''असं तुम्ही दोघांनीच ठरवून अचानकपणे तुमचा निर्णय सासूसासऱ्यांना सांगितल्यावर त्यांना काय वाटलं असेल? त्यांचा कोणताही विचार न करता, त्यांची मते जाणून न घेता त्यांच्याकडून फक्त मदतीची अपेक्षा का करता? ते दोघे जण तुमच्या कुटुंबातील एक घटक आहेत. तुम्हाला तुमच्या घरात काही नवीन करायचे असेल, तर त्यांचा विचार घ्यायला नको का? त्या दोघांनाही स्वतःचं आयुष्य आहे. आतापर्यंतच्या धावपळीच्या आयुष्यात जे करता आले नाही ते या उतारवयात, निवृत्तीच्या काळात त्यांना करायचे असेल. तुमच्या या निर्णयामुळे त्यांचेही ठरलेले कार्यक्रम बारगळतात. त्यामुळे त्यांची नाराजी असणे साहजिकच आहे. मुलांनी-सुनांनी आपल्याला विचारून काही गोष्टी कराव्यात अशी त्यांची अपेक्षा असणारच. त्यांना मोठेपणा देऊन त्यांचे अनुभव विचारात घेऊन तुम्ही तुमचे निर्णय ठरवल्यास त्यांची साथ तुम्हाला निश्चितच मिळेल. त्यांची सर्व कामे बाजूला ठेवून तेही तुम्हाला सहकार्य करतील. घरात मोठ्यांना विचारून काही करण्यात कसला आलाय कमीपणा?

''आसावरी, तू शिक्षणाची एवढी घाई कशाला करतेस? एक वर्षांनी तुम्ही पुन्हा एकत्र आलेले आहात. या विरहाच्या काळात तुम्ही दोघांनीही समाजाचे, शेजाऱ्यांचे, नातेवाइकांचे वेगवेगळे अनुभव घेतलेले आहेत. त्यामुळेच मागचे सर्व विसरून तुम्ही दोघेही पुन्हा एकत्र राहण्यास तयार झालात. घरातील सर्वांचीच मने दुभंगलेली होती. ती पुन्हा सांधण्यास थोडासा वेळ लागणारच. अगं आपल्या शरीरातील एखाद्या अवयवाचा सांधा निखळला तरी तो पुन्हा जुळून यायला वेळा हा लागतोच. येथे तर मनांचा, भावनांचा प्रश्न आहे. त्यामुळे जरा शांततेने घे. याच वर्षी तू ॲडमिशन घ्यावं असे

काही आहे का? घरच्यांचा विश्वास संपादन करण्याचा विचार आधी कर. आज तुझे कुटुंब सांभाळणे अधिक महत्त्वाचे आहे. अनिकेतला आज व्यवसायात पुढे जाण्यासाठी तुझ्या शिक्षणापेक्षा तुझ्या मानसिक आधाराची, तुझ्या भावनिक पाठबळाची अधिक आवश्यकता आहे. तू आज त्याच्या ऑफिसचे मॅनेजमेंट सांभाळले नाहीस, तरी त्याला मॅनेजर ठेवून त्याचे काम चालवता येईल. पण घरामध्ये शांतता व समाधान मिळाले नाही तर ते मिळवण्यासाठी तो घरात नोकर ठेवू शकणार नाही. आज मुलाला तुझ्या सहवासाची अधिक गरज आहे. आज तुझ्या शिक्षणापेक्षाही तू आदर्श माता, सखी आणि सहचारिणी होणं तुझ्या कुटुंबाला अधिक गरजेचं आहे. त्यामुळं तू त्याचा विचार अगोदर करावास आणि मग पुढच्या टप्प्यावर शिक्षणाला महत्त्व द्यावं.

"अनिकेत, तूही पत्नीला सहचारिणी म्हणून योग्य तो दर्जा द्यावास. तुला आईवडिलांना दुखावता येत नाही आणि पत्नीलाही दुखावता येत नाही. ही तारेवरची कसरत करताना तोल सांभाळायचा आहेस. तुझ्या कामाची, तुझ्यावरील जबाबदारीची आणि तुझ्या आर्थिक कुवतीची स्पष्ट कल्पना तू आसावरीला दे. तुझ्या ऑफिसमध्ये कॉम्प्युटर आहे. तिला कॉम्प्युटरचे शिक्षण घेऊ दे. एमबीएसारख्या फुलटाइम कोर्स यावर्षी करण्यापेक्षा तिने पार्टटाइम कॉम्प्युटरचे कोर्सेस पूर्ण करणे तिला सहजशक्य होईल. आजी-आजोबांना संध्याकाळच्या वेळी नातवाला सांभाळणे काहीच कठीण जाणार नाही. याबाबत तुम्ही दोघेही पूर्ण विचार करा. घरातील आईवडिलांचा सल्ला घ्या आणि मग पुढे काय करायचे ते ठरवा."

अनिकेत आणि आसावरी दोघांचे चेहरे माझ्या बोलण्यानंतर बदलले. नुकत्याच पडून गेलेल्या पावसाने झाडांची पाने टवटवीत व्हावीत तसे मनावरचा भार हलका झाल्यासारखे दोघांनाही वाटत असावे, असे जाणवले.

आसावरी म्हणाली, "खरंच, या गोष्टी आमच्या लक्षातच आल्या नव्हत्या. आईवडिलांना पूर्वकल्पना दिली नाही, त्यांच्याशी कोणताही विचारविनिमय केला नाही, घरातील अडचणी विचारात घेतल्या नाहीत ही आमची चूकच झाली. यापुढे आई-वडलांचा विचार घेऊन, त्यांचे मार्गदर्शन घेऊन व आपल्या घराला कशाची जास्त गरज आहे, हे लक्षात घेऊनच आम्ही आमचे निर्णय घेऊ."

हे सर्व बोलणे चालू असताना सौरभ मात्र अनिकेतच्या मांडीवर शांतपणे पहुडला होता. वादळ केव्हा शांत झालं याचा त्या भाबड्या जिवाला पत्ताही नव्हता. सौरभला हलकेच उचलून घेत ते दोघेही निघाले. त्यांना पुढील आयुष्याच्या शुभेच्छा देत मीही त्यांचा निरोप घेतला.

जो तेरा है वो मेरा, जो मेरा है वो तेरा...

"श्वेता, पुन्हा मी तुझ्या आई-बाबांकडे कधीही येणार नाही आणि यापुढे तू मला अजिबात आग्रह करू नकोस."

"अरे, पण असं झालं तरी काय?"

"तुझे आई-वडील फार बुळचट आणि बुरसटलेल्या विचारांचे आहेत."

"असं काय केलं रे त्यांनी?"

"ते अनारशांचं ताट देऊन नमस्कार वगैरे करणे... मला अजिबात पटत नाही."

"अरे, अधिक मास आहे हा. अधिक मास म्हणजे पुरुषोत्तम मास. जावयाचं पूजन करायचं... त्याला अनारशांचं वाण द्यायचं आणि विष्णुरूप म्हणून त्याचं दर्शन घ्यायचं. जावयाला वाण दिल्यानंतर ३३ ब्राह्मणांना दान दिल्याचं पुण्य मिळतं."

"शी... एकविसाव्या शतकातही तुम्ही पाप-पुण्याची भाषा करता! या तांत्रिक युगात जग कुठं चाललंय... आणि तुम्ही त्याच त्या जुन्या विचारात अडकत आहात?"

"त्या आपल्या प्रथा, परंपरा आहेत."

"झाले का तुझे प्रथा-परंपरा पुराण सुरू? ते तुझे उपासतापास, पोथ्या वाचणे, नाही नाही ती व्रतं करणे... हे हे असले मला अजिबात आवडत नाही."

"मग काय आवडते तुला? ड्रिंक्सच्या पार्ट्या... बिझनेस मीटिंगच्या नावाखाली गप्पा ठोकत बसणे... महागड्या वस्तू वापरणे, मॉलमध्ये फिरणे... फ्रीडमच्या नावाखाली मैत्रिणी फिरवणे?"

"तुला कळणार नाही यातलं थ्रील... याला 'हाय प्रोफाईल' लाइफस्टाईल म्हणतात. माझ्या बायकोनंही माझ्यासारखंच राहावं असं मला वाटतं... पण तुझे ते बाळबोध संस्कार तूच सोडायला तयार नाहीस..."

"मी अशीच आहे आणि अशीच राहणार... तुझं ते 'हाय प्रोफाईल' मला नाही जगता

येणार.''

''त्या संस्कार... परंपरा यांच्या दलदलीतून तुम्ही कधी बाहेरच येणार नाही. आमच्या जगण्यातील मजा तुम्हाला कधी समजणारच नाही.''

''हो, नाही समजणार आम्हाला आणि समजून घेण्याची तयारीही नाही. तुला हवं तसं तू वाग. मला हवं तसं मी वागेन. बास्स?''

''तुला भांडणाचा मूड आलाय... मीच घरातून निघून जातो म्हणजे तुझंही डोकं शांत होईल आणि माझंही...''

श्वेता आणि शशांकची ही भांडणं नेहमीचीच. ती एकत्र कुटुंबात, आजी-आजोबांच्या संस्कारात, गावात वाढलेली मुलगी आणि तो आर्मीतील कर्नलचा मुलगा... वेगळ्या वातावरणात वाढलेला. दोघांचीही लाइफस्टाईल मुळातच भिन्न होती. घरातील संस्कार वेगळे होते. आपल्या वागण्यात काहीही चूक नाही तरी समोरचा आपल्याला चूक म्हणतोय हेच त्यांना पटत नव्हते. दोघेही आपापल्या जागी बरोबर होते; पण एकमेकांशी जुळवून घेताना काही गोष्टी सोडून द्याव्या लागतात, काही गोष्टी स्वीकाराव्या लागतात याचे भान त्यांना नव्हते.

लग्नामध्ये दोन वेगळ्या लाइफस्टाईलमधील व्यक्ती एकत्र येत असतात, अशा वेळी एकमेकांच्या आवडीनिवडी, श्रद्धा, संस्कार यांना नावे ठेवून वाद वाढवण्यापेक्षा आपल्याला अधिक महत्त्वाच्या वाटणाऱ्या एखाद्या गोष्टीसाठी दुसरी एखादी तितकीच महत्त्वाची गोष्ट सोडूनही द्यावी लागते, हे लक्षात ठेवावे. सुरुवातीला त्रास होतो. मनात सारखी चुटपूट लागते, चिडचिड होते; पण त्यातूनही एक नवी दृष्टी मिळते. हे अनुभव शहाणपण शिकवतात.

खरे तर लग्न करण्यापूर्वीच दोघांनी आपली लाइफस्टाईल कशी आहे याची ओळख एकमेकांना करून देणे महत्त्वाचे असते. अत्यंत वेगळ्या लाइफस्टाईलमध्ये जगणाऱ्या दोन टोकाच्या भिन्न वातावरणात वाढलेल्या व्यक्तींना एकत्र राहणे अवघडच असते, त्यामुळेच एकमेकांना आहे तसे स्वीकारण्याची तयारी असेल, एकमेकांना सांभाळून घेण्याची, निभावण्याची हिंमत असेल तरच एकत्र राहणे शक्य होते. आंतरजातीय विवाह मोडण्याचे मुख्य कारण म्हणजे भिन्न जीवनशैली. बरेचसे आंतरजातीय विवाह हे प्रेमविवाह असतात. प्रेमात सर्व काही माफ असते असे म्हणतात; म्हणूनच प्रेमवीरांना लग्नापूर्वी या भिन्न जीवनशैलीचा कोणताही त्रास होत नाही. लग्नानंतर आपण एकमेकांना खूप समजून घेऊ अशा आणाभाका घेतल्या जातात; पण लग्नानंतर काही दिवसांतच

या भिन्न जीवनशैलीचाच अधिक त्रास होऊ लागतो. लग्नापूर्वी जिन्समध्ये, वेगवेगळ्या ड्रेसअपमध्ये आवडणारी 'ती' लग्नानंतर साडीत आणि घरातील संस्कारातील वेषातच हवी असते. ती शाकाहारी आणि तो मांसाहारी आहे, हे लग्नाआधी माहिती असलं तरी आपल्या घरी आल्यानंतर आपल्या जीवनपद्धतीप्रमाणे खाण्यापिण्याच्या सवयी तिने बदलाव्यात, अशी त्याची अपेक्षा असते. या सर्व बाबतीत बदल करण्याची एक तर तिची तयारी नसते आणि काही वेळेला तर ते अशक्यच असतं. अशा वेळेस काही दिवसांतच संसाराचा खेळ खल्लास होतो. बाहुला-बाहुलीचा खेळ खेळावा इतक्या सहजपणे लग्नाचा खेळ मांडून स्वतःच्या मनासारखं घडत नाही म्हणून या संसाराचा डाव उधळून लावला जातो.

ठरवून केलेल्या विवाहांमध्येही आपल्या तोलामोलाचे स्थळ पाहून विवाह ठरवलेला असला तरी दोघांच्या जगण्याच्या पद्धती सारख्या असतातच असे नाही. कधी एकाला साध्या पद्धतीचे राहणे, खाणेपिणे आवडत असते आणि दुसऱ्याला पब, डिस्को, हॉटेलिंग, बाहेर फिरणे, भटकणे हे आवडत असते. कारण त्या विशिष्ट जीवनपद्धतीत ते वाढलेले असतात.

माझ्या माहितीत असलेले एक जोडपे असे होते, की तो अतिशय धार्मिक वातावरणात वाढलेला, आध्यात्मिक विचारांचा पुरस्कर्ता. रोज सकाळी शुचिर्भूत होऊन देवपूजा, ग्रंथाचे वाचन, जपमाळ झाल्याशिवाय इतर कोणत्याही व्यवहारांना सुरुवात नाही. एखाद्या ट्रिपला जायचे ठरवले तरी देवस्थानच्या ठिकाणी जायचे ठरवणार. सर्व सण-समारंभ, उत्सव धार्मिक पद्धतीने पूर्ण करणार. श्रावणात सत्यनारायणाची पूजा व्हायलाच हवी. पुरणा-वरणाचा नैवेद्य, सवाष्ण, ब्राह्मण जेवण वगैरे सर्व प्रथा-परंपरा उत्साहाने पार पाडणार. घरात आईवडील वर्षानुवर्षे हेच करत आलेले आणि तेच संस्कार त्याच्या अंगाशी भिनले होते. त्याच्या शिक्षणामुळे अथवा उच्चपदस्थ नोकरीमुळे या प्रथेत काहीही फरक पडला नव्हता. लांबच्या नात्यातील एका मुलीशी त्याचे लग्न झाले; परंतु ती शिक्षणासाठी बाहेरगावी हॉस्टेलमध्ये राहिलेली होती. तिच्या वडिलांची बदलीची नोकरी असल्यामुळे सतत वेगवेगळ्या ठिकाणी आणि वेगवेगळ्या वातावरणात तिला राहावे लागले होते. पूजाअर्चा, धार्मिक पद्धती याबाबतच्या त्यांच्या घरातील पद्धती वेगळ्या होत्या आणि त्याबाबतचे विचारही वेगळे होते. सर्व गोष्टी व्हायलाच हव्यात असा अट्टाहास नव्हता.

लग्न झाल्यानंतर दोघांच्या जीवनशैलीतच फरक असल्याने दोघांचे एकमेकांशी अजिबात पटत नसे. 'हिला देवाधर्माची आवडच नाही' असे त्याचे म्हणणे होते, तर तो

अतिशय अरसिक आणि बेचव आयुष्य जगणारा आहे, सिनेमा पाहण्यात रस न घेणारा, साधी बिअरचीसुद्धा चव न चाखणारा नवरा बोअरिंग आहे, असे तिला वाटत होते. या दोन भिन्न जीवनशैलीतील व्यक्ती एकत्र राहणं अवघडच होते; पण तरीही ते लग्न टिकून राहिले. परस्परांच्या सहवासातून, अनुभवांतून, सोयीसवयीने, जुळून-जमवून घेत ते दोघेही बदलले... एकमेकांसाठी परस्परांबद्दलच्या समजुतीची एक किमान व्यवस्था लग्नात असेल तर त्या नात्याची ताकद वाढत जाते. हळूहळू ती घरातील सर्व करायला शिकली आणि तिच्या सहवासात त्याच्याही काही संकल्पना बदलल्या.

'आमची लाइफस्टाईल वेगळी आहे म्हणून जन्मभराचा मनस्ताप ओढवून घेऊन नको असलेल्या नात्याला चिकटून न राहता आम्ही परस्परसंमतीने घटस्फोट घेण्याचे ठरवले आहे,' असे सांगून एकमेकांवर इतर कोणतेही आरोप न करता वेगळे होण्याचे प्रमाण दिवसेंदिवस वाढत आहे. कौटुंबिक न्यायालयांमध्ये अशा घटस्फोटांचा चढता आलेख बघितला तर लक्षात येईल, की एकमेकांना समजूनजाणून न घेताच घाईघाईने वेगळं होण्याची मानसिकता वाढत चालली आहे. स्वतःचा 'इगो' जपण्यासाठी, बदलण्याची तयारीच दाखवली जात नाही. मग कपडे बदलावेत इतक्या सहजपणे लग्ने बदलली जातात. घटस्फोट... नवीन जोडीदार... पुन्हा मनस्ताप... पुन्हा चिडचिड आणि कधीकधी पुन्हा एकदा घटस्फोट... तेच चक्र.

'बदलले पाहिजे' हे विचाराने पटले तरी आचरणात आणणे अवघड असते; परंतु त्यासाठी सहनशीलता आणि संयम ठेवायलाच हवा. लग्न टिकवायचे असेल तर एकमेकांना समजून घेणे, एकमेकांच्या विचारांचा आदर राखणे, एकमेकांच्या जगण्याच्या पद्धती जाणून घेणे आणि एकमेकांसाठी पूरक होणं हे महत्त्वाचं आहे. कोणतेही नातेसंबंध टिकवण्यासाठी परस्परांना समजून घेण्याची गरज आहे हे अनुभवानेच पटत जाते. निभावून नेण्याच्या, जुळवून घेण्याच्या युक्त्या गवसत जातात आणि एकमेकांना समजून घेण्याचे तंत्र हळूहळू गवसत जाते. फक्त संयम ठेवायला हवा. वेळ-काळाचा अंदाज घेण्याचं कौशल्य शिकायला हवे.

नातं टिकवण्याची जबाबदारी दोघांची

"अवनी, तू मला दोष देऊ नकोस, माझी चूक झाली हे मान्य असले तरी त्याला जबाबदार तूच आहेस. तू माझ्याशी व्यवस्थित वागली असतीस तर माझ्याकडून असं घडलंच नसतं."

"तुझ्या स्वतःच्या चुकीला तू मला का जबाबदार धरतो आहेस? इतके दिवस तू माझ्याशी असा का वागत होतास याचं उत्तर मला आता सापडलं आहे. कधी प्रेमानं वागलास? मनमोकळं माझ्याशी बोललास?"

"माझा स्वभाव अबोल आहे. मी सगळ्यांशी असंच वागतो आणि प्रेम समजून घ्यावं लागतं. ते ऊठसूट व्यक्त करण्याची गरज नसते."

"अनिल... तुझा स्वभाव अबोल आहे, तू लवकर चिडतोस, तुझं फ्रस्टेशन दुसऱ्यावर काढतोस असं तुझं म्हणणं आहे आणि तुझी मैत्रीण रावी तिच्यासोबत तू कसा प्रेमानं बोलतोस? तिच्याशी मृदू भाषेत कसा बोलतोस? खरं तर पूर्वीपासून तुझं हे प्रेमप्रकरण चालू आहे म्हणूनच तू मला मनापासून स्वीकारलं नाहीस. घरच्यांच्या सांगण्यावरून लग्न केलंस.

"अवनी... तुला किती वेळा सांगितलं रावीशी पूर्वीपासून माझे कोणतेही संबंध नव्हते. ती आमची फॅमिली फ्रेंड होती. तिचं घरी जाणं-येणं होतं इतकंच!"

"अनिल... तू आता माझ्याशी खोटं बोलू नकोस." अनिल आणि अवनीला मी मध्येच थांबवले.

"अरे... तुम्ही एकमेकांशीच काय भांडत बसलात? लग्न टिकवण्याची दोघांची मनापासून इच्छा असेल तर नक्की काय झालं आहे ते मला मोकळेपणाने आणि व्यवस्थित सांगा, तरच आपल्याला काही तरी मार्ग काढता येईल."

अवनीने मला सांगण्यास सुरुवात केली,"मॅडम आमच्या लग्नाला आता तीन वर्ष पूर्ण होतील; परंतु पती-पत्नीतील नातेसंबंध आमच्यात निर्माण झालेले नाहीत. आमचं

अ‍ॅरेंज्ड मॅरेज आहे. पत्रिका जुळल्यानंतर आम्ही एकमेकांना भेटलो होतो. एकमेकांच्या अपेक्षांसंदर्भात बोलताना पूर्वायुष्यात कोणी आहे का, याबाबतीतही आमचं बोलणं झालं होतं; परंतु अनिलनं त्याच्या आयुष्यात कोणीही मुलगी आलेली नाही असं मला सांगितलं होतं; परंतु लग्नानंतर त्याला माझ्याबद्दल कोणतीही जवळीक किंवा प्रेम वाटलं नाही. दोघेही नोकरी करत असल्यामुळे आम्हाला सुट्ट्या खूपच कमी होत्या. लग्नापूर्वीचे विधी आणि लग्नानंतरचे विधी, कुळधर्म, कुळाचार यामध्येच आमची सुट्टी संपून गेली, त्यामुळे आम्ही कोठेही हनिमूनला जाऊ शकलो नाही. एकत्र कुटुंबातच आम्ही राहात होतो, त्यामुळे एकमेकांशी मोकळेपणाने बोलू शकलो नाही आणि बेडरूम स्वतंत्र असली तरीही दोघांमध्ये जवळीक निर्माण झाली नाही. अद्याप आमच्यामध्ये शारीरिक संबंध प्रस्थापित झालेले नाहीत.

''अनिल माझ्याशी असा का वागतो हे मला कळतच नव्हतं. आज ना उद्या त्याला माझ्याबद्दल प्रेम वाटेल आणि आम्ही खऱ्या अर्थानं एकत्र येऊ असं मी स्वप्नच पाहत राहिले आणि मागच्या आठवड्यात अचानक त्याचा मोबाईल मी पाहिला, त्यामध्ये रावीचे आणि त्याचे फोटो पाहिले, ते एकमेकांना भेटतात, बाहेर फिरायलाही जातात हे समजलं. तो पूर्वीपासून तिच्यामध्ये अडकला होता तर त्यानं माझ्याशी लग्नच का केलं? माझ्याशी शारीरिक संबंध प्रस्थापित केले नाहीत. माझी फसवणूक केली आहे.''

''मॅडम... ही खोटं बोलते. मी तिची कोणतीही फसवणूक केलेलीच नाही. मलाच कधी हिनं समजून घेतलं नाही.''

''अनिल... अरे चिडू नकोस... चिडून, त्रागा करून कोणतेही प्रश्न मिटत नसतात. तुला काय वाटतंय ते तूही सांग.''

''मॅडम लग्नापूर्वी माझ्या आयुष्यात कोणीही मुलगी नव्हती हे अगदी खरं आहे. मला अवनी आवडली होती आणि माझ्या पसंतीनंच हे लग्न झालं आहे. केवळ घरच्यांच्या सांगण्यावरून मी निर्णय घेतलेला नाही. माझी बायको मला समजून घेणारी असावी, मी न सांगताही काही गोष्टी तिला समजाव्यात, माझ्या आवडीनिवडीचा तिनं विचार करावा, माझ्या आवडीच्या गोष्टींमध्ये तिनं रस घ्यावा, तिनंही माझ्याशी शेअरिंग करावं अशा माझ्या अपेक्षा होत्या. लग्न करताना कोणत्याही तरुणाच्या या अपेक्षा असतातच; परंतु माझ्या कोणत्याही अपेक्षा कधीच पूर्ण झाल्या नाहीत. हनिमूनला जायला जमलं नाही यामध्ये माझी कोणतीही चूक नव्हती. दोघांच्याही ऑफिसमध्ये महत्त्वाची कामं असल्यानं सुट्टी मिळणार नव्हती; परंतु काही दिवसांनी सुट्टी काढून जाणं सहज शक्य होतं; परंतु तिनं कधीच इंटरेस्ट दाखवला नाही.

''दोघांच्या ऑफिसच्या वेळा वेगळ्या होत्या. मी रात्री खूप उशिरा घरी यायचो आणि

तिला सकाळी लवकर घरातून निघायला लागायचं, त्यामुळं आमच्यात संवाद कमी होत. सुट्टीच्या दिवशी, वेळ मिळेल तेव्हा मी नक्कीच तिच्या जवळ जाण्याचा प्रयत्न केला. माझ्याही भावना आणि गरजा होत्या; परंतु माझ्या कोणत्याही कृतीला तिनं कधीच मनापासून प्रतिसाद दिलेला नाही.

''कोणतीही गोष्ट ही संमतीनं व्हायला हवी आणि शारीरिक संबंधांच्या बाबतीत तर जोडीदाराचा सहभाग हा जास्त महत्त्वाचा आहे, असं माझं मत आहे. बळजबरीनं कोणतीही गोष्ट करणं मला पटलंच नाही. तिला काय हवं आहे, हे ती कधीच बोलली नाही. मी कोणत्याही गोष्टी तिला सांगायला गेलो तर ती कधी मनापासून ऐकायची नाही. माझ्या ऑफिसमधील काही गोष्टी मी सांगायला गेलो तरी तिला ते आवडायचं नाही. माझ्या आवडीनुसार तिनं कधीही ड्रेस-अप केलं नाही. मला ज्या गोष्टी खायला आवडतात त्या शिकण्याच्या, घरी करण्याचा तिनं कधीही प्रयत्न केला नाही. मी स्वतः सांगितलं तर ती बाहेरून विकत आणायची. तिनं स्वतः केलेला... तिच्या हातचा पदार्थ खाणं मला अधिक आवडलं असतं हे मी तिला कितीतरी वेळा सांगितलं; पण तिनं त्याकडे दुर्लक्ष केलं.

''माझ्या आवडीनिवडीचा विचार करायला, मला समजून घ्यायला तिला कधी वेळच नव्हता. कारण तिचं ऑफिस आणि तिचं विश्व यामध्येच ती मश्गुल असायची. मी सांगून तिनं काही केलं तरी तो बळंच जुलमाचा राम राम आहे असं मला सतत जाणवायचं. मी मनातून दुःखी होतो. एकटा होतो. मला माझ्या गोष्टी कोणाशी तरी शेअर करायच्या होत्या.

''रावी ही माझ्या बहिणीची मैत्रीण. ती नेहमी आमच्या घरी यायची, आम्ही समवयस्क असल्यामुळं एकमेकांशी खेळायचो... गप्पा मारायचो. तिच्या आईवडिलांचंही आमच्याकडं येणं-जाणं होतं. त्या तरुण वयात ती मला आवडायची हे खरं आहे; पण ते कधीही व्यक्त झालं नव्हतं. माझ्या बहिणीचं लग्न झाल्यानंतर तिचं आमच्याकडं येणं कमी झालं. मीही कधी तिला मुद्दाम भेटण्याचा प्रयत्न केला नाही. नंतर तिचंही लग्न झालं, त्यामुळं तो विषय माझ्या डोक्यातही राहिला नाही. नंतर माझंही लग्न झालं; पण मी वैवाहिक आयुष्यात समाधानी नव्हतो.

''रावी एकदा अचानक फेसबुकवर दिसली. तिच्याशी बोलणं झालं. ती माहेरी आली तेव्हा आमची भेट झाली. आम्ही बाहेरच भेटलो. ती तिच्या वैवाहिक जीवनात समाधानी नव्हती. तिच्याही काही वैवाहिक अडचणी होत्या. त्या तिनं माझ्याशी शेअर केल्या. आमचं बोलणं वाढत गेलं. मीही तिच्याशी मोकळेपणानं बोलू लागलो. व्हॉट्स अपवर

आमचं शेअरिंग बरंच वाढलं. माझ्या मनातील पूर्वीच्या गोष्टी मी एकदा नकळत तिच्याशी बोलून गेलो आणि आमच्यात वेगळीच जवळीक वाढली. तिच्याशी बोलायला, तिला भेटायला मला आवडू लागलं. मी कसाही वेळ काढून तिला भेटू लागलो. अवनीकडून ज्या अपेक्षा पूर्ण झाल्या नाहीत, त्या रावीकडून पूर्ण झाल्या. आम्ही दोघंही समदुःखी होतो, त्यामुळं एकमेकांशी आम्ही अधिक मोकळेपणानं बोलू लागलो. तिच्या नवऱ्याची बाहेरगावी ट्रान्स्फर झाल्यानं ती दोन महिन्यांपूर्वीच इथून गेली आहे.

"मागच्या आठवड्यात आमचे फोटो आणि चॅटिंग अवनीनं पाहिलं आणि तेव्हापासून तिची अखंड बडबड चालू आहे. मॅडम तुम्हीच सांगा... अवनी माझ्याशी व्यवस्थित वागली असती, तिचा पत्नीधर्म तिनं सांभाळला असता तर मी पुन्हा रावीकडं आकर्षित झालो असतो का? रावी आणि मी अधिक जवळ आलो असलो तरी आमच्यामध्ये परिपूर्ण शारीरिक संबंध आलेले नाहीत. आमच्या दोघांचीही भावनिक गरज पूर्ण होणं हे अधिक महत्त्वाचं होतं, तरीही मी तिच्या इतक्या जवळ जायला नको होतं. हे माझं चुकलं हे अवनीला किती वेळा सांगितलं तरी तिला पटतच नाही. यासाठी ती स्वतःही जबाबदार आहे हे ती मान्यच करत नाही."

आता मात्र अवनी चांगलीच भडकली.

"अनिल... चूक तुझी आहे. तुझ्या चुकांचं खापर माझ्यावर फोडू नकोस. माझ्याही भावनिक गरजा होत्याच. तू तरी मला कुठं समजून घेतलंस? तुझ्या आवडीनिवडीचा विचार मी करायचा आणि माझ्या आवडीनिवडीचं काय? माझा तरी तू कधी विचार केलास का? मी एकत्र- कुटुंबात, बाळबोध वळणात वाढलेली मुलगी आहे. सेक्सच्या बाबतीत स्त्रीनं पुढाकार घ्यायचा नसतो असे संस्कार कळत-नकळत माझ्यावर झालेले आहेत. मी कोणताही पुढाकार घेतला नाही हे मला मान्य आहे, शारीरिक संबंधांबाबत मनात एक भीती होती. माझ्या काही मैत्रिणींचे विचित्र अनुभवही ऐकले होते. एक प्रकारची घृणाही वाटत राहायची, त्यामुळं मी त्यापासून थोडी लांब राहिले. माझी भीती तू हळूहळू घालवावीस, तू स्वतःच पुढाकार घ्यावास, असंच मला वाटत होतं. परंतु मला समजून न घेता तू दुसरीकडंच आधार शोधायला गेलास. मीही तुझ्यासारखी वागले असते आणि माझ्या एखाद्या मित्राकडं असा आधार शोधायला गेले असते तर तू स्वीकारलं असतंस?"

"मला काय माहिती तू दुसरीकडं आधार शोधलास की नाहीस? तुझ्यासारखा मी मोबाईल चेक करत बसलो नाही."

"मी तुझ्यासारखी नाही, माझ्यावर तसे संस्कारही नाहीत."

"आता संस्कारावर जाऊ नकोस"

''अवनी आणि अनिल अरे दोघंही वाद घालत बसू नका. एकमेकांचे दोष काढत बसण्यापेक्षा आता पुढं काय निर्णय घ्यायचा आहे आणि कसं वागायचं आहे याबाबत आपण चर्चा करू या.

''अनिल आणि अवनी... तुम्हाला दोघांना तुमचं नातं चांगलं करायचं असेल, तर तुम्ही दोघांनी एकमेकांचा मनापासून स्वीकार करणं खूप महत्त्वाचं आहे. या गोष्टी का घडल्या याचाही सखोलपणे विचार करा. चूक दोघांकडून आहे.

''अवनी... आरोप प्रत्यारोप, खुलासे, स्पष्टीकरण या चक्रात अडकून राहिलं तर प्रश्न सुटण्याऐवजी नवीन गुंते वाढत जातात. स्वतःचंही थोडं आत्मपरीक्षण कर. तुझ्या विचारांमध्येही आता थोडा बदल कर. सेक्सच्या बाबतीत केवळ नवऱ्यानं पुढाकार घ्यावा हा विचार अयोग्यच आहे. स्त्री प्रत्येक बाबतीत बरोबरीनं वागते. तिला सर्व संधी आता मिळालेल्या आहेत. मग तिनं या बाबतीत स्वत:चे विचार व्यक्त करायचे नाहीत, दाबून ठेवायचे असं का? पूर्वीच्या स्त्रिया घराबाहेर पडत नव्हत्या. या गोष्टींवर मोकळेपणानं बोललं जायचं नाही; परंतु आता परिस्थिती बदलली आहे. शारीरिक संबंधांबाबतही तुला काय आवडतं, काय आवडत नाही हे तू अनिलशी मोकळेपणानं बोलणं आवश्यक होतं.

''विवाहाचा खरा अर्थ म्हणजे पती आणि पत्नीनं शरीरानं आणि मनानं एकमेकांशी एकरूप होणं. मनानं एकरूप झाल्याशिवाय केवळ शरीरानं एकरूप होण्यात काहीच अर्थ नसतो आणि शरीरानं एकत्र आल्याशिवाय मनानं एकत्र होणं जमतंच असंही नाही. या दोन्ही गोष्टी होणं महत्त्वाचं असतं. दुसऱ्याकडून अपेक्षा ठेवताना आपण त्याच्या अपेक्षा पूर्ण करतो की नाही याची जाणीव असणंही महत्त्वाचं आहे. शरीरानं एकत्र येण्यासाठी तशी वातावरणनिर्मिती होणंही आवश्यक असतं. एकमेकांना साद-प्रतिसाद दिला तरच हे एकत्र येणं खऱ्या अर्थानं फुलत जातं. जोडीदाराच्या आवडीप्रमाणं काही गोष्टी करण्यातही वेगळाच आनंद असतो; परंतु त्यासाठी मनापासून प्रयत्न व्हायला हवेत.

''अनिल... लग्न आणि त्यानंतरचं नातं निभावताना मुलींवर पुष्कळदा आईवडिलांच्या विचारांचा, वर्तनाचा प्रभाव असतो. अनुभवांचाही प्रभाव असतो, त्यामुळं अवनीकडून काही गोष्टींबाबत पुढाकार घेतला गेला नाही, तुला समजून घेण्यात ती कुठंतरी कमी पडली हे जरी खरं असलं तरीही एकदा नैतिक चौकटींच्या बाहेर पाऊल पडलं की हा प्रवास थांबवणं कठीण होतं. बऱ्याच वेळा त्याच गोष्टीत वाहवत जाण्याची शक्यता जास्त असते म्हणून भावनिक गरजेच्या पूर्ततेसाठी तू रावीच्या जवळ गेलास. तरीही नकळत पुढचं पाऊल पडू शकतं, म्हणूनच या मोहापासून लांब राहणं आवश्यक आहे.

तुझी चूक तू मान्य केली आहेसच; पण पुनरावृत्ती होऊ नये याची काळजी तूच घ्यायला हवीस. अवनी तुझ्याशी बोलत नसली, इंटरेस्ट घेत नसली तरीही तिच्या विचारांमध्ये आणि तिच्या गोष्टींमध्ये तूही कधी रस घेतला नव्हतास, त्यामुळं तिलाच दोष देण्यात अर्थ नाही तूही तुझ्या वागण्यात बदल करायला हवास. एकमेकांबद्दल ओढ वाटेल असं वर्तन ठेवायला हवं.

''अवनी आणि अनिल, तुम्ही दोघंही आता कितीही महत्त्वाची कामं असली तरी बाजूला ठेवा आणि सुट्टी काढा. कोठेतरी आठ-दहा दिवसांसाठी बाहेर जाऊन या. नाही तरी तुमचा हनिमून राहिलाच आहे. एकमेकांशी नव्यानं नातं सुरू करा. मागच्या गोष्टी दोघांनी पूर्णपणे मनातून काढून टाका. नवीन लग्न झालं आहे असं समजा. एकमेकांशी कोणतेही किंतू मनात न ठेवता मोकळेपणानं बोला. तुमच्यातील नातं तुम्हीच टिकवायचं आहे आणि तुम्हीच फुलवायचं आहे. काहीही न सांगता समजून घ्यावं हे सगळ्यांनाच जमतं असं नाही त्यापेक्षा जे वाटतंय, जे हवं आहे हे जोडीदाराला मोकळेपणानं सांगितलं, तर शंका-कुशंकांचे गुंते वाढत नाहीत. विनाकारण गैरसमज होत नाहीत.''

''मॅडम... आमच्या दोघांमधील वाद आणि नात्यातील घुसमट आम्ही कोणालाच सांगू शकलो नव्हतो; परंतु आज तुमच्याशी बोलल्यानं हलकं झाल्यासारखं वाटतंय. मी अवनीला नव्यानं समजून घेण्याचा नक्कीच प्रयत्न करेन.''

''आणि मीही अनिलला दोष न देता त्याच्या भावना समजून घेण्याचा प्रयत्न करेन; पण खरंच आमचं नातं चांगलं होईल ना?''

''अवनी... आता कोणतीही शंका मनात आणू नकोस. सकारात्मक विचार कर. अग जे आपण मनापासून ठरवतो ते आपल्याबाबतीत नक्कीच घडतं. माझ्या शुभेच्छा आहेत तुम्हा दोघांना.''

''धन्यवाद मॅडम...''

अनिलने अवनीसाठी हात पुढे केला; तिनंही हात हातात घेतला आणि दोघंही सोबत बाहेर पडले. त्यांच्या नात्याची नव्यानं सुरुवात होताना पाहून मलाही कर्तव्यपूर्तीचे समाधान मिळाले.

■■■

कहाणी संसारदेवतेची

आटपाट नगर होतं. तिथं एक युवक राहत होता. तो संगणक तज्ज्ञ होता. अतिशय कष्टातून त्यानं शिक्षण घेतलं होतं. त्याला मनासारखी नोकरीही मिळाली होती. मनासारखी पत्नी मिळवण्याची त्याची इच्छा होती. संगणकाद्वारेच विवाहविषयक संकेत स्थळावर त्यानं नाव नोंदवलं. अनेक युवतींची माहिती त्याला मिळाली. आपल्या क्षेत्राशी निगडित असणारी, संसाराला हातभार लावणारी, समंजस, मनमिळाऊ जीवनसाथी त्याला हवी होती. त्याचं शोधकार्य जोरात चालू होतं; परंतु त्याला हवी तशी सर्वगुणसंपन्न मिळत नव्हती. त्यानं थोडी तडजोड करण्याचं ठरवलं. आपल्याच क्षेत्रातील नसली तरी चालेल; पण पाहताक्षणीच क्लीक होणारी हवी. करा रे हांकारा, पिटा रे डांगोरा, याच्या मनाला भावणारी कोणी असेल तर त्याचा शोध घ्या. मित्रमंडळींना सांगितलं. नातेवाइकांना सांगितलं. दूरच्या नातेवाइकानं एक स्थळ आणलं. सारं काही जुळणार होतं. तिला बोलावणं धाडलं. मुलगी नक्षत्रासारखी होती, पाहता क्षणीच मनात भरली. पुढची बोलणी झाली. चांगला मुहूर्त काढला गेला. दोघांच्या डोक्यावर अक्षता पडल्या.

हवं ते मिळालं होतं... सारं काही मनासारखं चाललं होतं. तिला कोठे ठेवू आणि कोठे नको असं त्याला झालं होतं. एकमेकांच्या सहवासात आनंदानं दिवस चालले होते. प्रेमाच्या गोष्टी रंगत होत्या. एकमेकांना सुखावत होत्या. नव्याचे नऊ दिवस संपले. युवकाची रजा संपली. तो नोकरीवर रुजू झाला. युवती मॉडेलिंग क्षेत्रातली होती. तिलाही नवीन ऑर्डर मिळू लागल्या. नाव आणि पैसा कमवण्याचं तिचं स्वप्नं होतं. त्यासाठी तिची मेहनत चालू होती. दोघांचेही कामाचे व्याप वाढत होते. दोघांचे एकमेकांशी संवाद हरवत चालले होते. नवीन घर घ्यायचं. चार चाकी गाडी घ्यायची. नवीन आय फोन, एलइडी टीव्ही सारी सुखं हवी होती. पैसा कमवायचा होता. एकमेकांशी बोलायला वेळ कुठ होता? आठवड्यातील एक दिवसही एकमेकांना देणं महाग झालं. युवती

मॉडेलिंगच्या कामासाठी आठ-आठ दिवस बाहेर राही. युवकाचं सुख-दुःख विचारायला, त्याला हवं नको ते पाहायला तिनं कधीच घरी नसावं. तिचं काम संपवून तिने घरी यावं... 'दमलीस ग... किती त्रास घेतेस?' म्हणायला घरंच कोणीच नसावं. कधीतरी सुटीचं दोघांनी एकत्र असावं. एकमेकांचं सुख-दुःख विचारण्याआधीच एकमेकांचं उणं-दुणं काढावं.

आला दिवस चालला होता. वादाची कारणं वाढतच होती. घरात पाळणा हलावा, संसार वेलीवर फूल उमलावं. घरात गोकूळ फुलावं अशी अपेक्षा युवकाने मनात धरली. त्यानं तिला ते सांगितलं; पण त्याचं बोलणं तिला बालिश वाटलं. व्यवहारशून्य आणि उतावीळ वाटलं. इतक्यात कशाला हवंय मूल? उगाचच तुला पडलीय भूल. आर्थिकदृष्ट्या सक्षम व्हावं, स्वप्नांची पूर्तता करावी, करिअरमध्ये यशस्वी व्हावं... नंतरच मुलाचं नियोजन करावं. युवकाला पटलं नाही. वादाची ठिणगी वाढतच गेली. तिला आपल्या संसारात रस नाही असं त्याच्या मनाने घेतलं. तिच्यावर संशय घेण्यास सुरुवात झाली. कामासाठी ती बाहेरगावी असे तेव्हा रिकामं घर त्याला खायला उठे. मनातील संशयाचं भूत जाग होई. रागाचा पारा वाढत जाई. मनातील द्वेष त्याच्या वाढत गेला आणि तो व्यसनाच्या आहारी गेला. एक दिवस युवती उशिरा घरी आली. कामावरील सहकाऱ्याने तिला घरापर्यंत साथ दिली. युवक घरातच मद्यधुंद बसला होता. तिच्या सहकाऱ्याची साथ त्याला खुपली होती. युवतीला जाब विचारला. तिनं त्याच्याकडे दुर्लक्ष केलं. त्याचा राग कळसाला पोहचला. त्यानं मारहाण करण्यास सुरुवात केली. युवतीचा अहंकार दुखावला गेला. तिला चारित्र्यहीन ठरवून त्यानं तिचा अपमान केला. असा अपमान तिला असह्य झाला. घरातून निघून जाण्याचा मार्ग तिने स्वीकारला.

अवघ्या संसाराचा खेळ-खंडोबा झाला. दोघांमधील अंतर वाढतच गेले. दोघे स्वतंत्र राहू लागले. एकमेकांबद्दल द्वेषभाव वाढीस लागले. सुडबुद्धी जागृत झाली. कायद्याचाही आधार घेतला गेला. न्यायालयीन वारी सुरू झाली. वैवाहिक आयुष्यात हरल्याची भावना दोघांच्याही मनात निर्माण झाली. युवकाचं व्यसन वाढत राहिलं. युवतीचं नैराश्य वाढू लागलं. करिअरमध्ये दोघेही मागे पडले. धड ना पैसा, धड ना संसार अशी दोघांची अवस्था झाली. लग्न करून चूक केली. सगळी स्वप्नं धुळीस मिळाली.

एक दिवस युवक असाच भटकत चालला होता. काहीतरी कार्यक्रम चालू असल्याचं त्याला दिसलं. उत्सुकतेने तो पाहायला गेला. एक मंडप टाकलेला आहे. खूप लोक जमले आहेत. विवाहानंतर सहजीवनाची ५० वर्षं यशस्वीपणे पार पाडलेल्या जोडप्यांचा कौतुक सोहळा होता. एकेका जोडप्याला बोलावून त्यांचे अनुभव विचारत होते, त्यांचा सत्कार

केला जात होता. दोघेही आनंदाने एकमेकांवर स्तुतीसुमने उधळत होते. आयुष्यातल्या कोणत्याही प्रसंगी जोडीदाराची साथ किती महत्त्वाची ठरली याचं वर्णन करत होते. आयुष्यात एकमेकांसोबत आनंद कसा उपभोगला, जबाबदाऱ्या कशा पार पाडल्या याचं कथन करते, युवक आश्चर्याने पाहू लागला. जिवाचे कान करून सर्व ऐकू लागला.

विवाहानंतर केवळ दोन वर्षं आपण राहू शकलो नाही. सुरुवातीचे दिवस सोडले तर नंतर त्रासच काढला. मनस्तापाशिवाय आपल्याला काहीच मिळालं नाही. ५० वर्षं एकमेकांसोबत राहून हे लोक इतके आनंदी कसे? युवकाला हा प्रश्न छळू लागला. कार्यक्रम संपला होता. जमलेल्या सर्व जोडप्यांमध्ये अनौपचारिक संवाद चालू होते. अतीव उत्साहाने एकमेकांसोबत आनंद साजरा करत होते. युवकाने सूत्रसंचालकाला गाठलं. या जोडप्यांच्या उत्साहाचे रहस्य विचारले. स्वतःच्या मनातील प्रश्न विचारले.

सूत्रसंचालकाने उत्तर दिले,''हे संसारदेवतेचे व्रत करतात. तिची उपासना करतात. तिच्या कृपेने तिच्या वैवाहिक आयुष्यात सतत आनंद आणि उत्साह असतो. त्यांनी हा वसा घेतला आहे.''

युवकाने विचारले,''दादा, मला सांगाल हा वसा? मलाही हे व्रत करायचं आहे.''

''तुला रे कशाला हवा वसा? उतशील, मातशील घेतला वसा टाकून देशील.''

''उतणार नाही, मातणार नाही. घेतला वसा टाकणार नाही.''

''मी वसा द्यायला तयार आहे; पण हा वसा एकट्याला देता येत नाही. पती-पत्नी दोघांना स्वीकारावा लागतो.''

युवक नाराज झाला. काहीही करायला हवं. तिला इकडं घेऊन यायला हवं. दोघांनीही वसा घ्यायला हवा.

इकडे काय झालं. युवकाला सोडून आल्यानंतर युवतीही पश्चात्ताप करू लागली. करिअरच्या नादी लागून संसाराकडं दुर्लक्ष केल्यानंच हे फळ आपल्याला मिळालं याचं दुःखं झालं. मैत्रिणींची मुलं-बाळं, संसार पाहून तिला अधिकच नैराश्य येऊ लागलं. कोणत्याच कामात लक्ष लागेना. नवीन काम मिळेना. युवकाच्या विरोधात तक्रारी करायला लावणारे नातेवाईक, मित्रमंडळी आता जवळ करेनात. माहेरच्यांनी पाठ फिरवली. जे ते स्वतःचा स्वार्थ पाहत आहेत, आपल्याला टाळत आहेत, याचं दुःखं तिला सहन होत नव्हतं.

आपला अहंकार आडवा आला. संसाराची राखरांगोळी झाली, याचं दुःख दोघांना होत होतं.

युवकाने हिंमत केली... युवतीला सांगावा धाडला. संसारदेवतेच्या व्रताबाबत

सांगितलं. वसा घ्यायला तीही तयार झाली. दोघेही वसा घेण्यासाठी गेले. दोघांनीही 'उतणार नाही, मातणार नाही, घेतला वसा टाकणार नाही' अशी कबुली दिली, तेव्हा संसारदेवतेचे व्रत त्यांनी सांगितले.

विवाह झाल्यानंतर दांपत्याने हे संसारदेवतेचे व्रत स्वीकारावं. यासाठी काय लागतं? मनाची निर्मळता, नात्यातील पारदर्शकता, एकमेकांवरील विश्वास, जबाबदारी स्वीकारण्याची तयारी, कोणताही प्रसंग निभावून नेण्याची हिंमत, एकमेकांसोबत आयुष्य वाटून घेण्याची मनोमन इच्छा. या गोष्टी मिळवण्यासाठी काही बाजूलाही ठेवावं लागतं. अहंकार, सूडबुद्धी, द्वेष भावना, संशय, संताप. दोघांनी मिळून हे व्रत करावं. एकमेकांचा आदर करावा. एकमेकांना गुणदोषांसहित स्वीकारावं. एकमेकांना कमी लेखू नये.

रोज कोणती उपासना करावी? एकमेकांवरील प्रेम व्यक्त करावं. चांगल्या गोष्टींचं कौतुक करावं. एखादी गोष्ट मनाविरुद्ध झाली तरी संताप करू नये. चिडचिड करू नये. घरातील सर्व निर्णय दोघांनी मिळून घ्यावेत. एकमेकांचा विचार समजून घ्यावा. जोडीदाराचे मन ओळखावे. स्वभाव ओळखावा. स्वतःमध्ये आवश्यक बदल घडवून आणावेत. वैचारिक भिन्नतेचा स्वीकार करावा, त्यासाठी त्रागा करू नये. वादाचे प्रसंग येणारच; पण ते निभावून नेण्याचं कौशल्य ठेवावं, टोकाचा निर्णय घेऊ नये. संयम आणि सहनशीलता ठेवावी. दोघांनी एकमेकांच्या नातेवाइकांची उणी-दुणी काढू नयेत. त्यांचा आदर करावा. घरातील सण, समारंभ, उत्सव यामध्ये दोन्हींकडील नातेवाइकांना सहभागी करून घ्यावं; पण त्यांचा हस्तक्षेप आपल्या संसारात होऊ देऊ नये. कोणत्याही प्रसंगात दोघांनी एकमेकांना अंतर देऊ नये.

पती-पत्नी दोघांनीही आपल्या संसाराची गोडी वाढवण्यासाठी रोज उपासना करावी. एकमेकांशी मनमोकळे संवाद करावेत. आठवड्यातून एकदा तरी एकमेकांसोबत रोजच्या वातावरणातून बाहेर यावं... वेळ काढावा. आनंद आणि उत्साहाने बॅटरी चार्ज करून घ्यावी. एकमेकांचे वाढदिवस, आठवणीतले क्षण कधीही विसरू नयेत. जे कमावलं त्यात आनंद मानावा, जे गमावलं त्याचं दुःखं करत बसू नये. पुढं कसं जाता येईल, याचा विचार करावा. आयुष्यातले प्राधान्यक्रम ठरवून घ्यावेत. दोघांना वेळ मिळेल, तेव्हा पर्यटनस्थळी जावं. निसर्गातील आनंद मनमुराद उपभोगावा. प्रणयरसात एकमेकांसोबत चिंब भिजावं. प्रत्येक क्षण एकमेकांसोबत आनंदानं जगावं.

हे व्रत स्वीकारल्याने काय होतं? संसारात आनंद निर्माण होतो. घरातील वातावरण उत्साहाचे राहत. रागराग, चिडचिड घरापर्यंत पोहचत नाही. घर हे एक मंदिर होऊन

जातं. दोघांना आपल्या कर्तृत्वान यश मिळतं. घरात समृद्धी नांदते, वैभव येतं. हे व्रत आयुष्यभर करावे. हा वसा कधीही टाकू नये.

युवक आणि युवती दोघांनीही हे व्रत स्वीकारलं. न्यायालयाची वारी थांबवली. एकमेकांच्यात तडजोड केली. झालं गेलं, गंगेला मिळालं. नव्याने आयुष्य सुरू करू. संसारदेवतेचे व्रत स्वीकारून. हा वसा स्वत: घ्यावा, इतरांना सांगावा. आपल्या आणि इतरांच्या जीवनात आनंद निर्माण करावा. द्वेष मावळला होता. संशय दूर झाला होता. दोघांनी व्रताची उपासना केली. घरात आनंदीआनंद झाला. युवकाला बढती मिळाली. नवीन घर झालं. सारं ऐश्वर्य मिळालं. युवतीला नवीन संधी मिळाल्या. समाजात मोठं नाव झालं. संसारवेलीवर दोन फुलं उमलली. आनंदाचे क्षण घेऊन आली. संसारदेवतेचा वसा दोघांनी आयुष्यभर जपला. त्यांच्या घराचं मंदिर झालं.

त्या युवकाला आणि युवतीला जशी संसारदेवता प्रसन्न झाली तशी तुम्हा आम्हा होवो, ही संसारदेवतेची साठा उत्तराची कहाणी पाचा उत्तरी सुफल संपूर्ण!

हे करावे

- कुटुंबातील प्रत्येक नात्याचा आदर करा आणि स्वीकार करा.
- प्रत्येकाला हवी असणारी स्पेस सांभाळा. त्यामुळे एकत्र कुटुंबात राहूनही नात्यांची वीण अधिक घट्ट होते.
- एकमेकांच्या जीवनपद्धती समजून घ्या, चांगल्या गोष्टींच कौतुक करा.
- कौटुंबिक वातावरण, मित्र परिवार, सवयी यांची माहिती करून घ्या.
- एकमेकांना हवा असलेला 'कंफर्ट झोन' हळूहळू तयार करा.
- नाती निभावण्याची कला अवगत करून घ्या.

हे टाळावे

- नातेसंबंधात एकमेकांच्या खासगी आयुष्यात हस्तक्षेप करणे; कारण अशा हस्तक्षेपामुळे नात्यांबाबत अविश्वास दाखवल्यासारखे होते.
- एकमेकांच्या जीवनपद्धतीवर ताशेरे मारणे, चेष्टा करणे.
- आपल्याच पद्धतीने वागण्याचा आग्रह धरणे, गृहीत धरणे.
- घाईघाईने मत प्रदर्शित करणे.
- 'मी बदलणारच नाही, तूच बदलायला हवंस' असा अट्टाहास धरणे.
- संयम, सहनशीलता सोडणे.

नाती टिकवताना

कौटुंबिक नाती टिकवताना
नेमक कारायचं काय?
प्रत्येक प्रश्नाचं उत्तर नसतंच
साच्यात बसवावं असं काहीच नसतं
सारं काही आपल्यालाच ठरवावं लागतं
एकमेकांजवळ मोकळं व्हावं लागतं
अनुभवाचं शेअरिंग करावं लागतं
साऱ्यांनाच सामावून घ्यावं लागतं
केव्हा समजावून सांगायंच,
केव्हा रागवायचं,
केव्हा रुसायचं आणि केव्हा हसायचं
सारं काही आपल्यालाच ठरवावं लागतं
कुटुंबात सारं काही
आपल्या मनासारखं कधीच घडणार नाही
तरीही सगळं स्वीकारावं लागतं
बदलांना सामोर जावं लागतं
आपली भूमिका आपणच ठरवायची
आपली नाती आपणच जपायची

९

घटस्फोटाचा निर्णय आणि त्यानंतर...

लग्नबंधनामध्ये पती-पत्नी अनेक स्वप्नं घेऊन एकत्र येत असतात. सहजीवनाची सुरुवात होते आणि नव्या उमेदीनं संसार थाटला जातो. काही तुझं आणि काही माझं असं करत संसार चालू राहतो; पण नव्या नात्याची नवी नवलाई हळूहळू ओसरते, जोडीदारातील दोष कळू लागतात आणि मग बंध काचतात... श्वास घुसमटू लागतो. सगळं संपवून या बंधनातून मोकळं व्हावं आणि मोकळा श्वास घ्यावा असं वाटू लागतं. अर्थात हा निर्णय कोणीही लगेच घेत नाही. आपापल्या पद्धतीनं तडजोडीचे प्रयत्न चालू राहतात. नातेवाईक, हितचिंतक, मित्रमंडळी, अगदीच ते जमलं नाही तर विविध संस्था, सल्ला केंद्र, पोलिस यांचीही मदत घेतली जाते. दुभंगलेली, चिघळलेली, हिंसक नातीही पुन्हा नव्यानं साधण्याचा प्रयत्न केला जातो; परंतु ते शक्य झालंच नाही, तर मात्र कायद्याचा आधार घेऊन नातं संपुष्टात आणण्याचा पर्याय स्वीकारावा लागतो.

ज्या नात्यामध्ये काही अर्थ राहिलेला नसतो, ज्यातील जवळीक आणि ओलावा संपून शुष्क कोरडेपणा आलेला असतो अशी नाती टिकवणंही योग्य नसतं. आयुष्यभर एकमेकांना नको असताना सहन करत बसल्याने दोघांनाही मानसिक त्रास होतो. उत्कर्षाचे मार्गच बंद होतात. मुलं असतील तर त्यांच्यासमोरच वारंवार वाद झाल्यानं मुलांवरही परिणाम होतो. दोघांनाही सुख मिळत नाही, संसार होत नसतोच; पण समाजासाठी एकत्र राहतोय असं सांगून संसार रेटत ती पुढे चालत असतात. अशा वेळी समजुतीने वेगळं होणं हा ही एक पर्याय असतो. बदलत्या जीवनशैलीत घटस्फोट घेणं हा कलंक राहिलेला नाही, तर तो एक पर्याय झाला आहे. परंतु या निर्णयापर्यंत येण्यासाठी अनेक मानसिक आंदोलनांमधून

जावं लागतं. हा पर्याय वाटतो तितका सोपा नसतो. 'कोणता निर्णय घ्यावा?' या प्रश्नावरच अनेकदा गाडी अडून राहते. सत्य स्वीकारायला मन तयार होत नाही; परंतु भविष्यकाळाचा विचार करून निर्णय घ्यावा लागतो.

अर्थात हा निर्णय घेताना पुढे काय? हा विचार सतावत असतोच. त्यामुळे मुलांचं काय? ती कोणाकडे राहणार? आपल्या निर्णयाचा त्यांच्या मनावर काय परिणाम होणार? एकट्यानं जगताना नक्की कोणत्या गोष्टींचं भान ठेवायचं समाजाला कसं सामोर जायचं? हे सारे प्रश्न छळत असतातचं तेव्हाच खरी समुपदेशनाची गरज असते. तुटलेल्या नात्यांचं दुःख पचवावं लागतंच; पण पुन्हा नव्याने आयुष्याला सामोरं जावं लागतं. मागील दुःख कवटाळून बसलं तर निराशेशिवाय हाती काहीही लागत नाही. या निर्णयाचा परिणाम केवळ त्या व्यक्तीरच नाही तर संपूर्ण कुटुंबावर होत असतो.

या सर्व परिस्थितीतून बाहेर येण्यासाठी मानसिक तयारी करावी लागते. विभक्त झाले तरीही मुलाला आई आणि वडील दोघांचंही प्रेम मिळेल यासाठी प्रयत्न करावे लागतात. त्याच्या मनातील 'आई', 'वडील' ही प्रतिमा चांगली ठेवण्याचा प्रयत्न करावा लागतो; कारण पती-पत्नी हे नातं संपुष्टात आलेलं असलं तरी आईवडील हे नातं काहीही झालं तरी आयुष्यभर जपावं लागतं. एक नातं संपलं तरी दुसरं नातं पेलावं लागतं.

निर्णय कसा घ्यावा?

"लग्नापूर्वी आमचं खूप छान जमायचं. कॉलेजमधील मित्रमैत्रिणी तर आम्हाला 'मेड फॉर इच अदर' असं म्हणायचे. आम्ही सतत एकमेकांसोबत असायचो. आम्हा दोघांना एकमेकांचा सहवास खूप आवडायचा; पण लग्नानंतर नक्की काय बिनसलं ते कळत नाही. एकमेकांना आयुष्यभर साथ द्यायची असे आम्ही ठरवले होते; पण आता एक पूर्ण दिवस एकमेकांसोबत काढणंही अवघड होतंय. आमची सारखी भांडणं होतात. आमच्यातील ते प्रेम... ती ओढ कुठे गेली तेच मला कळत नाही. आम्ही कोणत्याही कारणानं एकमेकांशी भांडत बसतो. दोघांच्याही घरचे म्हणतात, घटस्फोट घ्या... दोघेही वेगळे व्हा... एवढं सोपं आहे का वेगळं होणं? आमच्या लग्नाला तीन वर्षं झाली असली तरी गेल्या दहा वर्षांपासून आम्ही एकमेकांच्या सहवासात आहोत... किती स्वप्नं पाहिली होती सुखी संसाराची; पण ती स्वप्नंही स्वप्नंच राहिली. वास्तव फारच वेगळं आहे."

"श्रेया, अग स्वप्न आणि वास्तव हे वेगळंच असतं. ते तुझ्याच बाबतीत आहे असं नाही. सर्वांनाच असे अनुभव येतात; पण तुला स्वतःला योग्य वाटेल तोच निर्णय तुला घ्यायचा आहे. नातेवाईक, मित्रमंडळी काय म्हणतात यापेक्षाही तुझं अंतर्मन जे सांगतं अधिक महत्त्वाचं."

"मॅडम, मी खूप गोंधळून गेले आहे. कोणता निर्णय घ्यावा हेच मला समजत नाही. मी शिरीषबरोबर एकत्र राहिले तर आमचं पटत नाही, आमची भांडणं होतात. दोघांची चिडचिड होते. दोघंही तणावाखाली राहतो, त्यामुळे असं वाटतं, की नको... एकत्र राहून भांडण करत राहण्यापेक्षा वेगळं झालेलं बरं... पण लग्न मोडायचं या विचारानंही मन घाबरून जातं. मोठ्या उमेदीनं संसार करायचं ठरवलं होतं आणि आता त्या संसाराचे तुकडे करायचे आणि फारकत घ्यायची या विचारानंच अस्वस्थ होते... पुढे सगळा

काळाकुट्ट अंधार दिसतो. आयुष्यभर एकटं राहायचं, त्याच्या वेदना आणि तो संघर्ष या कल्पनेनंच नकोसं वाटतं.

"दुसरा जोडीदार शोधणं आणि त्याच्यासोबत राहणं हेही अवघडच आहे. ज्याला एवढ्या जवळून ओळखत होते तोच असा निघाला तर अनोळखी व्यक्तीबरोबर पुन्हा नव्यानं डाव मांडणं माझ्यासारखीला शक्यच नाही. दोन्हीही गोष्टी अवघडच. एकत्र राहणंही अवघड आणि त्याच्यापासून वेगळे होणं हेही अवघडच आहे. माझे अंतर्मन मी जाणून घेण्याचा प्रयत्न केला तरीही दोन्ही बाजूंपैकी कोणत्याही बाजूला झुकतं माप जात नाही. मला निर्णय घेणं खरोखरच अवघड झालंय. मी नक्की काय करावं ते तुम्हीच सांगा."

"श्रेया, ज्या वेळी आपण निर्णय घेऊ शकत नाही त्या वेळी प्रत्येक विचाराचं पृथक्करण करणं आवश्यक असतं. जो निर्णय आपण घेऊ त्याच्या परिणामांचा विचार करणं आवश्यक असतं. त्या निर्णयाची बलस्थानं कोणती आणि कमजोरी कोणती हे तपासून पाहणं आवश्यक असतं."

"मॅडम, म्हणजे नक्की काय करायचं ते मला सांगा."

"श्रेया, तू जेव्हा विचार करतेस, की लग्न... संसार तोडायचा नाही. एकत्रच राहायचे. तेव्हा कोणत्या गोष्टींना तुला सामोरं जावं लागेल याचा विचार करायचा. एकत्र राहणं या निर्णयाची बलस्थानं कोणती आहेत हे आपण तपासून बघूया. तूच सांग, की तुला शिरीषसोबत एकत्र राहावं हा विचार मनात येतो तेव्हा तुला कोणत्या गोष्टी आठवतात?"

"मॅडम, माझा शिरीषबरोबर प्रेमविवाह आहे. मला त्याच्या काही गोष्टी आवडल्या म्हणूनच मी त्याच्या प्रेमात पडले. तो माझी खूप काळजी घेतो. मी आजारी होते तेव्हा त्यानं माझी खूप शुश्रूषा केली आहे. माझ्या करिअरच्या आड तो कधीही येत नाही. त्याचं फ्रेंड सर्कल चांगले आहे. त्याला कोणतंही व्यसन नाही."

"या सर्व गोष्टी चांगल्या असूनही ज्या वेळी तुला त्याच्यासोबत एकत्र राहू नये असे वाटते त्या वेळी तुला कोणत्या गोष्टी आठवतात?"

"शिरीष खूप चांगला असला तरीही तो मला समजून घेण्यात कमी पडतो. तो खूप शीघ्रकोपी आहे. एकदा चिडला, की तो काय करतो याचं भान त्याचं त्यालाही राहत नाही. घरातील वस्तूंची तोडफोड करतो, मला वस्तू फेकून मारतो... रागाच्या भरात मला मारतो... 'माझं घर सोडून निघून जा' असं मला म्हणतो. तो संशयी वृत्तीचाही आहे. माझी स्पेस मला देत नाही. त्याला विचारूनच सर्व निर्णय घ्यावे लागतात. अशा वेळी आमचे वाद होतात. आम्ही दोघंही डॉक्टर आहोत. मला माझे स्वतंत्र विचार आहेत. तो म्हणेल

तसंच वागायला मला जमत नाही आणि पटतही नाही. आमचा आंतरजातीय प्रेमविवाह आहे. त्याच्या घरच्या पद्धती आणि विचार खूपच वेगळे आहेत. त्यांच्या पद्धतीनुसार ॲडजस्ट करणं मला जमत नाही. त्यांच्याकडे पुरुषप्रधान संस्कृतीचा अतिरेक आहे.

मी एक भूलरोगतज्ज्ञ आहे. अनेक हॉस्पिटलमध्ये मी जाते. ऑपरेशनच्या वेळा ठरलेल्या असतातच असं नाही. तातडीच्या वेळी काही निर्णय घ्यावे लागतात. अशा वेळी हॉस्पिटलमधून फोन आला, की मला जावं लागतं; पण त्याच्या घरच्यांना या गोष्टी कळतच नाहीत. घरातील स्वयंपाकपाणी, स्वच्छता या गोष्टी जिथल्या तिथं व्हायला हव्यात. त्याच्यात मला शिरीषची अजिबातच मदत नाही. 'बायकी कामात मी लक्ष घालणार नाही' असं त्याचं म्हणणं असतं."

"श्रेया, म्हणजेच आता जर तुला शिरीषसोबत संसार करायचा आहे असा निर्णय घ्यायचा असेल तर त्यातील बलस्थानं आणि कमजोरी तुला समजली, त्यामुळे याच्या परिणामांचा विचार करायचा. तुला कुठे तडजोड करावी लागेल हे तुला समजेल. शिरीषच्या स्वभावाची आता तुला जाणीव झाली आहे, त्यामुळे तू एकत्र राहिलीस तरी त्याच्या स्वभावाचा स्वीकार करून तुला तुझ्यात बदल घडवावा लागेल. तुमचा आंतरजातीय विवाह आहे. त्याचे विचार बदलण्यासाठी समुपदेशन करूया."

"मॅडम, हे काही वेळेला फारच अवघड असतं म्हणूनच या नात्याची बंधने झुगारून देऊन मोकळं व्हावं आणि स्वतःच्या इच्छेप्रमाणे जगावं असं मला वाटायला लागतं. कधीकधी माझी खूपच घुसमट होते. अगदी आयुष्य संपवून टाकावं, असेही विचार मनात येतात. माझ्या आईवडिलांच्या, नातेवाइकांच्या विरोधात जाऊन मी लग्नाचा निर्णय घेतलेला होता, त्यामुळे आता लग्न मोडून त्यांच्याकडे जाण्याचीही तयारी होत नाही. ते काय म्हणतील, हे विचार मनाला छळत राहतात."

"श्रेया, आता संसार मोडणं आणि शिरीषपासून विभक्त होणं हा निर्णय घेताना त्याची बलस्थानं आणि कमजोरी या दोन्हींचा विचार करायचा. वेगळं होण्यासाठी कोणते विचार प्रकर्षानं येतात आणि कोणत्या गोष्टींची भीती वाटते ते मला सांग."

"मॅडम, मी शिरीषपासून वेगळी झाले तर आणि तरच मला स्वतःचे स्वतंत्र अस्तित्व मिळेल. मला स्वतःची प्रॅक्टिस स्वतःच्या मर्जीनुसार करता येईल. रोजचे ताणतणाव, भांडणे यातून माझी सुटका होईल. माझं मानसिक खच्चीकरण थांबेल. नवीन काही गोष्टी शिकता येतील आणि स्वतःला सिद्ध करण्याची संधी मिळेल. मी या वेळी इकडे जावे का, याच्याशी बोलावे का, तो काही गैरसमज तर करून घेणार नाही, माझ्यावर संशय तर घेणार नाही, अशी स्थिती कायम मनात असते. यातून माझी सुटका होईल. मी

मोकळेपणाने वागू शकेन.

''परंतु पुन्हा कुटुंबीय साथ देतील का, मलाच सगळ्यांनी दोष दिला. तर पुढचे आयुष्य मी त्यांच्यासोबत कसे काढणार, एक घटस्फोटिता म्हणून समाज माझ्याकडे कोणत्या नजरेनं बघेल, माझ्या व्यवसायातही माझ्या व्यक्तिगत आयुष्याची जाहीर चिरफाड मला सहन करावी लागेल, मनातील खळबळ चेहऱ्यावर न दाखवता मला जगाशी सामना करावा लागेल, ते जमेल का, नातेवाइकांची मदत न घेता स्वतंत्रपणे एकटीच राहायचे ठरवले, तरी एकट्याने आयुष्य जगता येईल का, समाजाला सामोरं जाताना कोणत्या प्रसंगातून जावं लागेल, या सर्व विचारांची मला भीती वाटते आणि घटस्फोट घेऊन वेगळं होण्याच्या निर्णयापासून मी परावृत्त होते.''

''श्रेया, आता दोन्ही निर्णयांची बलस्थानं आणि कमजोरी तुझ्या लक्षात आली आहे. या सर्व गोष्टी कागदावर मांडून कोणत्या निर्णयाची बलस्थानं अधिक आहेत याचा विचार करायचा. तू शिरीषसोबत एकत्र राहायला गेलीस तरीही तुला अडचणी येणारच आहेत आणि घटस्फोट घेऊन स्वतंत्र झालीस तरी अडचणी येणारच आहेत. या दोन्ही निर्णयांच्या बलस्थानांचा विचार करून कुठल्या गोष्टी अधिक महत्त्वाच्या वाटतात हे तपासून पाहायचं आहे. एकत्र राहायचं असेल, तर स्वत्व बाजूला ठेवावं लागेल. एखादी गोष्ट हवी असेल तर दुसरी तेवढीच महत्त्वाची बाजूलाही ठेवावी लागते...

''पण जर एकमेकांसोबत राहताना दोघांनाही नकोसं वाटत असेल, रोजचीच भांडणं, चिखलफेक होत असेल, कडवट द्वेषाखेरीज काहीच उरलं नसेल तर ते लग्न टिकवण्यात अर्थ नसतो. एकमेकांना ओरबाडत, बोचकारतच एकत्र राहण्याचा आणि लग्न-संसार टिकवण्याचा अट्टाहास करण्यापेक्षा स्वतंत्र होऊन नव्या उमेदीने नव्या आयुष्याला सुरुवात करावी. घटस्फोट हा एक पर्याय आह; तो कलंक नाही. बिघडलेलं लग्न पुढे चालवत राहण्यात काहीच अर्थ नसतो. असं लग्न टिकवून ठेवणं ही फार मोठी शिक्षा असते. आयुष्यभराची ठुसठुस सोसत राहावी लागते. स्वभावाला आणि आयुष्याला मानवणारं नसेल तर सरळ स्वतंत्र होणं, नातं संपवून टाकणं, त्यातून बाहेर पडणं दोघांच्याही हिताचं असतं. लग्नात अयशस्वी ठरलो म्हणजे आपण आयुष्यात अयशस्वी ठरलो असं वाटून घेऊ नये. काही दिवस कठीण जातीलही; पण नंतर ते सवयीचं होईल. आपण उद्ध्वस्त झालो, आपल्या आयुष्यात काहीच राहिलं नाही या भावना बाजूला ठेवून हिंमत धरली तर नक्कीच पुढचं पाऊल टाकता येतं.''

''मॅडम, एकटेपणानं आयुष्य जगणं म्हणजे अयशस्वी होणं असं मला वाटत होतं, तसं काही नसतं हे तुम्ही मला सांगितलं; त्यामुळे खूपच आधार वाटला. घटस्फोट झाला

तर काय, याची जी भीती वाटत होती आणि अपराधीपणाची भावना मनात येत होती त्यातून तरी माझी सुटका झाली. आता मी अधिक शांतपणे पुढचा विचार करू शकेन. अजून एक शंका विचारायची आहे, ज्या वेळी मी शिरीषसोबत नसते, एकटी राहण्याचा विचार करते, एक-दोन महिन्यांपेक्षा जास्त काळ त्याच्यापासून वेगळी राहते, तेव्हा त्यानं माझ्यासाठी ज्या चांगल्या गोष्टी केल्या त्याची आठवण येते. त्यानं मला करिअरमध्ये खूप मदत केली... माझ्या आजारपणात मदत केली... एकमेकांसोबतच्या चांगल्या घटनाही आठवतात आणि पुन्हा मनाची चलबिचल होते. असं का होतं?''

''श्रेया, तुम्ही दोघं एकमेकांचे चांगले मित्र होता. मैत्रीच्या नात्यात तुम्ही एकमेकांशी खूप चांगले वागलात, एकमेकांना मदत केलीत; पण मैत्रीच्या नात्यातून तुम्ही पती-पत्नीच्या नात्यात आल्यानंतर तुमच्या एकमेकांच्या अपेक्षांमध्ये बदल झाला. त्या बंधनामध्ये अपेक्षांची पूर्तता होऊ शकली नाही, त्यामुळे वाद वाढत गेले. तुम्ही दोघं चांगले मित्र असला, तरी लग्नबंधनातून संसार करताना चांगले पती-पत्नी हे नाते निभावू शकला नाहीत. त्यानं तुझ्यासाठी ज्या चांगल्या गोष्टी केल्या त्या एक मित्र दुसऱ्या मित्रासाठी खऱ्या मैत्रीत करत असतो; पण जेव्हा तो नवऱ्याच्या भूमिकेत जातो तेव्हा इतर गोष्टींचा प्रभाव त्याच्यावर असतो. आपले संस्कार, रीतीरिवाज, पद्धती, घराणे, त्यांच्या प्रथा इत्यादी त्यामुळेच त्याच्या वागण्यात बदल होतो. तुमच्या दोघांची मैत्री जुनी आहे... मैत्रीचं नातं तुम्ही अनेक वर्षं जोपासलं आहे आणि यदाकदाचित पती-पत्नीचं नातं संपवण्याची वेळ आलीच, तरी तुमचं मैत्रीचं नातं तुम्हाला पुढंही जोपासता येईल. एकमेकांबद्दलचे द्वेष, लग्नबंधनातील कटू आठवणी सोडून दिल्या तर निर्मळ मैत्रीचं नातं शिल्लक राहील. तुम्ही एकाच क्षेत्रात असल्यानं तुमच्या भेटी नंतरही होत राहणारच आहेत.''

''मॅडम, खरंच... मला खूप मोकळं वाटतंय. कोणताही निर्णय घेताना आता मी गोंधळून जाणार नाही आणि आपण असं का केलं याची खंत वाटणार नाही. मी पुन्हा एकदा शिरीषशी बोलेन. त्यालाही या पद्धतीनं विचार करायला सांगेन. जर दोघांना एकमेकांसोबत जमवून घेणं शक्य वाटलं तर आम्ही तसा प्रयत्न प्राधान्यानं करू; पण अगदीच जमणं शक्य नाही असं वाटलं तर मनात कोणतेही किल्मिष न ठेवता स्वतंत्र होऊ. पती-पत्नीचं नातं संपलं तरी आमचं मैत्रीचं नातं आम्हाला नक्कीच जपता येईल. माझ्या मनातील गोंधळ तुम्ही संपवलात आणि माझ्या विचारांना जी दिशा दिलीत याबद्दल मी तुमची खूप आभारी आहे. गरज वाटली तर आम्ही दोघंही तुमच्याकडे पुन्हा येऊ.''

'' गरज वाटली तर... यू आर ऑलवेज वेलकम...''

हरवलेत माझे आई आणि बाबा...

"राजू... अरे ए राजू, तुझं लक्ष कुठाय आज? तुला मी तीन वेळा प्रश्न विचारला. पुरंदरचा तह कोणामध्ये झाला?"

"सॉरी सर... पण..."

"ठीक आहे, बैस खाली. आता तास संपल्यावर मला स्टाफरूममध्ये येऊन भेट."

"हो... हो सर...!

राजेश आज अस्वस्थ आहे, हे पाटील सरांनी ओळखले. त्यांच्या चाणाक्ष नजरेतून आज राजूचे वेगळेपण सुटले नाही. अतिशय हुशार, पहिला नंबर न सोडणारा मुलगा... पण हल्ली याचे लक्षच अभ्यासात नसते, शिकवण्यात नसते. काय झाले असावे याला? घरी काही अडचणी आहेत का? आणि असल्या तरी एवढ्या १०-११ वर्षांच्या मुलाने काळजी करत बसावे? काय आहे ते एकदा जाणून घ्यायलाच हवे म्हणूनच आज पाटील सरांनी राजूला स्टाफरूममध्ये बोलावले होते.

तास संपल्यानंतर राजू स्टाफरूममध्ये आला.

"ये... बैस राजू, तुझी तब्येत ठीक नाही का?"

"तब्येत ठीक आहे, सर."

"मग, तुझं लक्ष नसते हल्ली अभ्यासाकडे... तुला नक्की झालंय काय? घरी काही अडचण आहे का? अरे मोकळेपणाने सांग. काहीही आडपडदा ठेवू नकोस. अरे बेटा... तू हुशार मुलगा. आपल्या शाळेचं नाव उज्ज्वल करणारा. सर्वांत जास्त बक्षीसं मिळवणारा म्हणूनच तुझ्याबद्दल वाटते. मी काहीही रागावणार नाही; पण माझ्याशी खरं खरं बोलायचं."

"........."

"राजू... अरे हे काय, तू रडतोस? रडू नकोस. आधी मोकळा हो बघू. मला सांग तुझे

आई-वडील काय करतात?''

''सर... सध्या मी आईकडे राहतो. माझे बाबा दुसरीकडे राहतात. गेले ७-८ महिने मी आणि आई माझ्या आजी-आजोबांकडे राहतो. आईबाबांची खूप भांडणं झाली होती. म्हणून आई मला घेऊन इकडे निघून आली. आता कोर्टामध्ये केस चालू झाली आहे. माझ्या ताब्यासाठी बाबांनी कोर्टात अर्ज केला आहे. आई माझा ताबा देण्यास तयार नाही आणि बाबाही माझा ताबा सोडण्यास तयार नाही. सर... हीच भांडणं सारखी चालू आहेत. यानंतर मी कोठे राहणार? हे माझे मलाच माहिती नाही.''

राजू सांगत गेला आणि पाटील सर सुन्न होऊन ऐकतच राहिले.

''सर, त्या दिवशी असंच घडलं,''

''राजू, आज आपल्याला कोर्टात जायचं आहे. तेथे तुझे बाबा तुला भेटतील...''

''काय? माझे बाबा तिथे भेटतील? व्वा! कित्ती मज्जा!! खूप दिवसांत बाबांना भेटलेलो नाही.''

''मी काय सांगते ते नीट ऐकून घे. बाबा भेटले तरी त्यांच्याशी बोलायचं नाही. खाऊ देतील, तो घ्यायचा नाही. सोबत चल, म्हटलं तर जायचं नाही.''

''अगं पण का? मला बाबांसोबत बाहेर फिरायला आवडतं.''

''अरे, तुला बाहेर फिरायला मामा घेऊन जाणार आहे. हो की नाही रे दिलीप?''

''हो ना... राजू तू म्हणशील तेथे तुला घेऊन जाईन. अगदी हवा तो गेम... पाहिजे तो खाऊ, तू आईचं ऐकलंस ना तर क्रिकेटचा पूर्ण सेट मी तुला घेऊन देणार आहे.''

''अगं... पण असं का करायचं? आपले बाबाचं आहेत ना ते?''

''राजू... तुला माहिती आहे आमच्या दोघांची भांडणे झाली तेव्हा त्यांनी मला किती मारलं? तुझे बाबा पार्टीला जातात. दारू पितात. बाहेर त्यांच्या किती मैत्रिणी आहेत. तू उद्या त्यांच्याशी चांगला बोललास की ते तुला घरी घेऊन जातील. मग दुसरी आई आणतील. ती सावत्र आई तुझा किती छळ करेल. सख्ख्या आईसारखं प्रेम देणार आहे का ती? मला त्यांनी किती त्रास दिला आहे. माझा छळ केला आता मी तुझा छळ नाही होऊन देणार. म्हणून म्हणते राजा... माझं जरा ऐक.''

नंतर आई मला दुसऱ्या दिवशी कोर्टात घेऊन गेली. बाबा माझ्याशी बोलण्याचा खूप प्रयत्न करत होते; पण आईने सांगितलेले मी पक्के लक्षात ठेवले... मी मुळी बोललोच नाही; पण खरं सांगू सर... त्या दिवशी मला बाबांच्या मांडीवर बसायचं होतं... त्यांनी आणलेला खाऊ खायचा होता. खूप गंमतीजमती त्यांना सांगायच्या होत्या. पूर्वीसारखी त्यांच्याशी मस्ती करायची होती... पण मामा रागावेल आणि आई ओरडेल म्हणून मी

गप्प बसलो. मी घरी आल्यावर आईने माझे इतके कौतुक केले, 'गुणाचं ग माझं पोर ते' असे म्हणून किती खाऊ आणून दिला; पण खरं सांगू, माझ्या आवडीचं आईस्क्रीमही माझ्या घशाखाली उतरत नव्हतं. मला सारखी बाबांचीच आठवण येत होती.

''त्यानंतर १५ दिवसांनी मला पुन्हा कोर्टात नेले. दिवाळी सुट्टीसाठी बाबांनी माझ्या ताब्याचा अर्ज केला होता. कोर्टाने फक्त चार दिवस माझा ताबा बाबांकडे दिला. मी मजेत बाबांकडे गेलो. म्हटले आता तेथे तरी चार दिवस बाबांशी निवांत बोलता येईल; पण कसले काय? बाबांनी मला खूप नवीन ड्रेस, खाऊ, खेळणी दिली; पण त्या बदल्यात 'मी आता बाबांकडेच राहणार आहे. आई मला खूप त्रास देते. आजी-आजोबा, मामा मारतात. मला वेळेवर जेवणही देत नाहीत. माझ्यावर दबाव आणतात' असे मी कोर्टात सांगावे, असे वदवून घेतले. मोकळेपणाने माझ्याशी बोलले नाहीत, माझ्याशी मस्ती केली नाही की मला गोष्टी सांगितल्या नाहीत. आईचा सतत पाणउतारा कसा करता येईल, तिच्याबद्दल किती वाईट बोलता येईल, याचाच ते विचार करत होते.

''खरं सांगू का सर, आता माझे बाबाही माझे राहिले नाहीत आणि आईही माझी राहिली नाही. मला कोणाकडे ठेवणार आहेत, हेच मला माहिती नाही. मी आईच्या म्हणण्याप्रमाणे वागावे की बाबांच्या हेच मला कळेनासे झाले आहे. मला सतत कोणती तरी भीती वाटत राहते. मी अभ्यासात लक्ष देण्याचा खूप प्रयत्न करतो; पण मी वाचलेलं माझ्या लक्षातच राहत नाही. तुम्हीच सांगा सर मी काय करू?''

राजूचं बोलणे ऐकून पाटील सरांच्या डोळ्यांतही पाणी उभं राहिलं. त्याला काय सांगावे हेच त्यांना सूचेना. ''राजू, हे बघ मोठ्यांच्या भांडणामध्ये आपण कधीही पडू नये. तू आणि तुझा अभ्यास याच्याचकडे तू लक्ष दे. मला माहिती आहे हे सांगायला खूप सोपे आहे, प्रत्यक्षात अवघड आहे; परंतु तुझ्या भविष्यासाठी तुला हे करायला हवं. मला एक सांग तुला नक्की कोणाकडे राहावेसे वाटते?''

''सर, आज तुम्हीच पहिल्यांदा हा प्रश्न मला विचारलात. माझ्या आईला किंवा बाबांना हा प्रश्न विचारावा असे का वाटले नसेल हो? मी कसं वागावं हेच ते मला सांगत गेले. मला नक्की काय हवंय, हे त्यांना कधीच कळलं नाही. खरं सांगू सर, मला हवेत आई आणि बाबा. माझ्या इतर मित्रांसारखे... माझ्यासोबत राहणारे, माझ्याशी खेळणारे, मला गोष्टी सांगणारे, माझे लाड करणारे आणि मला रागावणारेसुद्धा. आईच्या कुशीत निजेन, बाबांबरोबर मस्ती करेन. आई-बाबांसोबत फिरायला जाईन ही... ही सर्व माझी स्वप्न आहेत. मला नकोत ते महागडे गेम, नवीन कपडे, हॉटेलिंग आणि... आणि ते आईस्क्रिम... मला फक्त माझ्या आई आणि बाबांसोबत राहायचे आहे... मला दोघेही

हवी आहेत. पण... सर... माझे आई-बाबा हरवलेत हो... ते माझ्यापासून खूप दूर गेलेत. मला हवे असणारे आई नि बाबा हे नाहीत. सर... मागच्या आठवड्यात समाजशास्त्राच्या तासाला तुम्ही आम्हा सर्व मुलांना अनाथाश्रम दाखवायला घेऊन गेला होतात. त्यांना आई आणि बाबा दोघेही नव्हते. पण... पण सर मला ती मुलेच खूप सुखी वाटली. आज मला आई-बाबा असूनही मी अनाथ आहे... पोरका आहे."

पाटील सरांनी राजूला जवळ घेतले. थोपटले. बराच वेळ त्याच्या पाठीवरून हात फिरवत राहिले. "राजू, मी प्रयत्न करतो तुझे हरवलेले आईबाबा तुला परत मिळवून देण्याचा. तू काळजी करू नकोस. अभ्यासाकडे लक्ष दे... जा आता वर्गात जाऊन बैस."

राजू वर्गात निघून गेला आणि पाटील सर अस्वस्थ झाले. आपल्या स्वार्थासाठी दिशाहीन झालेले हे पालक स्वतःचं आणि मुलांचं कोणतं हित साधणार आहेत? विवाह म्हणजे खरं तर आत्मसमर्पण असतं. लग्न म्हणजे आपण सर्वांसाठी असणं हे ध्यानात धरावं आणि लग्न झाल्यानंतरही पालकत्वाची जबाबदारी सांभाळण्याची तयार असेल तरच मुलाला जन्म द्यावा; पण हा विचार किती जण करतात? पुष्कळांच्या बाबतीत असं घडतं की काही कळण्याआधीच दिवस जातात... मग आता आलेली जबाबदारी स्वीकारायची... त्यामुळेच पालकत्वाची जबाबदारी योग्य पद्धतीने निभावली जात नाही. दोघांचे मतभेद झाले... पटले नाही की वेगळं व्हायचं; पण मुलांचं काय? त्यांच्या मानसिकतेचे काय? याचा विचार हे पालक करत नाहीत; मग मुलांची अवस्था राजूसारखी होते.

दोन व्यक्ती वेगळ्या स्वभावाच्या असतात. सर्वांचेच पटते असे नाही. मतभेद टोकाला गेले की उगाचच भांडत बसण्यापेक्षा दोघांचे मार्ग वेगळे झालेले केव्हाही चांगलेच; पण पालकत्वाची जबाबदारी दोघांनीही पार पाडायला हवी. मुलांना टार्गेट न करता, आई आणि बाबा दोघांचंही प्रेम त्यांना मिळायला हवं. कारण घटस्फोटानंतर पती आणि पत्नी हे नातं संपुष्टात आलं तरी मुलाचे आई आणि बाबा हे नातं कायमचं राहणारं असतं. याचा थोडासा विचार जोडप्यांनी केला तर राजूसारखी कोणत्याही मुलाची अवस्था होणार नाही. हे सर्व राजूच्या आईवडिलांना समजून सांगायलाच हवं. राजूचे मन समजावून घेता येईल एवढी त्यांनी मानसिकता तयार करायलाच हवी. ही जबाबदारी पार पाडायलाच हवी, असा विचार करत पाटील सर दुसऱ्या वर्गावर जायला निघाले.

■■■

एक नातं संपलं, तरी दुसरं नातं पेलायचं असतं...

'अरे !... स्वाती, कशी आहेस? खूप दिवसांनी भेटतोय आपण. कसं चाललंय तुझं आणि ओंकार काय म्हणतोय?''

''मॅडम... आज मुद्दामच तुम्हाला भेटायला आले. ओंकारच्या संदर्भातच तुमच्याशी बोलायचं होतं... आमचं कोर्ट प्रकरण संपलं, खूप वादविवाद, आरोप-प्रत्यारोप झाले होते; परंतु तुमच्या सहकार्यानं आणि आम्हा दोघांचं पटतच नाही हे लक्षात आल्यानंतर आम्ही घटस्फोट घेतला. ओंकार तेव्हा पाच वर्षांचा होता. त्याचा ताबा माझ्याकडे ठेवला. खरं तर त्यासाठीही बरेच वाद झाले होते. ठरलेल्या अटींनुसार पंधरा दिवसांतून दोन दिवस म्हणजे दुसरा आणि चौथा शनिवार आणि रविवार ओंकार सुदेशकडे म्हणजे त्याच्या बाबांकडे जात होता. तसंच दिवाळीच्या आणि उन्हाळ्याच्या सुट्टीत निम्मे दिवस तो त्याच्या बाबांकडेच असायचा. हे सगळं दोन वर्षं सुरळीत चाललं होतं. आई आणि बाबा वेगळे राहतात. आपण बाबांना फक्त भेटायला जातो, हे सगळं त्यानं स्वीकारलं होतं. त्याचे आणि बाबांचे नियमित फोनही चालू असायचे. आपल्याला एकत्र राहता आलं नाही तरी पित्याच्या प्रेमापासून तो वंचित राहू नये, असा माझाही प्रयत्न होता. त्यामुळे त्याला अडवण्याचा मी कधीही प्रयत्न केला नाही. ओंकार खूश असतो... त्याला बाबांना भेटायचं असतं... बोलायचं असतं, हे मलाही जाणवत होतं. पण एवढ्यात तो बाबांकडे जायला नको म्हणतोय. बाबांकडे जायचं म्हटल्यावर त्याचा मूड जातो. खूप चिडचिड करतो तो.''

''का ग? असं अचानक काय घडलं?''

''मॅडम... सुदेशनं दुसरं लग्न केलं आहे.''

''स्वाती... तुमचा घटस्फोट होऊन दोन वर्षं झाली. तो दुसरं लग्न करणार होताच.

त्यात विशेष काही नाही... पण त्यानं दुसरं लग्न केलं म्हणून ओंकारनं त्याच्या बाबांना भेटू नये, असं तुला वाटतंय का? हे बघ... घटस्फोट झाल्यानंतर सुदेशनं दुसरं लग्न केलं आहे. त्यामुळं त्याचं लग्न कायदेशीर आहे आणि लग्न केल्यामुळे त्याचे मुलाला भेटण्याचे हक्क संपत नाहीत, तसंच मुलानं वडिलांना भेटणं, हे मुलाचे हक्क आहेत. त्यामुळे त्याच्या पुनर्विवाहामुळे त्यानं मुलाला भेटू नये असं तुला वाटत असेल तर ते चुकीचं आहे. तडजोडीत ठरल्यानुसार मुलाची भेट तुला द्यावीच लागणार आहे.''

''मॅडम... तुमचा गैरसमज होतोय. नवऱ्यानं दुसरं लग्न केलंय म्हणून मुलाला त्याची भेट देऊ नये, असं अन्य घटस्फोटित स्त्रियांप्रमाणे माझं आजिबात म्हणणं नाही. न्यायालयात मुलांच्या भेटीबाबतच्या अशा तक्रारी घेऊन येणाऱ्या अनेक स्त्रिया आहेत, हे मलाही माहिती आहे. न्यायालयात माझी केस चालू असताना असे अनेक प्रकार मलाही पाहायला मिळाले आहेत; पण माझी समस्या वेगळी आहे. सुदेशनं पूर्वीप्रमाणेच ओंकारला भेटावं असंच मला वाटतं; परंतु ओंकारमधील बदल मला अस्वस्थ करतोय. अतिशय हुशार... लाघवी आणि उत्साही ओंकार कोमेजलाय. तो अबोल झालाय... त्याची चिडचिड वाढलीय. त्याचं हसणं बंद झालंय.''

''स्वाती... मला माहिती आहे... तू वेगळ्या विचारांची मुलगी आहेस; पण ओंकारमध्ये जे बदल तुला जाणवत आहेत ते सुदेशच्या पुनर्विवाहामुळेच असावेत असं तुला का वाटतंय? त्याच्या बाबतीत शाळेत काही घडलं आहे का, याचाही शोध घ्यायला हवा.''

''नाही मॅडम... मला खात्री आहे. त्याच्यात झालेला बदल हा सुदेशच्या पुनर्विवाहामुळेच झाला आहे. कारण त्या दिवशी तो अतिशय आनंदात बाबांकडे गेला होता. आता लवकरच येणाऱ्या मे महिन्याच्या सुट्टीत कुठं कुठं फिरायला जायचं, काय काय करायचं, हे सगळं त्यानं ठरवलं होतं आणि आता बाबांशी बोलून मी नक्की दिवस ठरवणार, असंही तो म्हणाला होता; पण त्या दिवशी सुदेशला भेटून तो जेव्हा घरी आला, तेव्हा तो एकदम गप्पच झाला होता. माझ्या नजरेला नजर देत नव्हता. 'अरे तुमचे सुट्टीचे काय प्लॅन आहेत? तुम्ही काय ठरवलंय?' असं विचारल्यानंतर तो एवढंच म्हणाला,'मम्मा... या सुट्टीत बाबा मला कुठं नेणार नाही. त्याला वेळ नाहीय आणि तो एकटा नाही... त्यानं नवीन मम्मा आणली आहे.'

''तो बोलत असताना त्याची ती घायाळ अवस्था मला पाहवत नव्हती. तो माझ्याजवळ येत नव्हता. एकटाच झोपून गेला. झोपून गेला कसला... झोपण्याचं नाटक

करून एकटाच रडत होता. मी जवळ घेण्याचा प्रयत्न केला, तरीही तो माझ्याजवळ येईना. 'मम्मा प्लीज, मला एकटंच झोपायचंय' असं म्हणाला. त्याच्याशी कसं वागायचं, हेच मला कळत नव्हतं.

''त्या क्षणी मला सुदेशचा खूप राग आला. पुनर्विवाह करण्यापूर्वी ओंकारची मानसिक तयारी त्यानं का केली नाही? अचानक दुसऱ्या आईसमोर त्याला का उभं केलं? या बाबतीत त्याला जाब विचारावा असंही वाटलं; पण तरीही मी गप्प बसले. हळूहळू आपणच त्याला समजावून सांगायचं, असं ठरवलं; पण ओंकारच्या प्रश्नांना कशी उत्तरं द्यावीत, हेच मला समजत नाही. मागचे दोन शनिवार तो सुदेशकडे गेला नाही. बाबाला भेटण्यासाठी सतत उत्सुक असणारा... त्याच्या फोनची वाट पाहणारा... ओंकार आता शनिवार जवळ आला की अस्वस्थ होतो. 'मला जायचं नाही, मला सोसायटीमधील मुलांशी खेळायचं आहे,' असं म्हणायला लागतो. तो कधीकधी एकटाच शांत बसून राहतो. काहीच बोलत नाही; पण त्याची अबोल नजर खूप काही बोलत असते. आता या परिस्थितीत त्याच्याशी कसं वागायचं, हेच तुम्हाला विचारायला मी आले आहे. सुदेशशी माझा काहीच संपर्क नाही. घटस्फोटानंतर आम्ही समक्ष कधीही बोललो नाही, काही निरोप असतील तरी ओंकारकडूनच मी त्याला कळवले आहेत; पण आता ओंकारच्या सध्याच्या मन:स्थितीबाबत त्याला सांगणं गरजेचं आहे. मॅडम प्लीज, या बाबतीत तुम्हीच मला मदत करू शकता. तुम्ही सुदेशला या सर्व बदलांची कल्पना द्याल का?''

ओंकारच्या वागण्यातील स्वातीनं सांगितलेला बदल आणि त्याच्या मनावरील ताण हे सुदेशला सांगण्याची गरज होतीच, म्हणून मी त्याला बोलावून घेतलं. पण त्यानं सगळ्या गोष्टी सहज घेतल्या आणि स्वातीवरच दोषारोप केले.

''सुदेश... तू समजतोस तसं काहीही नाही. ओंकारलाच तुझ्याकडे यायला नको वाटतं आहे; पण याला तूही जबाबदार आहेस. पुनर्विवाह करण्यापूर्वी मुलाची मानसिक तयारी करून घेणं आवश्यक आहे, असं तुला वाटलं नाही का?''

''मी ओंकारला थोडी कल्पना दिली होती. मला एकट्याला राहता येत नाही, मी नवीन कोणीतरी घरात आणणार आहे, असं त्याला बोललोही; पण केव्हा आणणार, कोण आणणार, हे सांगितलं नव्हतं. आई-बाबांचं वेगळं राहणं त्यानं जसं स्वीकारलं, तसंच हेही तो स्वीकारेल. हळूहळू सर्व 'सेटल' होईल असंच मला वाटलं. अशा गोष्टींना वेळ लागतोच. स्वातीनं या सर्व गोष्टींचा इतका इश्यू करण्याची काहीच गरज नाही, असं मला वाटतं. ओंकार अजून लहान आहे. त्याला या गोष्टी काय आणि कशा सांगणार?''

''सुदेश... ओंकार सेटल होईल... स्वीकारेल असं तू गृहीत धरलं होतंस. जेव्हा तो तुझ्या घरी आला आणि एका नवख्या स्त्रीची 'ही तुझी नवीन ममा' अशी ओळख करून दिलीस, तेव्हा त्याच्या मनात काय घुसमट झाली असेल, याचा विचार तरी केलास का? मुलं बोलत नाहीत; पण त्यांच्या मनात असंख्य विचार चालू असतात. म्हणूनच त्यांच्या मनापर्यंत पोहचेल असा संवाद साधणं आवश्यक असतं. मुलं गप्प आणि शांत राहिली म्हणजे त्यांनी सगळं स्वीकारलं असं होत नाही. त्यांच्या वागण्याचा तू सोयीस्कर अर्थ काढलास; पण त्याच्या मनातल्या शंका तशाच राहिल्या.

''यापूर्वी तू ओंकारला घेऊन जायचास, त्याच्या सुटीचे प्लॅन ठरवायचास. या वर्षी तुझं लग्न झाल्यामुळं नव्या नात्याला सांभाळणं... नवीन आयुष्य उभारणं तुझ्यासाठी आवश्यक होतं, म्हणूनच तू ओंकारला आणायचं नाही असं ठरवलंस; पण तेव्हा त्याच्या मनाचा विचार केला नाहीस. तुला काम आहे एवढंच सांगितलंस; पण परिणामी ही 'नवीन ममा' नामक व्यक्ती आपल्या बाबाला आपल्यापासून दूर घेऊन जात आहे, असं त्याला वाटायला लागलं. यामुळे तिच्याबद्दल असहकार चालू झाला. त्याला स्वत:ला असुरक्षित वाटू लागलं. तुझ्या आयुष्यात दुसरी व्यक्ती का आली आहे, हे त्याला समजेल अशा भाषेत समजावून सांगणं आवश्यक आहे. त्याची मानसिक तयारी झाल्यावर नंतरच तू सुरभीला त्याच्यासमोर आणणं योग्य ठरलं असतं; परंतु तुझ्याकडून घाई झाली.

''स्वातीचं आणि तुझं नातं पती-पत्नीचं राहिलेलं नाही; परंतु त्याचे आई-बाबा म्हणून तुमचं नातं आयुष्यभराचं आहे. ओंकारला समजून घेताना तुम्ही दोघांनी त्याचे आई-बाप म्हणून एकत्र येणं आवश्यक आहे. त्याच्या बाबतीतले निर्णय घेताना एकमेकांना कळवणं आवश्यक आहे. पुनर्विवाह करण्यापूर्वीच समुपदेशकांच्या मदतीनं मुलांची मानसिक तयारी करून घेणं महत्त्वाचं आहे. या बाबतीतील त्यांची मतं त्यांचं वय काहीही असलं तरी जाणून घेणं आवश्यक आहे. त्यांच्या तक्रारी, त्यांची घुसमट जाणून घ्यायला हवी, त्यांच्यासाठी वेळ काढायला हवा.

''नवीन आयुष्याशी जुळवून घेताना तूही धास्तावलेला होतास, त्यामुळे मुलाकडं तुझं दुर्लक्ष झालं आहे. सुरुवातीला त्याला भेटायला घेऊन येण्यासाठी तू प्राधान्यानं प्रयत्न करायचास, वेळ द्यायचास, तिथं तू कमी पडलास. तुझं फोनवरील संभाषणही कमी झालं. त्यामुळे ओंकारच्या मनात असुरक्षिततेची भावना वाढत गेली. त्याच्या वागण्यात बदल झाला. तो अचानक अबोल झाला... त्याचं बालपण हरवायला लागलं; पण यासाठी तू आता त्याच्यासाठी अधिक वेळ दे, तो आपोआप 'सेटल' होईल, असं म्हणू नकोस.

“स्वातीनं कसं वागायचं, हे मी तिला सांगेनच; पण तुझ्या या लढाईत तू सुरभीलाही सहभागी करून घे. ओंकारच्या आवडीनिवडी, त्याचा स्वभाव सुरभीला सांगून त्याच्याशी तिनं कसं वागायला हवं, हे तिला समजावून सांग. सुरभीबद्दलचा एक चांगला कोपरा त्याच्या मनात निर्माण व्हावा, यासाठी जाणीवपूर्वक प्रयत्न करणं आवश्यक आहे.”

“मॅडम... पण हे सगळं व्यवस्थित होईल ना. माझा ओंकार मला पूर्वीसारखा भेटायला येईल ना. तुम्ही सांगताय तसं मी माझ्या वागण्यात बदल करेनच; पण तरीही मनात शंका येत राहतात...” सुदेशनं काळजीनं विचारलं.

“अरे, सकारात्मक विचार, आपले प्रामाणिक प्रयत्न, आणि आपण जे करत आहोत त्यामागचा शुद्ध हेतू आपल्याकडे असेल, तर काळजी करण्याचं आणि मनात शंका आणण्याचं कारणच नाही. आजच ओंकारला फोन कर आणि शनिवार, रविवार काय करायचं ते त्याला विचारून घे. मोकळेपणानं त्याच्याशी वाग... तुझ्या मनावरही दडपण ठेवू नकोस.”

भविष्याकडे लक्ष द्या, सकारात्मक दृष्टीने जगा...

“आयुष्यात जगायचं कशासाठी आणि कुणासाठी हेच मला कळत नाहीये. मी पूर्ण उद्ध्वस्त झालोय. काही करू नये, असं वाटायला लागलयं. गेले आठ दिवस मी ऑफिसमध्येही गेलो नाही. पुन्हाःपुन्हा तेच विचार मनात येतात. रात्री झोपही लागत नाही. माझ्या शैक्षणिक कारकिर्दीत प्रत्येक ठिकाणी मी यशाच्या शिखरावरच चढत आलो. जॉब मला शोधावा लागला नाही. कॅम्पस इंटरव्ह्यूमध्येच माझं सिलेक्शन झालं. अपयश माझ्याकडं कधी फिरकलंच नव्हतं; परंतु वैवाहिक आयुष्यात मात्र मी पूर्ण अपयशी ठरलो. मॅडम काय करायचं हेच मला समजत नाही.”

“अविनाश, अरे तुझा घटस्फोट होऊन एक वर्ष पूर्ण झालं. जेव्हा घटस्फोटाचा निकाल झाला तेव्हाही तुला इतकं वाईट वाटलं नव्हतं. तुमच्या नात्याचा मृत्यू तू सहजपणे स्वीकारला होतास, मग आता तुला इतकं निराश व्हायला काय झालं?”

“मॅडम... ज्या वेळी न्यायालयात मी घटस्फोटासाठी केस दाखल केली तेव्हा माझा अहंकार, माझा राग, माझा दुराभिमान मला काबूत ठेवता आला नाही. तुम्हीही मला खूप समजावून सांगितलं होतं. 'तुम्ही दोघांनी एकमेकांना समजून घेतलं, तर तुमच्यातील नातं अजूनही टिकू शकेल, आपण प्रयत्न करू' असे तुम्ही म्हणाला होतात; पण तेव्हा मी माझ्या निर्णयावर ठाम होतो. मला कोणाचंच ऐकायचं नव्हतं. अनिताला पुन्हा माझ्यासोबत राहायचं होतं. 'झाल्या गोष्टी सोडून देऊन पुन्हा एकत्र येऊ' असंही ती म्हणाली होती. तिच्याकडून झालेल्या चुकांची कबुलीही तिनं दिली होती; पण तरीही मी माझा निर्णय बदलला नाही. माझी चूक आत्ता मला कळली आहे. माझ्याकडूनही त्यावेळी असंख्य चुका झाल्या होत्या; पण तेव्हा माझंच बरोबर असं मला वाटत होतं. कोणाचंही ऐकून घेण्याची माझी तयारी नव्हती... माझा त्या वेळचा निर्णय चुकलाच.”

“अरे... असंच असतं. त्या वेळेला चूक कळत नाही; पण जेव्हा कळते तेव्हा

पश्चात्ताप करून काही उपयोग नसतो. घाईघाईने घेतलेल्या निर्णयाचा परिणाम पुढे भोगावाच लागतो. त्या वेळी 'माझंच बरोबर, मी कोणापुढेही झुकणार नाही' असा टोकाचा विचार करणारे नंतर काही काळानं स्वतःच्याच निर्णयाला दोष देत बसतात; पण मला सांग, की तुला ही उपरती आता कशी झाली?''

''आमच्या दोघांमध्ये घटस्फोट झाल्यानंतर नको असलेल्या नात्यातून आपली सुटका झाली असं मला त्या वेळेला वाटलं. काही दिवस मी माझं स्वातंत्र्य उपभोगण्याच्या नादात होतो; पण ज्या वेळी नातेवाइकांच्या कोणत्याही कार्यात जायचो तेव्हा पुन्हापुन्हा तोच विषय निघायचा. मित्रांच्या पार्ट्यांना गेलो तरी त्यांचे संसार... मुलंबाळं पाहून आतून हलल्यासारखं व्हायचं. मनातील दुःख कोणालाही सांगता यायचं नाही. ऑफिसमधले सहकारी बायको-मुलांना घेऊन बाहेर जायचंय म्हणून ऑफिसमधून लवकर निघायचे. काही काम असलं तरी 'तू थांब रे... तुला काय घरी जाऊन करायचं आहे?' असे म्हणून माझ्याच गळ्यात काम टाकून जायचे... एक प्रकारे माझ्या दुःखावर डागण्या द्यायचे.

''दिवस कामात कसाही जायचा. मात्र रात्र संपता संपायची नाही. काही व्यसनाधीन मित्रांनी मला व्यसनात ओढण्याचाही प्रयत्न केला; पण घरातले संस्कार बळकट असल्यानं व्यसनाकडे माझं मन गेलं नाही. मग मी हळूहळू नातेवाईक, मित्रमंडळी यांना टाळू लागलो. तो विषय निघाला, की मला अपराध्यासारखं वाटायचं. हे सगळं मी सहन करत होतोच.

''पण परवा अचानक अनिता रस्त्यात भेटली. तिच्याशी कसं वागावं हेच मला समजेना. अंतर ठेवायचं की सौजन्य राखायचं. या संभ्रमात मी पडलो. शेवटी तिनेच बोलायला सुरुवात केली. जवळच्या सीसीडीमध्ये जाऊन आम्ही कॉफी घेतली. तिचं लग्न ठरलं आहे. पुढच्या आठवड्यातली तारीख आहे. ती एका कंपनीची एच. आर. मॅनेजर आहे आणि तिचा होणारा जोडीदार हा एका कंपनीचा मालक आहे. नव्या आयुष्याची घडी बसवण्याचा ती प्रयत्न करत आहे. आमचं नातं तुटावं अशी तिची अजिबात इच्छा नव्हती. घटस्फोटानंतरही मी तिच्याशी संपर्क साधेन, अशीही तिला वेडी आशा होती; पण आता वर्ष होत आल्याने आईवडिलांनी आणलेल्या या स्थळाला तिनं होकार दिला.

''ती माझ्याशी बोलून निघून गेली; पण माझ्या मनातून ती जात नाही. घरी आल्यानंतर आमच्या लग्नातील फोटो... हनिमूनचे फोटो, कार्यक्रमातील फोटो मी पाहत बसलो. मला अधिकच नैराश्य वाटू लागले. मी तिच्याशी पुन्हा संपर्क साधला असता, तर कदाचित आम्ही पुन्हा एकत्रही आलो असतो. मागील प्रसंग... आठवणी पुन्हा माझ्या मनात फेर

धरू लागल्या. या विचारांतून माझी सुटका होत नाहीये. कितीही विसरण्याचा प्रयत्न केला, तरीही पाटीवरची अक्षरे पुसल्यासारखी मनातील विचार पुसून टाकता येत नाहीत. माझ्या ऑफिसच्या रस्त्यावरच तिचं आता दुसरं घर असणार आहे म्हणजे आता मला ती वारंवार दिसणार... हे सारं कसं निभावून नेऊ? शालेय, महाविद्यालयीन जीवनातही मला परीक्षेला जाताना कधी भीती वाटली नाही; पण आता आयुष्यात या परिस्थितीला सामोरे जाण्याची खूप भीती वाटते. आयुष्य संपवण्याचेच विचार मनात येतात.''

''अविनाश, अरे परिस्थितीपासून पळून जाऊन प्रश्न कसा सुटेल? त्यापेक्षा त्याला सामोरं कसं जायचं हे ठरवायला हवं. तुटलेल्या नात्यांचं दुःख पचवणं फार अवघड असतं; पण ते अशक्य नाही. घटस्फोट म्हणजे मानसिक स्तरावर आंदोलन घडवणारा वेदनादायी काळ. या वेळची मनःस्थिती अत्यंत नाजूक असते. एकटेपणा अधिक जाणवतो. आपली सुख-दुःख इतरांशी मोकळेपणाने शेअर करता येत नाहीत. झिडकारल्याची, नाकारल्याची भावनाही असते. वरवर सर्वांना चांगलं दिसत असलं तरी अंतर्मनातील वेदना लपवणं खरोखरच खूप कठीण जातं. मनातूनही तुटल्याची भावना निर्माण होते; पण यातून बाहेर पडणं आवश्यक असतं तरंच भविष्यात पुढे जाता येतं. अशा परिस्थितीत भूतकाळाची दारं पूर्ण बंद करायला हवीत. मनातून त्या व्यक्तीला आणि त्या विचारांना पूर्णपणे डिलीट करायला हवं. 'जब वुई मेट' हा हिंदी चित्रपट पाहिलास ना...? त्यातील नायिकेने त्या नायकाला भूतकाळातून बाहेर येण्याचे जे मार्ग सांगितले, ते तूही लक्षात घे.

''खरोखरच तुमचे मागील फोटो, आठवणी सर्व फाडून फेकून दे. मोबाईलमधील तिचे नंबर, जुने मेसेज सर्व काढून टाक. तुला मोकळं वाटायला लागेल. या अनुभवामुळे तुझ्यातील उणीवा तुला शोधता येतील. अपयश काहीतरी शिकवून जात असते. तुझ्या अपेक्षा निराळ्या होत्या आणि वास्तव वेगळंच होतं. स्वतःच्या अपेक्षा पूर्ण करून घेण्याची हट्टी उमेद तुझ्याकडे होती आणि त्यासाठी नातं तोडून टाकण्यापर्यंत तू पोहचलास. चुकांची पुनरावृत्ती होणार नाही याचा विचार कर आणि नव्यानं पुन्हा डाव मांडण्याची तयारी कर.''

''मॅडम, पहिल्या अपयशी अनुभवाची ठेच लागल्यामुळे दुसरा डाव मांडण्याचा मी विचारच करू शकत नाही. आता 'लग्न' या शब्दाचीही धास्ती वाटते.''

''पहिला डाव फसला म्हणून 'लग्न' या पर्यायावर फुली मारणं चुकीचंच आहे. तुझा स्वतःवर विश्वास असेल आणि पुढे जाण्याची तयारी असेल, तर लग्नाची धास्ती वाटण्याचं कारण नाही. अनिता तुला पुन्हा भेटली. ती नव्याने दुसरे आयुष्य सुरू करत

आहे, हे ऐकून तुला जास्त त्रास झाला आहे. तिची पुन्हा तुझ्याकडे येण्याची तयारी होती; परंतु तू तिच्याशी संपर्क साधला नाहीस, याचंही तुला वाईट वाटत आहे. कायद्यानं तुमचं नातं संपलं आहे, एकमेकांच्या आयुष्यावरचा अधिकारही संपला आहे. तुला तिच्याशी काहीच बोलता आलं नाही. आता तिला अडवता येणार नाही... ती वेळ निघून गेली आहे, याचंही तुला दुःख झालं आहे. तुझ्या मनातील भावना तुला कोणाशीच शेअर करता येत नाहीत, त्यामुळे एकटेपणाची भावना वाढत जाऊन तुला नैराश्य आलं आहे म्हणूनच तुला या परिस्थितीत जोडीदाराची गरज आहे. शेअरिंग करण्यासाठी तुला आपलं माणूस हवं आहे. ज्यावेळी तुझ्या भावना समजून घेणारी जोडीदार तुला मिळेल, तेव्हा नैराश्याचे विचार आपोआप निघून जातील.''

''मॅडम, तुम्ही म्हणताय ते मला पटतंय. पहिले कडवट अनुभव गाठीशी असल्यामुळं माझ्याच स्वभावाचं दर्शन मला नव्यानं घडलं आहे. माझ्यात बदल घडवून आणण्याचा मी नक्कीच प्रयत्न करेन; पण तरीही बिचकायला होतंय, कारण माझ्याच एका मित्राचा घटस्फोट झाला होता. त्यानं दुसरं लग्न केलं; पण अवघ्या वर्षभरात त्याची दुसरी पत्नीही त्याला सोडून गेली. त्याच्याकडून पैसे वसूल करण्यासाठी ती आता त्याच्याशी कोर्टात भांडते आहे. पहिला घटस्फोट तरी लवकर झाला, आता घटस्फोटही मिळत नाही आणि त्याला होणारा मानसिक त्रासही कमी होत नाही. त्यालाही जोडीदाराची... प्रेमाची आस होती. मोठ्या अपेक्षेने नात्याचे बंध त्यानं नव्यानं जोडले होते; पण पुन्हा एकदा त्याच्या वाट्याला निराशाच आली, असं काही पुन्हा माझ्या बाबतीत घडलं तर मी ते सहनच करू शकणार नाही.''

''अविनाश... अरे घटस्फोट होणाऱ्या जगातल्या कुठल्याही दोन जोडप्यांचे अनुभव एकसारखे नसतात. तुझ्या मित्राशी तू स्वतःची तुलना करू नकोस. आपण सर्व माणसं सारखी नसतो. दुसऱ्यांच्या अनुभवावर स्वतःची गणितं मांडशील, तर तुला कधीच उत्तर सापडणार नाहीत. स्वतःशी प्रामाणिक राहा आणि नेहमी सकारात्मक विचार करायला शीक. तुझा उतावळेपणा सोडून दे... शांतपणं संयमानं निर्णय घेण्याची सवय लाव. सगळं काही चांगलंच होईल.''

''मॅडम... धन्यवाद! तुमच्याकडे आल्यामुळे मन हलकं झालं. मनावरचा ताण कमी झाला. नव्याने आयुष्याची सुरुवात करण्याचा मी प्रयत्न करेनच; पण भूतकाळातील आठवणी मनातून हद्दपार करण्याची सुरुवात अगदी आतापासूनच करेन.''

हे करावे

- नातं टिकवण्याचा मनापासून प्रयत्न करा; परंतु नातं टिकलंच पाहिजे अशी जबरदस्ती करू नका.
- घटस्फोटाचा निर्णय घेतला असला तरी मूल दोघांचे आहे. त्याला दोघांच्या प्रेमाची गरज आहे हे लक्षात घ्या.
- मुलांना काय हवं आहे, याचा प्राधान्याने विचार करा.
- घटस्फोट हा कलंक नसून तो एक पर्याय आहे, या सत्याचा मनापासून स्वीकार करा.

हे टाळावे

- घटस्फोट घ्यावा लागला म्हणून स्वतःला अपराधी मानणे.
- घटस्फोटानंतर मूल आपल्याकडेच राहावे म्हणून त्याची रस्सीखेच करणे त्याच्यावर दबाव आणणे.
- घटस्फोट झाला हे समाजापासून लपवून ठेवणे.
- स्वतःच्या स्वार्थासाठी मुलांचे हत्यार बनवणे.

मला हवेत... आई आणि बाबा

कोर्टात मला नेलं... तेव्हा विचारलं,
कोण हवं तुला? आई की बाबा?
वाटलं.... बाबांकडेच जावं
खूप मोठ्ठं घर.... छान छान खेळणी
माझ्या कोणत्याही हट्टाला नाही तिथं चाळणी
बाबांबरोबर खूप फिरता येईल,
अगदी हवी तशी मजा करता येईल,
अभ्यासाच्या धाकातून थोडी तरी सुटका घेता येईल,
पाठीवर शाबासकीची थाप मिरवता येईल.
दिवस कसा.... अगदी भर्रकन जाईल
पण...पण रात्री अंगाई कोण गाईल?
मऊ मऊ वरणभाताचे घास कोण देईल?
मित्रांच्या गुजगोष्टी... मी आईच्याच कानात सांगणार
रंगबिरंगी चित्रांची पुस्तकं....
मी आईकडूनच रंगवून घेणार
दिवसभर कसा मी तिच्या मागे मागे फिरणार
जरासुद्धा ती मला, नाही दृष्टिआड करणार
कोर्टातील काका विचारतात,
कोणाकडे द्यायचा ताबा?
पण... खरं सांगू का?
मला हवेत... आई आणि बाबा
मला हवेत... आई आणि बाबा

प्रतिक्रिया

मुलामुलींच्या नात्यांत विवाहानंतर जुळून येणारे नवे बंध परस्परांशी एकरूप, एकजीव होण्यासाठी काय करावयास हवे, त्याचे मार्गदर्शन समुपदेशक स्मिता जोशी यांनी लिहिलेल्या 'अर्थ नात्यांचा' या पुस्तकात मिळते. या क्षेत्रातील त्यांचा दीर्घ अनुभव त्यांनी दिलेल्या सूचनांतून स्पष्ट होतो. पती-पत्नींमधील नाते अधिक परिपूर्ण कसे होऊ शकेल, त्या दिशेने वाटचाल कशी करावी, परस्परांना आणि इतर कुटुंबीयांना-नातलगांना कसे समजावून घ्यावे, त्याची अतिशय मौलिक सूत्रे स्मिता जोशी यांनी सांगितलेली आहेत. 'करिअर'च्या मागे धावणाऱ्या तरुण-तरुणींना आपल्या सहचराची निवड करतानाही अनेक अडचणी जाणवतात; आणि या परीक्षेतून पुढे गेल्यावर विवाह टिकवण्याची कसरत करताना त्यांच्याभोवती अनेक वादळे घोंघावू लागतात. घटस्फोटांचे प्रमाण वाढत असल्याची आकडेवारी वृत्तपत्रांत प्रसिद्ध होते, त्यामागे हेच प्रमुख कारण असते. दुभंगणाऱ्या कुटुंबांचे आणि विस्कटत चाललेल्या सामाजिक रचनेचे हे चिंताजनक स्वरूप आहे.

विविध व्यावहारिक उदाहरणांतून आणि 'काय करावे?' व 'काय टाळावे?' अशा टिपांतून स्मिता जोशी यांनी या विषयाची मांडणी केलेली आहे. नव्याने पुढे येऊ लागलेल्या या सामाजिक प्रश्नांची तीव्रता अशा अनुभवसिद्ध लेखनाने निश्चितच कमी होईल.

मल्हार अरणकल्ले
संपादक,
सकाळ, पुणे.

'अर्थ नात्यांचा' असे अतिशय समर्पक शीर्षक असलेल्या या पुस्तकात स्मिता जोशी यांनी समुपदेशन क्षेत्रातील प्रदीर्घ अनुभवाद्वारे, आपल्या समर्थ लेखणीने कौटुंबिक समस्यांची उकल केली आहे. आजच्या आधुनिक आणि धकाधकीच्या जीवनात माणसा-माणसतील अंतर वाढतंय. नाती ही प्रेम, जिव्हाळा, विश्वास आणि आपुलकीचा ओलावा यामुळे जपली जातात आणि हाच कुटुंबव्यवस्थेचा गाभा असतो. हा या पुस्तकाचा मूळ आशय.

लग्नपूर्व तयारी, जोडीदाराची निवड, विवाहपूर्व मार्गदर्शन, विवाहानंतरचे सहजीवन, नात्यांची जपणूक या अतिशय हळव्या परंतु महत्त्वाच्या विषयांना त्यांनी केस-स्टडी आणि व्यावहारिक उदाहरणांतून वस्तुस्थिती विश्लेषणा, निदान, समुपदेशन कौशल्य, उपचार आणि फॉलोअप या तंत्रांचा शास्त्रशुद्ध प्रयोग करून मांडणी केली आहे. उत्तम आशय ठरते. त्या आशयानुसार लिखाण, समस्यांची मांडणी, उकल, समुपदेशन तंत्रातील बारकावे लेखिकेने अतिशय उत्तम पद्धतीने टिपले आहेत.

समुपदेशनाचा समाजकार्याच्या अभ्यासक्रमात समावेश असल्यामुळे विद्यार्थ्यांना, प्राध्यापकांना, व्यावसायिक समुपदेशकांना, स्वयंसेवी संस्थांना आणि प्रामुख्याने कौटुंबिक सल्ला मार्गदर्शक व समुपदेशकांना, वकील व कायदेविषयक सल्लागार, मार्गदर्शकांना आणि इतरही वाचकांनाही हे पुस्तक मार्गदर्शक ठरणार आहे, याची मला खात्री आहे.

कर्वे समाज सेवा संस्थेच्या बऱ्याच उपक्रमांत, काऊन्सलिंग प्रशिक्षणात, चर्चासत्रात त्यांचा सक्रिय सहभाग असतोच. 'सकाळ'मधील त्यांचे समुपदेशन लेख, प्रश्नोत्तरे, वाचनीय आणि मार्गदर्शक असतात. हे ही पुस्तक सर्व स्तरातील वाचकांसाठी उत्तम पर्वणी होईल.

डॉ. दीपक वलोकर
संचालक,
कर्वे समाज सेवा संस्था,
कर्वेनगर, हिलसाईड,
पुणे - ४११०३८.

सौ. स्मिता प्रकाश जोशी यांच्या 'अर्थ नात्यांचा' या पुस्तकावर प्रतिक्रिया देताना मला मनस्वी आनंद होतो आहे. सौ. जोशी यांच्याशी माझी ओळख सन २००८ साली झाली. पुणे येथील कौटुंबिक न्यायालयात समुपदेशक म्हणून कार्यरत असतानाच प्रपंच सांभाळून त्यांनी नेटाने कायद्याचे शिक्षण पूर्ण केले. एलएल.बी.च्या अंतिम वर्षात त्या पुणे विद्यापीठात प्रथम श्रेणीने उत्तीर्ण झाल्या. त्यानंतर दोनच वर्षांत त्यांनी एल.एल.एम.ची पदवी प्रथम श्रेणीत मिळवली.

कुटुंबकलहाच्या अनेक खटल्यांमध्ये यशस्वीपणे प्रबोधन व समुपदेशन करून त्यांनी अनेक संसार मोडण्यापासून वाचवलेले आहेत. त्या अनेक सामाजिक संस्थांशी संलग्न आहेत. या कामासोबतच त्यांचे विविध प्रकारचे विपुल लेखन वेगवेगळ्या मासिकांमधून, दैनिकांमधून व स्मरणिकांमधून प्रसिद्ध झाले आहे. दैनिक 'सकाळ'मधील 'मोकळे व्हा' आणि 'सकाळ साप्ताहिक' या सदरातील मधील 'अर्थ नात्यांचा' हे लेख जणू काही सर्व प्रकारची नाती सांभाळण्यासाठी मार्गदर्शक तत्त्वे आहेत असे वाटते.

सध्या संपुष्टात येत असलेली कुटुंबव्यवस्था पाहता अशा प्रकारचे विपुल लेखन हे समाजहितास पोषक आहे हे निश्चितच. प्रस्तुतचे पुस्तक हे वकील, कौटुंबिक न्यायालयातील खटल्यांचे पक्षकार, न्यायाधीश तसेच सर्व जनसामान्यांस उपयोगाचे आहे. मी स्वतः एक विधी/कायद्याचा शिक्षक असल्याने हे निश्चितच जाणतो, की हे पुस्तक कायद्याच्या विद्यार्थ्यांसाठीही उपयुक्त आहे.

कौटुंबिक वादांचे रूपांतर कुटुंबकलहात होण्यापासून रोखण्याची क्षमता या पुस्तकातील लेखांत आहे. अशा लेखांच्या वाचनाने कुटुंबातील वाद कायदा व कोर्ट कचेरी यापासून दूर राहतील याची खात्री वाटते.

ॲड. सुधाकर आव्हाड
विद्यालंकार,
१०-शिलाविहार कॉलनी,
कर्वे रोड,
पुणे - ४११०३८

नाती जरी पूर्वापार चालत आलेली असली तरी बदलत्या काळात या नात्यांचा अर्थ नव्याने समजवून घेणे फार आवश्यक आहे. खरं तर अशा नात्यांच्या अर्थाची गफलत झाल्यानेच अनेक समस्या निर्माण होतात. मग ते नाते पती - पत्नीचे असो किंवा आई वडील आणि मुलांचे.

एकत्र कुटुंब व्यवस्था हळूहळू नाहीशी झाली आणि प्रत्येक जण या नात्यांचा वेगळा अर्थ लावू लागला. अशा वेळी निर्माण होणाऱ्या संभ्रमावर आपल्या अनुभवांतून प्रकाश टाकण्याचे आणि वेगवेगळ्या टप्प्यांत मार्गदर्शन करण्याचे मोलाचे काम सौ. स्मिता जोशी यांनी 'अर्थ नात्यांचा' या पुस्तकातून केले आहे.

अगदी लग्नाआधीपासून ते ज्येष्ठ नागरिक बनेपर्यंत कुटुंब सुखी करण्याचे सगळे मार्गदर्शन देतानाच नाईलाजाने घटस्फोटाचा निर्णय घ्यावा लागला तर त्याचेही मार्गदर्शन या पुस्तकात केले आहे. स्मिता जोशी यांनी विषयाची मांडणी अत्यंत ओघवत्या भाषेत केली आहे. प्रत्येक गोष्ट समजावून सांगताना त्यांनी उदाहरणांचा समर्पक वापर केला आहे. या प्रत्येक मार्गदर्शनामध्ये समुपदेशक म्हणून काम करताना हाताळलेल्या विविध प्रकरणांचा अनुभव डोकावतो. नव्या पिढीला भावतील अशी कोष्टके तसेच निरनिराळे तुलनात्मक तक्ते पुस्तकात दिले आहेत. पुस्तक वाचतानाच मनात असलेल्या अनेक शंकांना उत्तरे मिळतात.

नात्यांचा अर्थ नव्या पिढीने समजावून घ्यावा असे म्हटले जाते; मात्र प्रत्यक्षात सर्वच पिढ्यांना ते समजून घ्यायची गरज आहे. त्यामुळे प्रौढ पिढीलाही आपल्या मुलांच्या संसारात किती लक्ष द्या, समस्या कशा सोडवाव्यात तसेच निरनिराळ्या वयात निकोप नाती कशी

टिकवावीत याचे उत्तम मार्गदर्शन खूप सोप्या भाषेत दिले आहे. त्यामुळे परिणामकारक समुपदेशन वाचतावाचताच घडू शकते. अगदी छोटे आणि मोजके खंड आणि त्याची पुस्तके स्वरूपात झालेली मुद्देसूद मांडणी यामुळे हे पुस्तक अत्यंत वाचनीय झाले आहे.

सर्व वयाच्या आणि पिढीच्या कुटुंबीयांना मोलाचे मार्गदर्शन देणारे हे पुस्तक नुसतेच वाचनीय नाही तर ते संग्रही ठेवून भेट द्यावे असे आहे, यात वाद नाही.

ॲड. अभय वसंत आपटे, पुणे

अर्थ नात्यांचा या पुस्तकात वैवाहिक जीवनात येणाऱ्या अनेक अडचणींचा, प्रश्नांचा, समस्यांचा स्मिता जोशी यांनी अतिशय परिणामकारक शब्दांत मागोवा घेतला आहे. १९९७ पासून कौटुंबिक न्यायालय, पुणे येथे समुपदेशक म्हणून काम करत असतांना तसेच इतर अनेक सामाजिक संस्थांच्या माध्यमातून स्मिता जोशी यांनी अनेक तुटलेल्या जीवांना परत एकत्र आणण्याचे पुण्य कार्य केले आहे. त्याबद्दल त्यांचे मनःपूर्वक अभिनंदन ! विवाहानंतर काही वर्षांनी लहानसहान कारणांनी होणारे घटस्फोट सामाजिक संतुलन बिघडवत आहेत. अशा परिस्थितीत आपले समुपदेशनाचे कार्य कुटुंब व्यवस्थेची विस्कटलेली घडी पुन्हा सुरळीत करण्यासाठी मदत करते. हेच कार्य आपल्या पुस्तकाच्या माध्यमातूनही साध्य होते.

सतीष कलंत्री
मालेगाव
मो.९४२२२५२८४८

स्मिता जोशी यांच्या *अर्थ नात्यांचा* या पुस्तकातील प्रत्येक प्रकरण, वेगवेगळ्या वयोगटातील व्यक्तींना त्यांच्या व्यक्तिगत तसेच नात्यांमधून येणाऱ्या समस्या सोडवताना मार्गदर्शक, दिशादर्शक ठरतील असे आहेत.

आजच्या तरुण पिढीतील बरीच मुले-मुली विवाह करण्याचा निर्णय स्वतः घेतात, मात्र त्यातील काहींना पती - पत्नीचे नाते सांभाळणे जमत नाही. या संदर्भात विचार करता या पुस्तकातील 'लग्नापूर्वी' हे पहिलेच प्रकरण खूप महत्त्वाचे आहे असे मला जाणवले. कारण त्यामध्ये जोडीदार निवडीचे निकष, आत्मपरीक्षण, विवाहाकडे पाहण्याचा दृष्टिकोण, विवाहपूर्व समुपदेशन इत्यादी मधून मिळणाऱ्या मार्गदर्शक मुद्दयांचा उपयोग योग्य वेळेत केला गेल्यास विवाहानंतर येणाऱ्या समस्यांचे प्रमाण बरेच कमी होईल. वैवाहिक बंधनाबरोबर जी नवी नाती निर्माण होतात, जी जपताना, टिकवताना बऱ्याचदा अडचणी येतात. त्यामुळे काही जणांची घुसमट वाढून तणावही वाढतात तर काही वेळा याची परिणती घटस्फोटात होते. या प्रश्नाबाबतची उत्तम हाताळणी पुस्तकातील नंतरच्या प्रकरणांमधून करण्यात आली आहे.

वैवाहिक जीवनाच्या वाटचालीत प्रत्येक टप्प्यावर येणाऱ्या अनेक नाजूक व क्लिष्ट विषयांबाबतची उकल विशिष्ट पद्धतीने करताना, स्मिता जोशी यांनी काल्पनिक व्यक्तींद्वारे, परस्परांमधील संभाषण तसेच समुपदेशकाशी केलेला संवाद यांची उत्तम मांडणी केली आहे. तसेच 'हे करावे, हे टाळावे' यातून नाते जपण्याच्या खुबी सांगितल्या आहेत. याचा परिणाम म्हणून, समस्येत असलेला वाचक स्वतःमध्ये डोकावून पाहू शकेल व योग्य निर्णय घेताना स्वतःमध्ये बदल करण्यास प्रेरीत होऊ शकेल याची मला

खात्री वाटते.

सर्वसाधारणपणे समाजातील ९५ टक्के व्यक्ती पती - पत्नीचे नाते स्वीकारतात. नात्यांमधील विश्वास, जवळीक जिव्हाळा, प्रेम, आपलेपणा इत्यादी जपण्याची कसरत करताना समाजातील प्रत्येक वयोगटातील वाचकाची गरज निभावू सकणारे असे हे मार्गदर्शक पुस्तक प्रत्येकाच्या संग्रही जरूर असावे असे वाटते.

उदय शंकर चौधरी
(समुपदेशक)
मो. नं. ९८५००४१३१६

शासकीय समुपदेशक सौ. स्मिता जोशी मॅडम यांनी लिहिलेल्या 'अर्थ नात्यांचा' या पुस्तकाचा विषय कौटुंबिक जिव्हाळ्याचा आहे. हे पुस्तक कथा किंवा कादंबरी नाही की जी टाईमपास म्हणून एकदाच वाचावी व ठेवून द्यावी. पुस्तक एक मार्गदर्शिका आहे, पुस्तकात सोपी, ओघवती, तुमची-आमची भाषा आहे. घरगुती स्वरूपाच्या संवाद लेखनातून वाचकाला विचार करायला लावणारे हे पुस्तक आहे. संसारात आपण कुठे चुकत नाही ना याची जाणीव हे पुस्तक करून देते.

नात्यातील वादाच्या मुळाशी जाऊन जर कारणमीमांसा शोधली तर माझ्या मी मते आपलेपणाच्या जाणिवांची उणीव असणं, हेच प्रमुख कारण आहे. एकदा आपलेपणा आला, की करुणामय अंतर्मन तयार होतं. ते नेहमीच समजून घेऊन माफ करत असत. विविध उदाहरणांतून स्मिता जोशी यांनी हे पटवून दिले आहे.

शिरीष गर्गे
सामाजिक निरीक्षक
नागपूर, कोल्हापूर

विविध नातेसंबंधांमुळे माणसाचं आयुष्य अर्थपूर्ण होतं; परंतु नात्यामध्ये ताणतणाव वाढला की कसा अनर्थ ओढवतो याची अनेक उदाहरणे स्मिता जोशी यांनी त्यांच्या *अर्थ नात्याचा* या पुस्तकामधून उलगडून दाखवली आहेत. कुटुंब न्यायालयात समुपदेशक म्हणून काम करताना वैवाहिक नातेसंबंधांतील अनेक समस्यांना त्यांना सतत सामोरे जावे लागते. समस्याग्रस्त व्यक्तीच्या भूमिकेत जाऊन प्रत्येक प्रश्न समजून घेण्याची संवेदनशीलता आणि समस्येच्या मुळाशी जाऊन विचार करण्याची विलक्षण क्षमता त्यांच्यापाशी आहे. त्यामुळे प्रत्येकाच्या समस्येला त्या उत्तर तरी शोधू शकतात किंवा योग्य पर्याय सुचवू शकतात. अर्थ नात्याचा समजून घेताना जाणवतं की माणसं वाईट नसतात तर नाती चमत्कारिक असतात. अहंभाव, असूया, अगतिकता अशा नकारात्मक भावनांमुळे नात्यांमध्ये भिंती उभ्या राहतात. प्रतिष्ठेचा प्रश्न नि रुक्ष व्यवहार यामुळे ज्या निरगाठी बसतात त्या हळूवारपणे कशा सोडवायच्या असतात याचं प्रत्यंतर जेवढ्या समर्थपणे स्मितातार्इंची लेखणी देते तितक्याच ठामपणे क्वचित प्रसंगी घटस्फोटाचा मार्ग स्वीकारल्यामुळे भविष्यातील संभाव्य पडझड कशी रोखता येते याचंही दर्शन घडवते.

लालित्यपूर्ण भाषाशैली आणि प्रभावी संवादकौशल्य ही स्मितातार्इंच्या लेखनाची वैशिष्ट्ये आहेत. यामुळे मनं दुभंगली की एकमेकांवर केले जाणारे आरोप-प्रत्यारोप आणि समुपदेशनानंतर परस्परांमध्ये बांधले जाणारे समजूतदारपणाचे साकव या दोन्हींचा अनुभव त्या आपल्यापर्यंत पोचवू शकतात. पुस्तक वाचत असताना दुसऱ्याचं माणूसपण जपण्याचं वाचकाचं भान वाढतं तसंच माणूस म्हणून जगण्याचं बळही वृद्धिंगत होतं. हेच या पुस्तकाचं यश आहे.

मृणालिनी चितळे
पुणे

गेली अनेक वर्ष कौटुंबिक न्यायालयात वकील म्हणून काम करतांना समुपदेशकाची भूमिका कशी आहे? याचे सुंदर भान *अर्थ नात्यांचा* पुस्तक वाचताना आले. पुस्तकांचे स्वरूप व मांडणी अतिशय उत्कृष्ट झाली आहे. वकील आणि समुपदेशक यांनी हातात हात घालून एकत्र काम केल्यास निश्चित कौटुंबिक वाद मिटवणे सोपे होईल, असे वाटते. त्यामुळे समाजातील कुटुंब व्यवस्था टिकवणे, हे ध्येय पार पाडणे सहज शक्य होईल. आपल्या पुस्तकाच्या नवीन आवृत्तीस शुभेच्छा.

ॲड. ए. ए. शेवडे
प्लॉट ४२५ /६१,
रघुराम अपार्टमेंट.
टी.एम.व्ही. कॉलनी,
मुकुंदनगर, पुणे -९७

अर्थ नात्यांचा हे पुस्तक त्यातील लेख व काव्य या सहीत अत्यंत विचारपूर्वक वाचून झाले. मनाला खूप भावले. स्मिता जोशींचे लेखन विवाहितांना सकारात्मक विचार करावयास लावणारे आहे. किरकोळ गृहकलहातून विवाहसंस्था कालबाह्य होईल की काय अशा अवस्थेतून समाज जात असताना ही संस्था टिकवण्यात लेखिकेने जी उदाहरणे सांगून प्रयत्न केले आहेत, त्याबद्दल त्यांचे कौतुक केलेच पाहिजे असे वाटते. आपल्याकडून असेच कार्य घडत राहो, ही सदिच्छा !

रविंद्र वि. कुलकर्णी
जिल्हा व
सत्र न्यायाधीश (निवृत्त)
वडगांव (खुर्द)
पुणे - ४११०४१

परिचय

स्मिता प्रकाश जोशी
बी. कॉम., एम. एस. डब्ल्यू., एल. एल. एम.

- C/o.: एम. आर. जोशी, मंत्री पार्क - २, एम. - ११,
  नटराज गॅस एजन्सीजवळ, कोथरूड, पुणे - ४११०३८
  चलभाष : ९६२३४५५००१

- जानेवारी, १९९७पासून कौटुंबिक न्यायालय, पुणे येथे समुपदेशक म्हणून कार्यरत. त्यापूर्वी महिला व बालकल्याण विभाग, महाराष्ट्र आरोग्य मंडळाचा ग्रामीण विकास प्रकल्प, महिला सेवाग्राम यांच्यासोबत विविध पदांवर कामकाज
- 'सकाळ'सह विविध दैनिके आणि नियतकालिकांमध्ये नियमित लेखन. दूरदर्शन, प्रसारभारती आणि आकाशवाणी, पुणे केंद्र यांच्यासाठी समुपदेशनविषयक मालिकेचे आयोजन, मुलाखती, सूत्रसंचालन व लेखन
- कौटुंबिक समस्यांवर समुपदेशन, मुलांची वाढ, एकेरी पालकत्व, पुनर्विवाह व बदलते कौटुंबिक कायदे इत्यादी विषयांवर संशोधनपर लेख प्रसिद्ध
- महाराष्ट्र ज्युडिशिअल ॲकेडमी, महिला व बालकल्याण विभाग प्रशिक्षण केंद्र, यशदा यांच्यासह विविध स्वयंसेवी संस्थांमध्ये अधिकारी व सामाजिक कार्यकर्त्यांसाठी समुपदेशन विषयक प्रशिक्षण व व्याख्याने
- सकाळ सोशल फाऊंडेशनसह विविध सामाजिक संस्थांबरोबर कार्यक्रमांचे आयोजन व जनजागृती कार्यक्रमात व्याख्याने व सहभाग
- 'सकाळ' प्रकाशित *लग्नाचा जीपीएस* या विवाहपूर्व समुपदेशनावरील पुस्तकाचे डॉ. सागर पाठक यांच्यासोबत सहलेखन. *मनसा* या मानसिकदृष्ट्या अपंग मुलांसाठीच्या पुस्तकासाठी लेखन
- मानवी हक्क संरक्षण आणि जागृती यांच्याकडून मानव अधिकार विशेष कार्य पुरस्कार, वंचित विकास संस्थेतर्फे 'कृतज्ञता' हा राज्यस्तरीय पुरस्कार, 'रणरागिणी' पुरस्कार, समुपदेशन कार्याबद्दल वंचित विकास संस्थेतर्फे कै. प्रेमाताई कामतेकर स्मृती पुरस्कार

www.ingramcontent.com/pod-product-compliance
Lightning Source LLC
LaVergne TN
LVHW060603051026
849519LV00002B/458

* 9 7 8 9 3 8 4 3 1 6 1 8 1 *